பிரபு தர்மராஜ் (28.11.1982)

கன்னியாகுமரி மாவட்டம் நாகர்கோவிலில் பிறந்தார். இளங்கலை காட்சித் தொடர்பியல் பட்டம் பெற்ற இவர் 'அரேபியாவுக்குப் போன தீக்கொளுத்தி ஆவரான்' என்ற குறுநாவல், 'கோலப்பனின் அடவுகள்', 'ழ்' மற்றும் 'ச்சூ காக்கா' ஆகிய மூன்று சிறுகதைத் தொகுப்புகளையும், 'கசவாளி காவியம்' 'ராணி இல்லம்' மற்றும் 'ஜாப் மார்சியா' ஆகிய மூன்று நாவல்களையும், 'சக்ரவர்த்தி திரையரங்கம்' என்னும் சினிமா விமர்சன புத்தகத்தையும், 'களிறும் பிடியும் பின்னே ஞானும்' என்னும் கவிதைத் தொகுப்பையும் எழுதியிருக்கிறார். ஆனால் இதுவரையிலும் இலக்கியத்துக்காக எந்தவொரு விருதுகளையும் இவர் பெறவில்லை...

ஆதிக்குடிமக்களும் ஆல்கஹாலும்

பிரபு தர்மராஜ்

எதிர்
வெளியீடு

ஆதிக்குடிமக்களும் ஆல்கஹாலும்
பிரபு தர்மராஜ்

எதிர் வெளியீடு முதல் பதிப்பு: ஜூன் 2024

எதிர் வெளியீடு,
96, நியூ ஸ்கீம் ரோடு, பொள்ளாச்சி – 642 002
தொலைபேசி: 04259 226012, 99425 11302

விலை: ரூ. 299

AadhikudiMakkalum Aalkahaalum
Prabhu Dharmaraj

Copyright © Prabhu Dharmaraj
Ethir Veliyeedu First Edition: June 2024

Published by
Ethir Veliyeedu, 96, New Scheme Road, Pollachi – 2
email: ethirveliyedu@gmail.com
www.ethirveliyeedu.com

ISBN: 978-81-19576-45-6
Cover Design: Roy Kannthali, 99434 93983
Printed at Jothy Enterprises, Chennai.

All rights reserved. No part of this book may be reprinted or reproduced or utilised in any form or by any electronic, mechanical or other means, now known or hereafter invented, including Photocopying and recording, or in any information storage or retrieval system, without permission in writing from the Publisher.

சமர்ப்பணம்

ஆதியில் பூமியில் 'ஜலம்' உண்டாகி இருந்ததால் அந்த அற்புத 'ஜல'த்துக்கு இப்புத்தகம் முதல் சமர்ப்பணம்.

'ஆல்கஹால்' என்னும் அதியற்புத திரவத்தைத் தங்களுடைய நாவுகளால் மென்மையாகத் தீண்டி தொண்டை வழியாகக் குடலுக்குள் ஏந்தி, திடநிலையிலிருந்து வாயு நிலைக்கு மாற்றி, குடல் கருகி மரித்து, பின்னர் பரலோகத்தில் எழுந்தருளி கடவுள்களின் பொற்பாதங்களில் வீற்றிருக்கும் அனைத்து பானதெய்வங்களுக்கும் இந்தப் புத்தகம் இரண்டாம் சமர்ப்பணம். உலகின் ஒப்பற்ற ஆலகாலப் பானப் புனிதர்களே! உங்களை பரமண்டலங்களுக்கு அனுப்பி வைத்த அந்த ஆல்கஹால் என்னும் திரவநிலை சாமிகள் அத்தனையும் வணக்கத்திற்குரியவைதான், ஆகையால் நீங்கள் உங்களது முக்திநிலை குறித்து அச்சப்பட வேண்டியதில்லை அற்புதர்களே!

பிற மாநிலங்களிலெல்லாம் தரமான பானங்கள் கிடைக்கும்போது, தமிழ்நாட்டில் மாத்திரம் சுத்தமான பனங்'கள்ளு' இறக்குவதைத் தடைசெய்து, ஆல்கஹாலுக்குப் பதில் கரும்புச் சக்கையிலிருந்து கிடைக்கும் 'மொலாசஸ்' எனும் அருமருந்தைத் தமிழர்களுக்கு படையல் செய்து, அவர்களை எமலோகத்துக்குப் பார்சல் செய்யும் பரலோக ஏஜெண்டுகளான ஆண்ட அரசாங்கத்துக்கும், ஆளும் அரசாங்கத்துக்கும் இனிமேல் ஆளப்போகும் அரசாங்கங்களுக்கும் இப்புத்தகம் மூன்றாம் சமர்ப்பணம்.

"இதுக்கும் மேல எவனுக்காவது சமர்ப்பணம்! குந்தராண்டம்'னு எழுதுனன்னா சங்குல சவுட்டிருவேன் தொட்டிப் பயல" என்று எச்சரிக்கை செய்த இறைவனின் திருவருளுக்கு நான்காம் சமர்ப்பணம். நன்றிகள் இறைவா!

வாழும் புனிதர்,
பிரபு தர்மராஜ்

அணிந்துரை

சிரிக்கவே காசு கேட்கும் நம்மூர்ப் படைப்பாளிகள் நடுவே எள்ளலில் கொடி நாட்டுவதென்பது கொஞ்சம் குஷ்டம்தான்... ச்சே கஷ்டம்தான்!

நாற்பதுகளிலும், ஐம்பதுகளிலும் அத்தகைய கொடியைப் பறக்கவிட்டவர் குத்தூசி குருசாமிதான். மகா குசும்பரான பெரியாரே சிலாகித்த பேரெள்ளலாளன் அவர். (‘பேரெள்ளலாளன்’ என்ற வார்த்தைக்கான காப்பி ரைட்ஸ் இனி நமக்குத்தான்)

அரசியலில் அவர் அத்துப்படி என்றால் சிறுகதைகளிலோ புதுமைப்பித்தன். ‘ஒருநாள் கழிந்தது’ ஆகட்டும் ‘கடவுளும் கந்தசாமிப் பிள்ளையும்’ ஆகட்டும், இந்த இரண்டுமே ‘ஒரு அண்டா சோத்துக்கு இரு சோறு பதம்’.

அறுபதுகளில் உதித்த எம்தலைமுறைக்கோ ‘உன்ன விட்ட கதியில்ல... இளையகுடி கட்ட வழியில்ல’ என்கிற கதியாய் ‘சாவி’யே துணை.

எமர்ஜென்ஸி வார்டில் தங்கியிருந்த எள்ளலற்ற இலக்கிய உலகை ஜெனரல் வார்டுக்குக் கொண்டு வந்தவர்தான் கி.ரா.

கி.ராஜநாராயணின் குறும்புக்குப் பிற்பாடு வசப்பட்டதென்னவோ எம். ஜி.சுரேஷ்தான். ‘தாஜ்மகாலுக்குள் சில எலும்புக் கூடுகள்’, ‘அட்லாண்டிஸ் மனிதன் மற்றும் சிலருடன்’ என நுட்பமான அடியாளத்தில் ஒரு எள்ளலைக் கொண்டு வந்த எழுத்துக்கள் இவருடையவைதான்.

ஈழத்தினது அத்துணை அவலங்களுக்கு மத்தியிலும் அங்கத எழுத்தில் நம் மனதை அலைபாய வைப்பவர்கள் செல்வம் அருளானந்தமும், சயந்தனும்தான் என்பதை நாம் மறந்துவிட ஏலாது.

பிற்பாடு வானத்தில் வால் நட்சத்திரம் ஒன்று தோன்ற எள்ளலும், துள்ளலுமாய் வந்து சேர்ந்த ஏழரைதான் வா.மு. கோமு. மறைந்தும் மறையாமலிருக்கிற இயக்குநர் மணிவண்ணன் இறுதிக்காலங்களில் சிலாகித்த எழுத்து வா.மு. கோமுவின் எழுத்துக்கள்தான்.

இந்தக் குசும்பர் கூடத்திலிருந்து இன்னொன்று வெளிவந்திருக்கிறது என்றால் அதுதான் பிரபு தர்மராஜ்.

இவரது முதல் தொகுப்பான ‘அரேபியாவுக்குப் போன தீக்கொளுத்தி ஆவரான்’ குறுநாவலைப் படித்துவிட்டு இரவு முழுக்கச் சிரித்துக் கொண்டிருந்தேன். இப்போது உங்கள் முன்னே இந்த இரண்டாவது சிறுகதைத் தொகுப்பு வந்திருக்கிறது.

தீராத மன உளைச்சலைக் கொடுத்து டார்ச்சர் பண்ணுகிறவரை கோர்ட்டில் கொண்டுபோய் நிறுத்துவது நியாயமென்றால், எள்ளலிலேயே கொல்கிறவனையும் கோர்ட்டில் கொண்டுபோய் நிறுத்தலாம்... அது தவறில்லை! அப்பபடிப்பட்ட எள்ளலான எழுத்துக்குச் சொந்தக்காரர்தான் தம்பி பிரபு தர்மராஜ். கதைகளில் வரும் ஒவ்வொரு கதாபாத்திரமும் வாய்விட்டுச் சிரிக்க வைக்கின்றன. அவர் அப்பபடிப்பட்ட மக்களிடையே வாழ்ந்து வருவதுதான் காரணம். அங்கிருந்துதான் வருகிறது இவ்வெழுத்து.

ஆழி சூழ் உலகில் நாம் வாழ்கிறோமென்றால் இந்தப் பிரபு தர்மராஜ் வாழ்வதோ குசும்பர் சூழ் உலகு.

எழுத்தாளர் பாமரன்

மதுச் சித்தரின் மைய நீரோட்டம்

‘ஆல்கஹாலிசம்’ என்னும் பின்நவீனக் கோட்பாட்டைத் தமிழுக்கு அறிமுகப்படுத்திய மதுச்சித்தரின் கதைகளுக்கு முன்னுரை எழுதுவதில் பெருமகிழ்ச்சி அடைகிறேன். இதுவரை நாம் படித்த கதைகளில் அங்கொன்றும் இங்கொன்றுமாக மதுப் பிரியர்கள் உலாவிச் சென்றிருப்பார்கள். ஆனால் முழுக்க முழுக்க மதுப்பிரியர்களை மையப்படுத்தி ஒரு சிறுகதைத் தொகுப்பை வெளியிட முடியுமா என்றால்! அது பிரபு தர்மராஜ்க்கு மட்டுமே சாத்தியம் எனலாம்.

இந்தத் தொகுப்பில் மொத்தம் பன்னிரெண்டு கதைகள். ஒவ்வொரு கதையிலும் ஒவ்வொரு விதமான பான விமோச்சகர்களை அடையாளம் காட்டுகிறார் பிரபு. பொதுவெளியில் குடிகாரன், தண்ணி வண்டி, குப்பிக் கேசு என்றெல்லாம் விழித்தால் சங்கடப்பட்டவர்கள் மகிழும் வகையில், பானமுற்றோர், மது மக்கள் போன்ற புதிய பயன்பாட்டுச் சொற்களைத் தமிழுக்குத் தந்து தள்ளாடும் தமிழனின் மானம் காத்திருக்கிறார் பிரபு.

பிரபுவின் கதைமாந்தர்கள் அனைவரும் சாதாரண மனிதர்கள். அவர்களின் இயல்பு மாறாமல் தனக்கே உரிய பாணியில் நாஞ்சில் வட்டார மொழியில் எழுதித் தள்ளி இருக்கிறார். நாம் தினசரி பார்த்துப் பழகும் மனிதர்களின் இயல்பை அவர்களின் மொழியில் அப்படியே பதிவு செய்திருப்பதால் கதைகள் எதுவும் நம்மை விட்டு அகலாமல் நம்மோடு பயணிக்கிறது. படிப்பவர்களை முழுநேரமும் சிரிக்க வைக்க வேண்டும் என்கிற நோக்கத்தை மட்டுமே கொண்டு கதை எழுதப்பட்டிருப்பதால், இங்கு சிறுகதையின் இலக்கண வரையறை பேச அவசியமில்லை.

பிரபு தன் அசாத்திய மொழியாக்கத்தால் ஆயிரக்கணக்கான வாசகர்களை கட்டிப்போட்டிருக்கிறார். இந்தத் தொகுப்பிலும் முழுமையாக மொழி அவருக்கு கை கொடுத்திருக்கிறது. அவர் பெயரை பார்த்து விட்டு நூலை வாங்கும் வாசகர்களின் எதிர்பார்ப்பை இந்த தொகுப்பிலும் முழுமையாக பூர்த்தி செய்திருக்கிறார். தொடரட்டும் உங்கள் எழுத்துப் பணி.

வாழ்த்துக்கள் பிரபு தர்மராஜ்.

முனைவர். மு.முஹம்மது அஸ்கர்

பொருளும் அடக்கமும்

1. புடுக்குநாதபுரத்து புண்ணியாளன்கள் — 13
2. பத்திரகாளிக் கிழவியின் பவுன் பாம்படம் — 26
3. காளிநாதனின் பரலோகப் பாதயாத்திரை — 55
4. மோளிக்குட்டியுடே சிற்றுளி — 67
5. முப்பிடாதி ஆசானின் தீவண்டித் தழுவல் — 82
6. மண்பானைப் பொங்கலும் மதுபானப் பொங்குதலும் — 98
7. சாராயமும் சாக்காலமும் — 118
8. லாகிரி வஸ்துக்களும் விலகிய வஸ்திரங்களும் — 129
9. பர்மா கிறிஸ்டோபரின் பராக்கிரமங்கள் — 139
10. ஜெட்டு பாக்கிரியின் செத்த பாம்பு — 150
11. அக்கினிராஜனின் அந்தாதி — 165
12. எண்ணெய்ச் செக்கு பரந்தாமனின் திருக்கல்யாணம் — 183

1
புடுக்குநாதபுரத்து புண்ணியாளன்கள்

கோடைகாலத்திலும் கூட முழுக்குப்பியொன்றை முழுவதுமாக வயிற்றுக்குள் வீசிவிட்டு, நடுச்சாலையில் பூப்போல மலர்தல் என்பது தமிழர்களுக்கே உரிய தனிச்சிறப்பு. பானத்திற்கென்றொரு பருவநிலை உண்டென்றால் அது கார்த்திகை மற்றும் மார்கழி மாதங்களே ஆகும்.

'பானமருந்துதல் என்பது குளிர்காலத்து ஊசிப்பனியினைக் கூட உடைத்துப் போட்டுவிடும்!' என்னும் காரியத்தை அறிந்தவர்கள் அநேகமாக அண்டார்டிகாவில் மட்டுமல்ல... புதுக்குணத்தான்புரத்திலும் வசித்தார்கள்.

மார்கழி மாதமென்றாலே பஜனைகளுக்கும், கீர்த்தனைப் பாடல்களுக்கும் பஞ்சமிருக்காது. அது ஒவ்வொரு கடவுள்களுக்குத் தகுந்தவாறு முன்னிரவு, பின்னிரவு மற்றும் அதிகாலை என மாறுபட்டிருந்தது. அதற்கும், குடிக்கும் என்ன சம்பந்தம் என்று கேட்பீர்களானால் அதற்கான விடை உங்களிடம் இல்லையென்றாலும் கூட புதுக்குணத்தான்புரத்துவாசிகளிடத்தில் உண்டு.

புதுக்குணத்தான்புரம் ஓர் அழகான கிராமம். அங்கு சுமார் ஐம்பது குடும்பங்கள் வசித்தன. புதுக்குணத்தான்புரத்தில் ஒரு பழமையான தேவாலயம் இருந்தது. அந்தத் தேவாலயத்துக்கென்று தனிச்சிறப்புகள் உண்டென்றாலும் எண்பது வருடப் பாரம்பரியமுள்ள அந்தச் சபையை ஸ்தாபித்த வெள்ளைக்காரரான சாண்டர்சன் ஐயரை அந்த ஊர்க்காரர்கள் அடித்து விரட்டிய சம்பவம் மிக முக்கியமானது.

அப்போதெல்லாம் சபையோர் பாதிரியார்களை ஐயர், நாட்டையர் என்றுதான் அழைத்தார்கள். அவர்தம் வேதாகமத்தைத் திறந்து, அவ்வூரில் குடி கொண்டிருந்த வேதாளங்களை விரட்ட முற்பட்ட போதெல்லாம், பின் வரிசையில் அமர்ந்து பீடிபுகைத்துக் கொண்டிருக்கும் அத்தனை வேதாளங்களும் வெளிநடப்பு செய்வதையே வாடிக்கையாகக் கொண்டிருந்தன.

அவர்தம் விவிலியத்தை விரித்து "மதுபானப் பிரியனுக்கு அய்யோ!" என்று கனைத்து, உரைத்த போதெல்லாம், அவ்வூரின் மாம்பட்டைக் கடைக்காரர்களும், உற்சாக பானப்பிரியர்களும் கலங்கித்தான் போனார்கள்.

சிலபேர் பாதிரியார் மற்றும் கடவுளின் கண்ணைத் தப்பி, ஆற்றோரமாய் இருந்த புதர்களுக்குள் ஒளிந்து நின்று குடித்து விட்டு, வாயில் கொய்யா இலைகளைப் போட்டு சவைத்த வாயோடு ஆலயத்தின் பின்பக்கமாய் ஒளிந்தபடியே வீடு வந்து சேர்ந்தார்கள்.

இப்படியாக சாண்டர்சன் ஐயர் ஊர் மக்களுக்கு நன்மை தீமைகளை விதைத்துக் கொண்டிருக்கும் போதுதான் சாராய வியாபாரி கந்தப்பன் ரூபத்தில் சாத்தான் ஊருக்குள் குடிபுகுந்தான்.

ஒரு ராப்போசனப் பந்தி வேளையில் "எல்லாரையும் குடிக்கப்புடாது'ன்னு சொல்லிக்கிட்டு நீரு மட்டும் குடிக்கீரே" என்று சொல்லி, பாதிரியார் சபையோருக்கு வாங்கி வைத்திருந்த திராட்சை ரசத்தை கந்தப்பன் தூக்கிக் காட்டவே ஊர்மக்கள் அதிர்ந்தார்கள். அதற்கு பாதிரியார் கூறிய பதில் அவரை புதுக்குணத்தான்புரத்து மக்களால் விரட்டியடிக்க ஏதுவாய் அமைந்தது,

"அடக் கடவுலே! அடு... ஏஷூ க்றிஷ்த்துவின் மெய்யான ரெற்றம்!" என்று கூற, இயேசுவையே கொலை செய்து, அவரது ரத்தத்தைக் குப்பியில் அடைத்துக் கொண்டு வந்ததாக பாதிரியார் ஒரு குற்ற வடிவம் தரித்தார். சபையோர்கள் கொதித்தார்கள்.

"இப்படி ஒருகொலைகாரனை நம்பி மோசம் போக இருந்தோமே?"

என்று சொல்லி நான்கு நாட்களுக்கு முன்பு கோயில் பிள்ளையாக நியமிக்கப் பட்டிருந்த ஏசுவடியான், கோயில் மணியை இசைக்க உதவும் கொட்டாம்புளியைத் தூக்கி, பாதிரியாரின் மூக்காமண்டையில் வீசினான். தன்னுடைய வாயில் வழிந்த ரத்தத்தைத் துடைத்துக் கொண்டே பாதிரியார் இப்படி சொன்னார்.

“ஜீசஸ்! இண்ட புடுக்குநாதபுரத்து குடிக்கார ‘பதர்’களை மன்னியும்” என்று பரமண்டலத்தை நோக்கி ஜெபித்தார்.

கூட்டத்தின் கடைசியில் நின்றுகொண்டு பாதிரியார் சொன்ன ‘பதர்’ எனும் வார்த்தையைக் கேட்ட மாசிலாமணி அதிர்ந்துபோய், ‘என்னது? பொதரா? நாம புதருக்குள்ள ஒளிஞ்சி நின்னு குடிச்சது இவுருக்கு தெரிஞ்சிருக்குன்னா இவுரு லேசுப்பட்ட ஆளு இல்லை!’ என்று மனதுக்குள் குழப்பமடைந்தான்.

பக்கத்தில் நின்றிருந்த அய்யாப்பிள்ளை, “வேய்! எங்க தாத்தன் புதுக்குணத்தானையா புடுக்கு, கிடுக்குன்னு பேசுகீரு?” என்று சொல்லி கூப்பாடு போடவே ஊர்க்காரர்கள் சாண்டர்சன் ஐயரை அடித்து ஊரைவிட்டு விரட்டினார்கள். சபையோரிடம் சராமாரியாக அடிவாங்கிய வெள்ளைக்காரப் பாதிரியார் இறுதியாகக் கடுப்பில் கத்தினார்,

“இண்ட ஊர்க்கார்கள் பூப்பார்கல்! காய்ப்பார்கல்! கனிகொட்க்க மாட்டார்கல்!” என்று சபித்தார்.

அதற்கு சிவராமன், “பூக்கவும் வேண்டாம்! காச்சித் தொங்கவு வேண்டாம்! நீரு வெளிய போவே மொதல்ல!” என்று அவரை விரட்டினான்.

அப்படியாக அந்த ‘வெள்ளையனே வெளியேறு’ என்று முழங்கி, அந்தப் போராட்டத்தை முன்னின்று நடத்தியவர் வேலாண்டி.

நாட்கள் ஓடின... நல்லபடியாக நடந்த உற்சாக பான வியாபாரத்தை முன்னிட்டு சாராய வியாபாரி கந்தப்பன் புது வில்வண்டி ஒன்றை வாங்கியிருந்தான். பானத்தின் எல்லையற்ற உபயோகம் காரணமாக பானப் பயனாளிகள் வேகவேகமாக பித்தம் கரிந்து மரித்தார்கள்.

தேவாலயம் பானம் அருந்தும் கூடமாக மாறியிருந்தது. ஒரேநாளில் நான்கு பேர்வரைக்கும் மரித்ததில் சுடுகாட்டில் தள்ளுமுள்ளு ஏற்பட்டது. முக்கியமாக பாதிரியாரை விரட்டியவர்கள் பரமண்டலத்தைத் தொட்டார்கள். இந்தத் தொடர்சாவுகளுக்குக் கூட சாராயம் காரணம் காட்டப்படவில்லை. மாறாக சாண்டர்சன் பாதிரியாரின் சாபம்தான் காரணம் என்று மாசிலாமணி ஊர்மக்களுக்கு எடுத்துரைத்தான்.

பாவமும், சாபமும் ஊரைப் பிடித்து ஆட்டுவதாக ஊர்மக்கள் பயந்தார்கள். உடனடியாக ஊர்த்தலைவர் அற்புதராஜ் தலைமையில் செமினேறிக்கு சென்று விண்ணப்பம் கொடுத்ததில்,

புதிதாக இறையியல் கல்வி படித்து முடித்த தேவநேசன் புதுக்குணத்தான்புரத்துக்கு புதிய நாட்டையராகப் பதவியேற்றார்.

அவரது விவிலிய உபதேசத்தாலும், சாராய வியாபாரி கந்தப்பன் எருமை மாடு முட்டியதில் காலமானதாலும், சாவு கொஞ்சம் குறைந்திருந்தது. சாவு எண்ணிக்கைக் குறைந்ததற்கும் கூட சாராயம் ஒழிந்ததுதான் காரணமாகக் காட்டப்படவில்லை என்பதுதான் விந்தை. மாறாக, 'தேவநேசனின் வருகையும், கடவுளின் கிருபையுமே காரணம்' என்று கூறி ஊருக்குள் பானம் தடை செய்யப் பட்டது. அதற்குப்பின் முப்பது வருடங்கள் கழித்துதான் ஊரிலுள்ள இளைஞர்களை உற்சாக பானத்தின் கரங்கள் கொஞ்சம் கொஞ்சமாக வளைக்கத் தொடங்கியிருந்தன.

அப்போது வெளிநாட்டு மதுபானங்கள் ஊருக்குள் வந்த காலம். வடசேரி மேட்டில் தற்போதுள்ள யூனியன் வங்கிதான் அப்போதைய ஒயின்ஷாப்.

'அயல்நாட்டு மதுபானக் கடை' என்ற பெயரைத் தாங்கி தமிழ்நாட்டில் கால் வைத்திருந்தது. அதற்கு முன்புவரை தற்போது வடசேரி பேருந்து நிலையத்துக்கு மேற்கிலுள்ள ஞானதாசன் பாலிடெக்னிக் இருக்குமிடத்தில்தான் அப்போதைய 'அரசாங்க அரக்கு வடிப்பு சாலை' அமைந்திருந்தது. அங்குதான் சாராயம் வடித்தார்கள். அந்த சாலை இன்று வரைக்கும் 'டிஸ்லரி சாலை' என்றுதான் அழைக்கப் படுகிறது.

அப்போதைய முதல்மந்திரி பயங்கரமான பானத் தந்திரி. அரசாங்கமே அரக்கு காய்ச்சி, குடிமக்களின் வாயில் ஊற்றிவிட்டு, சாலையில் நடந்து செல்லும் போது வாயில் ஊதவைத்து, சாராய வாசம் வந்தால் பானமுற்றோரை பள்ளையிலேயே நாலு போடுகள் போட்டு, ஆக்கிரமித்துக் கொண்டு செல்லும் ஊதிப்பிடித்தல் முறையைக் கையாண்டார். இன்றுவரை தமிழ்நாடு அதே நிலையில் இருப்பதை மதுமக்கள் அனைவரும் ஒப்புக் கொள்வார்கள்.

குமரி மாவட்டத்தில் டிசம்பர் மாதத் தொடக்கத்திலேயே ஒருவித மயக்கம் குடிகொள்ளும். விடியற்காலைகள் அத்தனை அற்புதமாக இருக்கும். வருடத்தின் இடைப்பட்ட காலங்கள் இன்னலாக இருந்தாலும் கூட ஆண்டின் முடிவும், துவக்கமும் மிகவும் குளிர்ச்சியானது, சூடானதும் கூட! அதுதான் பானம் அருந்துதல் தரும் இதமான இளஞ்சூடு.

பனிக்காலங்கள்தான் அந்த ஆண்டுக்கே அழகு, ஒரு அளவோடு அருந்துவதை நிறுத்தாவிட்டால், காலையில் விடியலைக் காணக் கண்கள் தயங்கும் அல்லது தெளிவதற்கு அரைமணிநேரங்கள் எடுத்துக் கொள்ளும். 'ஊரைப் பனி சூழ்ந்து இருக்குமோ?' என்று நினைத்தால் அது தவறு, அவர்களின் கண்களை பானம் சூழ்ந்து இருக்கும் என்பதே நடைமுறை.

அரையாண்டு பரீட்சைகளின் ஆரம்பமும், முடிவும், விடுமுறையும் என பள்ளிப் பிள்ளைகள் தொடங்கி வெளியூர் மற்றும் வெளிநாட்டுவாசிகள் ஊர் திரும்பும் உன்னத காலம் அது. இருபத்தைந்தாம் தேதி பிறக்கவிருக்கும் இயேசுகிறிஸ்துவை டிசம்பர் முதல் வாரத்திலேயே வரவேற்கத் தொடங்கி, வீடுகள் தோறும் நட்சத்திரங்களும், சுக்குநாறி புற்களால் கட்டப்பட்ட குடில்களும், குடியமர்வுகளுமாக அமர்க்களப் பட்டுவிடும்.

அதிகாலைப் புல்வெளிப் பனித்துளியை, வயலில்மேயும் மாடு குடிக்கிறதோ இல்லையோ, தேவாலயத்தின் பின்னால் உள்ள வயலில், கம்பளி விரித்துப் படுத்துக் கிடக்கும் கிருபைமுத்து குடித்து விடுவார். அதுதான் பானம் செய்யும் மாயம்.

கிருபைமுத்துதான் கோயில்பிள்ளை. கோயிலைக் கூட்டி சுத்தம் செய்வது, பண்டிகைக் காலங்களில் ஆலய அலங்காரம், ஞாயிற்றுக் கிழமை கூட்டத்துக்கு மணி அடிப்பது தொடங்கி, மரிப்புக்கு ஒற்றை மணி அடிப்பது வரை எல்லாமே கிருபைமுத்துவின் கிருபைகள்தான். மாலையில் ரெண்டு குப்பிகளை வாங்கினாரென்றால் இரண்டு நாட்களுக்கு அது நின்று பாடும்.

டிசம்பர் முதல் வாரத்திலிருந்தே தேவாலயத்தில் மாலைநேரத்து பஜனை உலா தொடங்கி விடும். சிறுவர்கள் முதல் இளைஞர்கள், முதியோர், பானமுற்றோர் என்று பலதரப்பினரும் கலந்து கொள்வார்கள். மாலை ஆறு மணியானால் ஆலயத்துக்கு வெளியே கிருபைமுத்துவைக் குப்பியும் கையுமாகக் காணலாம்.

'அதுதான் மண்ணெண்ணைக்குப்பி'

ஜெர்மனி நாட்டு பெட்ரோமாக்ஸ் லைட்டின் முன் அமர்ந்து கொண்டு அதை ஒளிர வைக்க ஆயத்தமாவார். ஒரு இளமங்கை, தன் கையில் மருதாணி வைக்கும் லாவகத்தோடு, மேண்டிலை அதன்மேல் பொருத்தி, 'புசுக் புசுக்' என அவர் பம்ப் அடிக்கும் அழகைக் காணவே போட்டி நடக்கும்.

சிறிதுநேரத்தில் லைட்டானது 'புஸ்ஸ்ஸ்...' என்ற சத்தத்தோடு எரியத் துவங்கும்போது ஒருவிதப் பெருமிதத்தை அவருடைய முகத்தில் காணமுடியும். பின்னர் எழுந்து போய் ஒரு சிறங்கை அளவில் கட்டிங் போட்டு விட்டு, பஜனைக்கான முதல் மணியை அடிப்பார். பின்பு ஆலய வளாகத்தில் சிறிய அளவில் தீமூட்டி, பஜனைக்குத் தேவையான இசைக் கருவிகளை ஆயத்தப் படுத்துவார்.

'சிங்கிள் டிரம்' எனப்படும் தோள்களில் மாட்டி இசைக்கும் தோல் கருவியை எடுத்து நெருப்பில் காட்டி முருக்கேற்றுவார். இடையிடையில் அதை 'டம் டம்' எனத்தட்டி ஓசையின் அடர்த்தியை மெருகேற்றி விட்டு, 'டாம்பரின்' எனப்படும் கையில் வைத்து இசைக்கும் சிறிய வட்ட வடிவ இசைக் கருவியும் தீயில் வாட்டப் படும். சிறிது சிறிதாக ஆட்கள் பஜனை உலாவுக்கு வரத் துவங்குவார்கள். 'கெப்பாஸ்' எனப்படும் கையில் வைத்து உருட்டும் இசைக்கருவிகளில் இருக்கும் பாசிகளை உருட்டி அதைத் தயார் செய்வார். ஜால்ரா தயாராக இருக்கும். இரண்டாவது மணி அடிக்கும் போது நாட்டையர் தன் அங்கியை அணிந்து கொண்டு வெளியில் வந்து நிற்பார்.

மூன்றாவது மணி அடிக்கும்போது பஜனை உலா துவங்கும், பெட்ரோமாக்ஸ் லைட்டைத் தன் தலைமேல் தாங்கி இருள் விலக்கும் பணி கிருபைமுத்துவுக்கும், சிங்கிள் டிரம் குணசேகரனுக்கும், டாம்பரின் கனகமணிக்கும் வழங்கப்படும். கெப்பாஸ் கிருபைமுத்துவின் மனம் சூழ்ந்த ஏதாவதொரு யுவதியின் கையில் இருக்கும். அதைப் பெரிய அளவில் இசைக்கத் தேவையில்லை. அதன் மண்டையை ஒரு கையில் வைத்துக் கொண்டு மற்றொரு கையில் அதன் கைப்பிடியை வைத்து உருட்டினால் கிரீச் கிரீச் என்ற சப்தத்தோடு ஒலிக்கும். ஜால்ரா ஏதேனும் ஒரு பொடியன் கையில் இருக்கும்.

துதிப் பாடல்கள் பாடுவதில் கனகமணிக்கு நிகர் கிருபைமுத்துதான். தலையில் பெட்ரோமாக்ஸ் சகிதம் பாடத் தொடங்கினால், உடல் அசைவின் காரணமாகத் தலையில் மண்ணெண்ணெய் சிந்தி கிருபைமுத்து தெருவிலேயே தீக்குளிக்க நேரிடுமென்பதால் அவர் பாடுவதற்கு வாயே திறப்பதில்லை, ஆனால் அவர் பெட்ரோமாக்ஸ் விளக்கைச் சுமப்பதில் ஒரு முக்கிய காரணம் உண்டு.

கோரஸ் பாடும் இளம்பெண்களுக்கு பாட்டுப் புஸ்தகத்தைப் பார்க்க வெளிச்சம் தேவைப் பட்டதால் அவர்கள் கிருபைமுத்துவை சுற்றி வந்தாக வேண்டிய சூழல் இருந்ததால், அவர்தம் பாடல் துறந்து,

அழகான இளம்பெண்களுக்காக ஒளி சுமப்பார். பஜனை முதல் தெருவைக் கடக்கும் போது கிருபை இரண்டாவது கட்டிங்கைக் கடந்து விடுவதுண்டு.

குணசேகரனின் வாசிப்பில் 'தோல் பறைகளோடு சேர்ந்து செவிப்பறையும் கிழிந்து விடுமோ?' என்று தோன்றும். அவ்வளவு ஒலி நேர்த்தி!

"குளிரும் பனியும் தொட்டினிலே! கோமகனும் கொட்டிலிலே! ஆரீரோ! ஆரீரோ! ஆரிராரோ!" என்று கனகமணி பெருங்குரலெடுத்துப் பாடத் தொடங்கும் போது 'இருபத்தைந்தாம் தேதி பிறக்கவிருக்கும் இயேசு நாதர் அப்போதே பிறந்து விடுவாரோ!' என்ற ஐயம் எழுந்து விடும். அப்படி ஒரு குரல் வளம் அவனுக்கு இருந்தது.

கிருபைமுத்து, வழி நெடுக பெட்ரோமாக்சை இறக்கி வைத்துவிட்டு, வேஷ்டியை அவிழ்த்துக் கட்டும் பாவனையில், மடியிலிருந்து குப்பியைத் தட்டியெழுப்பி ஒவ்வொரு கட்டிங்காக வாய்க்குள் தள்ளிவிடுவார்.

அப்படியே பஜனை கோஷ்டியானது ஊரிலுள்ள ஆறு தெருக்களையும் கடந்து ஆலயத்துக்குத் திரும்பும் போது கடிகாரம் பத்து மணியையும், கிருபைமுத்து ஆறாவது ரவுண்டையும் கடந்து விடுவதுண்டு. இப்படிதான் தினமும் கழியும். எல்லா ஊர் சபைகளிலும் ஒரு நீக்கம்பு பிடித்த ஆசனவாய்க் காஞ்சான் ஒருவர் இருப்பார். அதே மாதிரியானவர்தான் ஏசுநாதன். அவர் வந்தாலே கூட்டத்தில் ஒருவித எரிச்சல் மூண்டு விடும்.

ஊரிலுள்ள இளைஞர்களின் காதல் கணைகளிலிருந்து கன்னியர்களைக் காக்கும் பொறுப்பை அவர் தானாகவே எடுத்துக் கொண்டார். ஒரு ஆணும், பெண்ணும் பேசினாலே அவருக்குப் பற்றி கொண்டு வந்துவிடும்.

அடுத்தவேலையாக சம்பந்தப் பட்டவர்களின் வீடுகளில் சென்று, "ஓய் மச்சான் கேட்டுக்காரும்! ஒம்ம மொவளுக்க போக்கு சரியில்ல! கொஞ்சம் வெலக்கி வையும்! அந்த ஜெபராஜிக்க மொவங்கூட இளிச்சி இளிச்சி பேசிட்டு திரியா!" என்று எடுத்துரைத்து, அந்த பிள்ளைகளுக்கு அறையும் வாங்கிக் கொடுத்து, அவர்கள்தம் காதல் பயிரை முளையிலேயே கிள்ளும் அளவுக்கு நல்மனம் கொண்ட எளிய மனிதர்தான் ஏசுநாதன்.

சில இடங்களில் இப்படி தகவல் சொல்லப் போய், “எம்மொவள பத்தி எனக்குத் தெரியும்! ஓங்குண்ணயு மூடிட்டு போலே!” என்று இடி வாங்கிய சம்பவங்களும் நடந்திருந்தன. இப்படித்தான் ஒருநாள் இரவு நல்ல பனிப்பொழிவு. ஆனாலும் பஜனையில் கூட்டம் அதிகமாக இருந்தது.

ஏசுநாதனால் பாதிக்கப்பட்ட ஏதோவொரு பிரகஸ்பதி, ஏசுநாதனின் வீட்டு வாசற்படியில் போஸ்டர் ஒட்ட பயன்படும் கிழங்குப் பசையை ஊற்றி வைக்க, காணிக்கை இட வெளியே வந்த ஏசுநாதனின் தாய் சுவிசேஷத்தம்மாள், இருளில் கிழங்குப் பசையைக் கவனிக்காமல், கால் வைத்து வழுக்கி, திண்ணையில் இருந்து குட்டிக் கரணம் அடித்துத் தரையில் கிடந்தாள்.

“யம்மோ! யப்போ!”

இந்த சத்தம் கேட்டு பின்னால் ஓடி வந்த ஏசுநாதனின் மனையாள் சாலோமி, மிச்ச பசையின் உபயத்தால் அடுத்த கரணத்தை அடித்து தெருவில் உருண்டாள்.

வீட்டுக்குள் எதிரும் புதிருமாகத் திரியும் மாமியாரும், மருமகளும் தெருவில் ஒருவர் மீது ஒருவர் கிடந்ததை அந்த பஜனைக் குழு கண்டது. இப்படியாக அன்றைய பஜனை முடிவுக்கு வந்து, இரண்டுபேரும் மருத்துவமனைக்குக் கொண்டு செல்லப் பட்டார்கள்.

வீட்டுப் பெண்கள் இரண்டு பேரும் மருத்துவமனையில் கிடந்ததால் ஏசுநாதனுக்கு, புத்தேரி முக்கிலிருந்த ஹோட்டல் கலாவதியில் தயாரான காலாவதியான உணவுப் பண்டங்களே கதியானது.

பத்து நாட்கள் பஜனையும் பாட்டுகளுமாய் ஓடியதில் கிறிஸ்துமஸ் விழாவும் வந்துவிட்டது. கிறிஸ்மஸ் ஆராதனை முடியும் தருவாயில் கிருபைமுத்து உட்பட முப்பது பேர் பண்டிகைக் காலக் குடிக்கு ஆளாகி ஆலயத்தின் வெளியே தவழ்ந்து கொண்டிருந்தார்கள்.

ஆலயத்தின் உள்ளே உட்கார இடமில்லாமல் ஆலயத்தின் வெளியே அமர்ந்திருந்த சபையோருக்கு வாழ்த்துக்கள் சொல்ல ஆலயத்தின் வெளியில் வந்த நாட்டையரின் கண்கள் விதவிதமான கண்களைக் கண்டன.

அரை உறக்கத்தில் ஒருசில ஜோடிக் கண்களும், மயக்கத்தில் சில ஜோடிக்கண்களும், குறுக்கும் நெடுக்குமாய் ஒருசில ஜோடிக்கண்களும், குடிக்காதது போல் நடிக்க முயன்ற சில ஜோடிக்

கண்களுமாய் அமர்ந்திருந்த பானமுற்றோரின் கசங்கிய கண்களுக்கு மத்தியில் கிருபைமுத்துவின் கண்கள் மட்டும் கிறிஸ்து பிறப்பன்று மரித்துப் போயிருந்தது. கோயில் பிள்ளையை ஒரு ஆஃப் பாயில் கண்ணனாய்க் கண்டதில் நாட்டையர் கடும் கோபத்துக்காளாகி,

"நல்ல நாளும் பொழுதுமாக எதைக் குடித்தீர்கள்?" என்று ஆத்திரப்பட்டார்.

"எல்லாம் வல்ல இறைவனை அறிந்த உமக்கு நாங்கள் எதைப் பருகினோம் என்பது தெரியாதா ஐயா?" என்றவொரு குரல் கூட்டத்திலிருந்து ஏடாம்பாகக் கேட்டது.

அதிர்ந்த நாட்டையர் திரும்பி குரல்வந்த இடத்தில் தேடினார். அந்த குரல் முப்பது வருடங்களுக்கு முன் ஒலித்த புரட்சியாளர் சிவராமனின் மகள் வயித்து பேரன் சிலுவைராஜனுடையது. பானமுற்றிருந்தமையால் இந்த பதிலானது அவனுக்கு சுலபமாய் கிடைத்திருந்தது. இதில் கோபமடைந்த நாட்டையர் வீட்டிற்கு செல்ல ஆயத்தமானார்.

"எஞ்சவே போறீரு? அப்போ பஜனைக்கி போவாண்டாமா?" என்று கேட்டவர்களிடம், "நான் வரலை!" என்ற பதிலைக் கூறிவிட்டு நாட்டையர் சென்று விட்டார். அவரது இந்த அலட்சியமான பதிலானது, பானமுற்றிருந்த உற்சாக பான விரும்பிகளைக் கோபத்துக்குள்ளாக்கியது.

"பாஸ்டுறு மயிறாண்டி வரலன்னா பஜன நடக்காதோ? போவச் சொல்லுங்கல அந்தக் கோம்பப் பயல!" என்று திடீரென்று போதையிலிருந்து விழித்த கிருபைமுத்து கூறிக்கொண்டே, அதுவரை அங்கு நடந்த சம்பாஷணைகள் தெரியாமல் பெட்ரோமாக்ஸ் லைட்டை எடுக்கக் கோயிலுக்குள் நுழைந்தார். பெண்களும் குழந்தைகளும் நடக்கப் போகும் விபரீதம் தெரியாமல் தத்தம் வீட்டிற்கு செல்ல ஆயத்தமாயினர்.

அங்கே பெட்ரோமாக்ஸ் லைட் கொளுத்தப்பட்டு, ட்ரம்மும், டாம்பரீனும் பெட்ரோமாக்ஸ் லைட்டின் சூட்டிலேயே டியூன் செய்யப்பட்டன. அருள்ராஜன் ஓடிப்போய் தன்னுடைய வீட்டிலிருந்து இரண்டு தலையணைகளையும், தன் மனைவியின் சிகப்பு வர்ண பாவாடை மற்றும் ஜாக்கெட்டையும், தனது சிகப்பு சட்டை ஒன்றையும் எடுத்து வந்தான்.

நர்சு மரியம்மாளின் வீட்டிலிருந்து ஒரு சுத்து பஞ்சுப் பொதியும் கொண்டு வரப் பட்டது. அருள்ராஜன் தன் வயிற்றில் இரண்டு தலையணைகளைக் கட்டி, பாவாடையை நெஞ்சில் கட்டிக்கொண்டு, சட்டையை அதன் மேலணிந்து, ஜாக்கெட்டின் கைகள் வெட்டப் பட்டு, அதன் ஒரு துவாரத்தைச் சுருக்கிக் கட்டி, அதன் முனையில் ஒரு பஞ்சுப்பந்து வைத்து, தலையில் அணிந்து, முகத்தில் முகமூடி அணிந்து ஒரு கிறிஸ்துமஸ் தாத்தாவாய் உருமாற்றம் அடைந்தான்.

ஏசுநாதன் பலமுறை தடுத்தும்கூட பானமுற்ற பஜனைக்குழு கிளம்பத் தயாரானது. வழக்கமாக பஜனை முடியும் தருணத்தில் பாட வேண்டிய "சீரேசு நாதனுக்கு ஜெயமங்களம்" என்ற மங்களப் பாடலைப் பாடி பஜனையைத் தொடங்கினார் அதிசயராஜ். வெளியூரில் படித்துக் கொண்டிருந்த பேரின்பமணியின் மகன் தாவீதின் உபயத்தில் கிட்டார் வாசிக்கப் பட்டது.

பஜனைக்காரர்கள் அனைவருமே பானமுற்றிருந்ததால், பஜனை வழக்கமான பாதையில் செல்லாமல், ஊரைவிட்டு வெளியே திரும்பியது. அவர்களைத் தடுத்து நிறுத்த எண்ணி, கத்திக் கொண்டே பின்னால் ஓடியதில், டிரம் இசைக்கும் கம்பால் ஏசுநாதன் மண்டையில் இசைக்கப்பட்டார். ஆனாலும் பாடல் நின்று விடவில்லை.

மங்களப்பாட்டு முடிந்து, "பெத்தலையில் பிறந்தவரைப் போற்றித் துதி மனமே" என்ற பாடலுக்கு தாளம் சடாரென மாறியதில் கிறிஸ்துமஸ் தாத்தா அருள்ராஜன் ஆடத் துவங்கினான். வழியில் மீண்டும் பானம் அருந்தத் தொடங்கினார்கள்.

கிட்டத் தட்ட மூன்று குப்பிகள் ஒரே பாடலில் தீர்ந்து போகவே, அனைவரின் கண்களுக்கும் தூரத்தில் தெரிந்த வால்நட்சத்திரம் கிறிஸ்துவின் பிறப்பை அறிவித்தது. 'அது வால் நட்சத்திரம் இல்லை' என்பதையும், அது 'ராக்கம்மாளின் சாராயக் கடையில் தெரிந்த விளக்கு வெளிச்சம்தான்' என்பதையும் அந்தக் கூட்டத்திலேயே குறைவாகக் குடித்திருந்த தாவீது புரிந்து கொண்டான். கிட்டார் இசைத்துக் கொண்டிருந்த கைகளோடு, தாளத்திற்கு தகுந்தவாறு அசைந்த கால்கள், சாராயக் கடையை நோக்கி சென்றன.

"ஜிஞ்சக்கு! சக்குசக்கு! ஜிஞ்சக்கு! சக்குசக்கு! ணிங்! ணிங்!"

தீரத் தீர அருந்தியதில் எல்லாக் குப்பிகளும் தீர்ந்து போனது. பஜனைக் குழுவைக் கண்ட ராக்கம்மா காணிக்கை போட காசு எடுத்து வைத்தாள்.

அப்போதுதான் அது நடந்தது, கடையின் முன் சென்று, "லெண்டு குப்பி சாளாயம் குளூ மூாக்காம்மா!" என்ற கிருபைமுத்துவை ஏனைய அங்கு ஏற்கனவே பானமுற்றிருந்த பானிகளும், ராக்கம்மாவும் விநோதமாகப் பார்த்தனர். பஜனைக்குழு மொத்தமும், பானத்தின் நிமித்தம் பாடப்பட்டிருந்ததை அங்கிருந்தோர் உணர்ந்து கொண்டார்கள்.

அப்போதுதான் அந்த சம்பவம் தாவீதுக்கு பிடிகிட்டியது. பஜனையின் ஆரம்பத்தில் இருந்த இருபது பேர் கொண்ட குழு கொஞ்சம் மெலிந்து போனதை அறிந்து அதிர்ந்து போனான். கிறிஸ்துமஸ் தாத்தாவோடு சேர்ந்து மொத்தம் ஐந்து பேர் காணாமல் போயிருந்தார்கள். அப்போதும் பாடல் நின்று போய் விடவில்லை.

"ரா...ஜ ராஜ பிதா... மைந்தன் யேசு லாவு சதா!" என்ற அவர்களது பாடல் பெத்லகேம் முதற்கொண்டு பரலோகம் வரை ஒலித்தது. அந்தப் பாட்டோடு சேர்ந்து இரண்டு குப்பிகளும் நிறைவடைந்ததால், அடுத்தப் பாடலைத் தேட பாட்டுப் புத்தகம் திறக்கப்பட்டு ஒரு பாடல் பாடப்பட்டது.

"பூமியின் 'குடி'களே எல்லோரும் கெம்பீரித்துப் பாடுங்கள்" என்ற அந்தப் பாடலைக் கேட்ட அங்கிருந்த அத்தனைக் 'குடி'மக்களும் தங்களுக்குத் தெரிந்த பாடலை ஆளாளுக்கு பாடத் துவங்கினார்கள். அந்த பிரதேசம் முழுவதும் வெவ்வேறு விதமான இசை நாண்களால் நிரம்பி வழிந்தது.

அந்தவேளையில்தான் அதீத சுதிமீட்டலின் காரணமாக, தாவீதுடைய கிட்டாரின் *'E' STRING* துண்டாகி, பக்கத்தில் பாடிக் கொண்டிருந்த தேவமணியின் வலது கண்ணில் ராகம் இசைத்தது.

"பிதாவே...!" என்று கதறிய தேவமணியுடைய அலறல் சத்தம், பாடிக் கொண்டிருந்த பானமுற்றோரின் காதுகளுக்கு ஒரு கோரஸ் பாடலாகவே தோன்றியது. வலியோடு மயங்கியவனை போதையில் தகர்ந்து விட்டதாகக் கருதி கடையினுள் தூக்கிச் சென்று படுக்க வைத்தார்கள்.

தன்னுடைய கிட்டாரிலிருந்து ஒரு சரல் (*string*) காணாமல் போனதை அறிந்த தாவீது கூடவே டிரம் சத்தமும் கேட்காததை அறிந்தபோது, டிரம் வாசிக்கும் குணசேகரன், தன் அதீத தாளத்தின் வல்லமையால், மூன்று தலைமுறைக்கு முன்னர் உயிர்வாழ்ந்து மரித்துப் போனபின்னும் கூட அந்த டிரம்மின் தயவால் உயிர்த்திருந்த ஒரு பசுமாட்டின் தோலைக் கிழித்து, அதை

முழுவதுமாகப் பரலோகத்துக்கு அனுப்பி வைத்து விட்டு, வெறும் இரும்புச் சட்டத்தை மாலையாய் அணிந்து கொண்டு பானக் கடைக்குப் பின்புறம் படுத்துக் கிடந்தான். அதாவது டிரம்மை கிழித்து, உடைத்துப் போட்டிருந்தான்.

இறுதியாய், மிச்சம் ஐந்து சரல்கள் (Strings) கொண்ட கிட்டாரோடு தாவீதும், தன் வெளிச்சத்தின் உதவியோடு வந்த இந்தியர்களின் கண்கள் இருள் சூழ வீழ்ந்து கிடந்தாலும், அதுவரையிலும் அணையாத ஜெர்மனி நாட்டுப் பெட்ரோமாக்சோடு கிருபைமுத்துவும் ஊர் வந்து சேர்ந்தார்கள்.

ஆலய வளாகத்தில் வைக்கப்பட்டிருந்த கிறிஸ்துமஸ் குடிலின் அருகில் தவழ்ந்து சென்று படுத்த கிருபைமுத்து, கிறக்கத்தில் தட்டி விட்ட பெட்ரோமாக்ஸ் லைட்டானது குழந்தை ஏசுவின் குடிலுக்குத் தீவைத்தது.

ஆலய வளாகத்தில் தீப்பிடித்ததில் ஊரே அல்லோகலப் பட்டது. பானமுற்ற பஜனைக் குழுவால் பற்றியெரிந்த அந்த பண்டிகை நாள் கிருபை முத்துவுக்கு இன்னொரு பெயரை சூட்டியது.

"தீப்பாஞ்சான்"

மறுநாள் காலையில் ஊரின் தெற்கிலுள்ள அணைக்கட்டின் சுவரில் சிகப்புப் பாவாடையும், முகமூடியுமாய் கிடந்த கிறிஸ்துமஸ் தாத்தா கண்டுபிடிக்கப்பட்டு ஊர்வந்து சேர்ந்தார்.

போதையில், போகும் வழியில் திக்குத் தெரியாமல், பூக்காரன் மன்னாருவின் வீட்டுக்குள் நுழைந்த சிலுவைராஜன், மன்னாரின் மகள் முனியம்மாளின் அருகில் படுத்துக் கிடந்து, காலையில் பிடிபட்டு, அவசரத் திருமணம் செய்து வைக்கப்பட்டு மணக்கோலத்தில் தம்பதி சமேதராய் ஊருக்குள் நுழைந்தார்கள்.

டிரம்மின் தோலைக் கிழித்த குணசேகரன் ஒன்பது மணியாகியும் துயில் கலையாமல் தோப்புக்குள் கிடந்தான். தாவீதால் கண்களில் கிட்டார் இசைக்கப் பட்டு சாராயக்கடைக்குள் கண்கள் வீங்கப் படுத்துக்கிடந்த தேவமணி, கண்ணில் கரிச்சை (ஒருவித விஷவண்டு) விழுந்துவிட்டதாகக் கருதப் பட்டு, சாராயக் கடையிலிருந்து நேராக கண்ணாஸ்பத்திரிக்குக் கொண்டு செல்லப்பட்டான்.

அதிசயராஜ் மற்றும் ஏனையோர் சாராயக் கடையின் வெளியே ஆங்காங்கே படுத்துறங்கி விட்டு, உடல் முழுக்க புழுதியோடு ஊருக்குள் நுழைந்து, எரிந்து கிடந்த கிறிஸ்மஸ் குடிலையும், கிருபை

முத்துவின் கிழிந்து போன கிறிஸ்துமஸ் கோடித் துணியையும் கண்டார்கள்.

ராத்திரி பஜனை உலாவின்போது பாடிக் களைத்துப் போய், வழியில் கண்ட ஒரு ஏணியில் ஏறி, மேலே கிடந்த வைக்கோல் போரில் கதகதப்பாய்ப் படுத்துறங்கிய தாசன், அந்தோணி, மரியப்பன் ஆகிய மூன்று பேரும் ஊர் வந்து சேர எப்படியும் இரண்டு வாரங்கள் ஆகலாம்.

ஏனென்றால் அவர்கள் ஏறிப்படுத்தது ஒரு வைக்கோல் பாரம் ஏற்றிய லாரியில்... லாரியானது அவர்களைச் 'சுமந்து கொண்டு எர்ணாகுளம் தாண்டிப் போய்க் கொண்டிருந்தது. அப்போதும் அவர்கள் விழித்திருக்கவில்லை. வண்டியின் அசைவின் நிமித்தம் ஒரு உல்லாச ஊஞ்சலின் தாலாட்டில் துயில் கொண்டிருந்தார்கள்.

இப்படியாக நடந்து முடிந்த புதுக்குணத்தான்புரத்து கலவர கிறிஸ்து பிறப்பையும், பாழான இசைக் கருவிகளையும், பானமுற்ற தங்களது வாரிசுகளான அடுத்த தலைமுறைப் பாவிகளையும், ஏற்கனவே அவ்வூரில் கடைசிக் காலம் வரை வாழ்ந்து கடவுச்சீட்டு வாங்கி கடவுளிடம் சென்று சேர்ந்த சாராய வியாபாரி கந்தப்பன், முன்னாள் கோயில் பிள்ளை ஏசுவடியான், அய்யாப்பிள்ளை, புதுக்குணத்தான்புரத்தின் பெயர்க்காரணியான புதுக்குணத்தான், தீர்க்கதரிசி மாசிலாமணி, சிவராமன், வெள்ளையனே வெளியேறு போராட்டக் குழுவிற்கு தலைமை தாங்கிய வேலாண்டி, முன்னாள் ஊர்த்தலைவர் அற்புதராஜ் ஆகியோரின் ஆவிகளோடு கடவுளும் சேர்ந்துகொண்டு கன்னத்தில் கைவைத்த வாக்கில் பரமண்டலங்களில் இருந்து கண்ணீர் மல்க பார்த்துக் கொண்டிருந்தார்கள்.

பக்க வாட்டில் நின்று கொண்டிருந்த சாண்டர்சன் ஐயரின் ஆவி மட்டும் எகத்தாளத்தில் பல்லிளித்துக் கொண்டிருந்தது.

"புடுக்குநாதபுரத்துப் புண்ணியாளன்மார் பூப்பார்கள்! காய்ப்பார்கள்! வித்துக்குக் கூட உதவ மாட்டார்கள்!"

2
பத்திரகாளிக் கிழவியின் பவுன் பாம்படம்

'அரக்கு' என்ற வார்த்தைக்குச் சாராயம் என்பதுதான் பொருள் என்பது மேதாவிகள் மட்டுமே அறிந்த காரியமாகும். 'அரக்கு என்றால் வாதையும் கூட! அது உன் கூடாரத்தை அணுகாமல் இருக்க வேண்டுமானால், அதை நீ அணுகக் கூடாது!' ஆனாலும் துக்கித்துக் கிடக்கும் ஒருவனது மனதைக் கை தூக்கி விடும் மனப்பாங்கு என்பது, ஒருவனது சொந்த சகோதரர்களுக்கே இல்லாத இவ்வுலகில் சாராயத்துக்கு உண்டென்றால் அது ஒரு அற்புதமான திரவப்பொருள் அன்றோ?

மூன்று பானைகளை ஒன்றன் மேல் ஒன்றாய் அடுக்கிவைத்து, அடுப்பு மூட்டி, பழங்களை நறுக்கிப் போட்டு, அதன் பலனை ஆவி வடிவில் சொட்டுச் சொட்டாய் வடித்து, பல்படாமல் அருந்தும் ஒரு அற்புதத் திராவகம்தான் அரக்கு. அருந்தும் பொழுது கல்மனதையும் எரித்துக் கரைத்து, தொண்டைக்குழி வழியாய் இறங்கி, குடலை நிரப்பி, நாசி வழியாய் ஓடி, ஒருவனது ஆவியை வெளியேற்றும் அருமருந்துதான் அரக்கு. அரக்கெனும் அரக்கனுக்கு இவ்வளவு அறிமுகம் போதுமென்றாலும் எல்லாக் கதைகளும் அரக்கின் வழியே தோன்றி அரக்கின்பால் முடிவதால் அரக்கை கதை சொல்லிகளின் முன்மொழிதலும், வழிமொழிதலுமாகக் கொள்ளலாம்.

சுடலை மாடன் வகையறா சாமிகளே சாராயத்தை சப்புக்கொட்டி நக்குவதாய் நம்பி, படையலில் இடம் பிடித்து, மாடனுக்கு சாமியாடி, பக்தர்களை ஆட்டுவிக்கும் சாமியாடிகள் ஒரே மடக்கில் அடித்து விட்டு, சுடுகாட்டுக்கு ஓடி விடுவதுண்டு. சுடுகாட்டுக்குச் சென்ற சுடலை

திரும்பி வரும்போது எதிரில் யாரேனும் எழுந்தருளினால் அவரைப் போட்டு பொளந்து கட்டிவிடுவதாக, வெற்றிலை எச்சில் கண்ணில் தெறிக்கக் கதைகள் சொன்ன கிழவிகள் கால் நூற்றாண்டு இடைவெளியில் காலமாகி விட்டார்கள்.

கதைசொல்லிகளின் மரணம் என்பது சாமியின் வழியாய் வரலாம், சாமியாடிகளின் வழியாய் வரலாம், பாம்புகளின் வழியாய் வரலாம் அல்லது ஒரு சாமியாடியால் கழற்றப்பட்ட பாம்படத்தின் வழியாய் வரலாம். ஏனெனில் எமதர்மராஜா எல்லா மரணத்துக்கும் எல்லோரிடமும் காரணங்களைச் சொல்லிக்கொண்டு திரிவதில்லை. அதற்கு எமனுக்கு நேரமுமில்லை.

அண்டியூர் கிராமம் கொல்லாங்கொட்டை மரங்களால் நிறைந்து சுடலைகளையும், மாடன்களையும், இசக்கிகளையும், காளியையும் வெயில்படாமல் காத்து அடர்ந்து கிடந்தது. அண்டியூரின் பின்பக்கம் இருந்த கொல்லாமரக்காடுதான் அவ்வூரின் அழகும், பெயர்க்காரணியுமாகும்.

ஊருக்குப் பின்புறம் ஆட்கள் நடமாடினால் அங்கு கருத்துடையான் நீரை ஆவியாக்கத் துவங்கி விட்டான் என்றும், கும்பலாக ஆட்கள் வரத் துவங்கினார்கள் என்றால் காளியம்மைக்கு பந்தக்கால் நாட்டிவிட்டார்கள் என்றும் அர்த்தம்.

வருடத்தில் மூன்று நாட்கள்தான் காளியம்மைக்கு சிறப்பு என்பதால் மீதமுள்ள நாட்களெல்லாம் கருத்துடையான்தான் அந்தப் பிரதேசத்தைச் சிறப்பித்து வந்தான். அவன் வடிக்கும் அரக்கு, பத்து சொட்டுக்கு மேல் ஒருவரது நாவில் பட்டால் அடுத்த கணமே அவர் பரலோகத்தைக் காண்பார். அத்தனை மேன்மையானதும், கனம் பொருந்தியதுமான ஒரு பானம் கருத்துடையானின் பானைகளில் உருவாகிக் கொண்டிருந்தது.

காளியம்மன் கோயிலில் கொடைவிழா நடைபெறும் காலங்களில் கருத்துடையானின் வடிப்பு ஆற்றங்கரைக்கு மாறுதல் அடையும். பானம் மட்டும் ஆற்றைத் தாண்டி கோயில் பிரதேசத்துக்கு வந்து சேரும். ஒரே வளாகத்தில் சுடலை மாடனும், பேச்சியும், காளியும், இசக்கியும் எதிரும் புதிருமாக உட்கார்ந்திருந்தார்கள்.

ஊர்த்தலையாரி கோலப்பன் முன்னிலையில் கோயில் கொடைக்கு பந்தல்கால் காப்பு கட்டினார்கள். ஊரே விழாக்கோலம் பூண்டிருந்தது. கோலப்பனும் விழாக்குழுவினரும் சேர்ந்து

ஆகவேண்டிய காரியங்கள் குறித்து ஆலோசித்துக் கொண்டிருந்ததில் பொழுது விடிந்து விட்டது.

இரவில் விழாக்குழுவின் திட்டமிடல் நடந்து கொண்டிருக்கும்போது, கோலப்பனின் வீட்டில் அவரது மகன் வடச்சட்டி கோயிந்தன் தன்னுடைய உற்சாகபான தாகத்தை சாந்தி செய்ய வேண்டி, தன் தகப்பனைப் பெற்ற பாட்டியான பத்திரகாளிக் கிழவியின் காதில் கிடந்த ஒரு ஜோடிப் பாம்படங்களை கிழவியின் காதில் எருக்கலைப் பாலைத் தடவி கழற்றி விட்டு, குறும்பங்காய்களைத் தென்னை ஈக்கலில் வளைத்து கிழவியின் காதில் மாற்று அணிகலனாகப் பொருத்திவிட்டு காடுவிட்டான்.

காலையில் கண்விழித்த பத்திரகாளிக் கிழவி, தன் காதில் கிடந்த தென்னை மரத்து இயற்கைப் படைப்புகளாலான அணிகலனைக் கையால் தடவிப் பார்த்து, தன் கணவன் பரலோகம் செல்லும் முன் வாங்கித் தந்த பவுன் பாம்படத்தின் அளவு ஒரே ராத்திரியில் பெருத்துப் போனதை எண்ணி பேருவகை அடைந்தாள். சற்றைக்கெல்லாம் அவளது சந்தோஷம் நீடிக்காமல், கையோடு கழன்று வந்த கொச்சங்காய்ப் பாம்படங்களையும், துள்ளிக் குதித்த தென்னை ஈர்க்குச்சியையும் கண்டு அதிர்ச்சியில் இயற்கை எய்தினாள்.

அதிகாலையில் கோவிலிலிருந்து வீட்டிற்குத் திரும்பிய கோலப்பன் திண்ணையில் படுத்திருந்த தன் அன்புத் தாயின் அலறலையும், அவளது இந்தத் திடீர் சிவன்பாதப் பயணத்தையும் கண்டு நிலைகுலைந்தார். 'தன் தாயின் மரிப்புக்கு எது காரணமாக இருக்கும்' என்று எண்ணியவரின் கண்களில் பட்டது தன் அருமைப் புதல்வன் தயாரித்த இயற்கை அணிகலன். தன் மகன்தான் தன் தாயின் நெற்றியில் ஒரு ரூபாய் நாணயம் ஒட்டக் காரணம் என்றறியாத கோலப்பன், சொந்தக்காரர்களுக்கு துஷ்டி சொல்லியனுப்ப தன் மகன் கோயிந்தனைத் தேடினார்.

சொசைட்டிக்கு பால் கொடுத்து விட்டு வீடு திரும்பிய லெட்சுமி, தன் மாமியார் திண்ணையில் சத்தமின்றி தலை குப்புறக் கிடந்ததைக் கண்டு அகமகிழ்ந்தாள். கிழவியைக் கடவுள் எடுத்துக் கொண்ட மகிழ்ச்சி அவளை அவ்விடத்திலேயே ஆட்கொண்டது. ஆனால் அவளது அந்த சந்தோஷமும் ரொம்ப நேரம் நீடிக்கவில்லை. தான் வெகுநாட்களாய்க் கண்ணி வைத்திருந்த தன் மாமியாளின் பவுன் பாம்படங்களைக் காணாமல் விக்கித்துப் போய் கணவனைத் தேடினாள். 'யார் இந்தக் காரியத்தைச் செய்தது?' என்பது

புரியாமல் குழம்பி நின்றபோதுதான் காவல்காரர்கள் வந்து உறுதி செய்தார்கள்.

முந்தையநாள் இரவு அடகுக் கடை நாகமணியை, அரைத் தூக்கத்தில் எழுப்பி, அவர்தம் ஆசைக் கதவைத் திறந்து, ஒரு செட்டு பித்தளைப் பாம்படங்களை அரைவிலையில் விற்ற அருமை மகன் கோவிந்தனின் போக்கிரித்தனம் வெளிவந்தது. லெட்சுமிக்கு அவ்வளவு வியப்பு...

'இத்தன நாளும் அந்தப் பித்தளப் பாம்பட மயித்தப் போட்டுக்கிட்டுதான் கெழவி லாத்திட்டு கெடந்தாளா?'

கோவிந்தனுக்குப் பிணையாக கோலப்பன் சிறை புகுந்தார். தன் ஒரே தாயின் வழியனுப்பு விழாவுக்குப் போக முடியாத கோலப்பன், சிறையின் இருட்டில் துக்கத்தின் மிகுதியால் ஒரு ஆட்டு உரலைப் போல சுழன்றார். கவலையும், மனக்கசப்பும் சேர்ந்து ஒரு குளத்தின் ஆழத்தில் கிடக்கும் சங்கிலிப் பாசியைப் போல கோலப்பனின் மனதை இறுக்கியது.

சிறையின் ஒரு அறையில் கோலப்பனோடு ஜோடியாக வீற்றிருந்த 'சிறைக்கஞ்சா சிங்கம் செவலைக்காளை' ஒரு அசாத்தியமான ஆள். தற்போது சிறைக்கு விஜயம் செய்திருப்பது எழுபத்தி ஏழாவது முறையாம். செவலைக்காளையைச் சிறைக்கு அஞ்சா சிங்கம் என்றும், சிறை கஞ்சா சிங்கம் என்றும் சீர்பிரித்தும், பிரிக்காமலும் தாராளமாகச் சொல்லலாம். இரண்டுக்கும் பொருத்தமான ஆசாமிதான் அவன்.

செவலைக்காளை தன்னுடைய உள்ளங்கையில் உருட்டி, உருட்டி பீடியில் ஏற்றி, பற்ற வைத்த சிவபானத்தின் வட்ட வடிவப் புகையை ஊதி, கோலப்பனின் தலையைச் சுற்றி உலவ வைத்தான். அந்த வட்ட வடிவப் புகைவளையங்கள் கோலப்பனின் கண்முன் சுழன்று சுழன்று தனக்கு நடந்த இந்த கோர விளைவுக்கு பழிக்குப் பழி வாங்கத் தூண்டியது. பவுன் பாம்படம் பித்தளையாக உருமாறிய ரசவாதம் எங்கு நிகழ்ந்தது என்பது புரியாமல் கோலப்பன் சிறைக்குள் கிடந்து புழுங்கினார்.

சிவபானப் புகை வேறு கண்ணைக் கிறக்கியது. கோலப்பனின் மூளையானது சுருங்கிக் கசங்கிப் போனபோது, தன்னுடைய தாய் பத்திரகாளியானவள் நிலவின் மீது நின்று கொண்டிருப்பது தெரிந்தது.

"எம்மோ! என்னப் பெத்த மவராசி! போய் சேந்துட்டியாம்மா? ஒன்னய கொள்ளி வச்சிக் கறுக்கி அனுப்பக் கூட வக்கில்லாம ஆயிட்டனே!" என்று கோலப்பன் கதறினார். அவரது இந்தக் கதறலைக் கேட்ட செவலைக்காளைக்கு துக்கம் பீறிட்டு கண்ணீர் மாலை மாலையாக ஊற்றியது. நடந்த சம்பவம் என்னவென்றே அறியாமல் செவலைக்காளை கண்ணீர் விட்டதற்கு சகமனித நேசம் மட்டுமல்ல! சிவபானப் புனிதப் புகையும் ஒரு காரணம்.

அதேவேளையில் அண்டியூர் மாடன் கோயிலில் முதல்நாள் சாமக் கொடைக்கான ஆயத்தங்கள் நடந்து கொண்டிருந்தன.

"ரண்டங்... ரண்டர்ர்ர்ர்ர்... ரிங்... ரிங்..."

தெரிசனங்கொப்பு முண்டக்கண்ணன் குழுவினரின் செண்டைமேளக் குழு தங்களது கழுத்தில் கிடந்த மேளங்களைத் தடவி மெருகேற்றினர். கோயில் பந்தலுக்கு உள்ளேயிருந்து பூசாரி ஈர்க்கொல்லி முத்துமாடன் குரல் கொடுத்தான்.

"லேய் கண்ணா! எலேய் முண்டக்கண்ணா! இப்போ ஒரு மயிரும் கொட்டடிக்காண்டாம்! சாமிக்கி ஆராசன வரும்போ அடிச்சா போரும்! ஊத்து மட்டும் ஊதுங்க! நாலு சாமியாடியள்ள ஒருத்தர் ஜெயில்ல கெடக்காரு! இன்னொண்ணு எங்கபோயி தொலஞ்சி சீரழிஞ்சி செத்துக் கெடக்கோ? மிச்சவுள்ள ரெண்டு கூயுள்ளேளும் குடிச்சிக்கிட்டு பாம்பாகி, ஆலமரத்துக்குக் கீழ செத்துக் கெடக்கு! செவத்து நாயளக் கொண்டுகிட்டு கொட நடத்துன மாறிதான்!"

கோலப்பன் மீது மாடனும், கோயிந்தன் மீது காளியும் இறங்குவார்கள். ஏனைய இரண்டு சாமிகளும் உமிகுத்தி கன்னையன் மீதும், அரிவட்டி ஊசிக்காட்டான் மீதும்தான் இறங்குவார்கள். கோலப்பனும், கோயிந்தனும் ஊருக்குள் இல்லாத காரணத்தால் கன்னையனும், ஊசிக்காட்டானும்தான் ஆடவேண்டிய நிர்பந்தம். ஆனால் அந்த நிர்ப்பந்தத்தில் காலம் தீப்பந்தத்தை பற்ற வைத்தது. சாமியாட வேண்டிய உமிகுத்தி கன்னையனும், அரிவட்டி ஊசிக்காட்டானும் அன்று காலைமுதலே கருத்துடையானின் கடையில் தெளியத் தெளிய பானமுற்றதில் புத்திசுவாதீனமற்று தெம்பாறை குளக்கரை ஆலமரத்தின் அடியில் நெளிந்தும், வளைந்தும் படுத்துக் கிடந்தார்கள்.

கோவிலுக்கு பக்தர்கள் வரத் துவங்கினர். களபமும், சந்தனமும், மஞ்சணை சூழ்ந்த நறும்புகையும் அந்தப் பிரதேசத்தில் கலந்து கமகமத்தது. உமிகுத்தி கன்னையனும், அரிவட்டி

ஊசிக்காட்டானும் வரவழைக்கப்பட்டார்கள். இல்லை! அள்ளி எடுத்து வரப்பட்டார்கள்! இருவரின் தலைகளும் தொங்கிக் கிடந்தன.

'தலையாரி ஊரில் இல்லாது ஜெயிலில் கிடக்கும் சூழலில் கொடை நடத்துவது அத்தனை எளிதான காரியமல்ல' என்றாலும், காப்புக் கட்டியபின் கொடையை நிறுத்தினால் தெய்வகுற்றம் ஆகிவிடும் என்று பூசாரி சொன்னதால் எதுவும் தடைபடாமல் நடைபெற்றுக் கொண்டிருந்தது. ஆனாலும் தலையாரியின் தாயுடைய மரணமும் கூடவா கொடையை நிறுத்தவில்லை? என்ற கேள்வி எழாமல் இல்லை.

பித்தளைப் பாம்படத்தை பாதிவிலைக்கு விற்றுவிட்டு, பணகுடியிலுள்ள ஏகாம்பரத்தின் தோட்டத்தில் படுத்துக் கிடந்தான் கோயிந்தன். அவனது அருகில் காலிக்குப்பிகளும், அவன் உடுத்தியிருந்த கோமணமும், ஏகாம்பரமும், அவனது மைத்துனன் பரமானந்தமும் படுத்துக் கிடந்தார்கள்.

ஆதிவாசிகள் மீது அவர்களுக்கு என்ன காதலோ? உடைகளின் மீது என்ன வெறுப்போ? அவர்களின் உடல்கள் கிடந்த கிடப்பில் ஆதிவாசிகள் என்னவோ தோற்றுத்தான் போனார்கள்.

தூரத்தில் ஒரு உடல் கிடந்தது. அது வண்டிமாடு ஓட்டும் பரசுராமன். அந்தத் தோட்டத்தில் பழங்களை உண்ணும் வவ்வால்கள் அதிகம் என்பது அவனுக்குத் தெரிந்திருக்கக் கூடும், ஆகையால் அவன் மட்டும் சிறிய முண்டு ஒன்றை இடுப்பில் அணிந்து பாதுகாப்போடு படுத்துக் கிடந்தான். ஆனாலும்கூட இரண்டு வரப்புகளின் நடுவில் ஓடிய வாய்க்காலுக்குள் கால்நீட்டி நேராக படுத்திருந்த வில்வண்டி சாரதி பரசுராமனுக்கு அங்குள்ள நண்டுகள் குறித்த அச்சம் இல்லாதிருந்தது.

சிறையில் கோலப்பனும், செவலைக்காளையும் சப்தமாக அழுத வண்ணமிருந்தனர். செவலைக்காளையின் கண்ணீரால் கையிலிருந்த பீடி நனைந்திருந்தது. ஆனாலும் கீழே விழவில்லை. இவர்களின் தொடர் ஊளை சிறையிலிருந்த மற்ற கைதிகளை கேள்விக்குள்ளாக்கியது.

ஒருவன் சொன்னான், "எண்ணே! புதுசா எவனோ ஜெமினி கணேசன் கணக்கா ஒருத்தன் இன்னிக்கி களவு கேசுல வந்தாம்லா? அந்த முறிலேர்ந்துதான் சத்தங் கேக்கு!"

அதற்கு மற்றவன், "ஏல! அங்கதான அந்த செவலக் கூய்வுள்ளயும் கெடக்கு? போஞ்சான போட்டுகிட்டு அவெந்தாம்டே எதாவது கதயள சொல்லிருப்பான்! அதக்கேட்டுகிட்டு செவத்துக் கொம்மய ஒளியளு கெடந்து ஒப்பாரி வக்கி!" என்று சொல்லிவிட்டு குரல் கொடுத்தான்.

"எலேய்! கம்பங்காவடி பயக்களா! யாம்புல கெடந்து கதறுதியா? பேசாம ஒறங்குங்க? வம்பா சப்பட்டயா போயிறப்புடாது! தொட்டிக் கூய்வுள்ளையளா!"

தொடர்ந்து அந்த அறையின் நான்கு சுவரிலும் கண்ணீர்த்துளிகள் பாய்ந்த வண்ணமிருந்தன.

"உ... ஊ... ஓ ஓ ஓ ஓ... அய்யோ... எம்மா! என்னப் பெத்த பகவதீ... வனபத்திரகாளி தாயே! ஒம்மூஞ்சிய கடைசியா ஒருதடவ பாக்கத் துப்பில்லாத நாயாயிட்டனம்மா? என்னய மன்னிச்சிரம்மா! எங்கைய்யன் வெங்கடாசலத்துக்கிட்ட ஒம்ம மொவெங் கோலப்பங் கேட்டதா சொல்லாத்தா!" என்று கோலப்பன் பெருங்குரலெடுத்து அழவும், இந்த மூன்று பெயர்களின் காம்பினேசனைக் கேட்ட தாழக்குடி அழகேசனுக்குப் புரிந்து விட்டது.

'ஏ இது நம்ம கோலப்பம் மாமெம்லா? இந்த எழவுடுப்பான் எதுக்கு ஜெயிலுக்கு வந்தான்? காக்கா சத்தம் போட்டாலே வீட்டுக்குள்ள ஓடி கதவச் சாத்திருவான்? அவனா கொல பண்ணுனான்? செவத்து முண்டம்! பத்திரகாளி கெழவி செத்துட்டாளா? ஊர்ல உள்ள எல்லாவனையும் அனுப்பிட்டுத்தானே அந்த முண்ட போவா? அவ எப்புடி செத்தா? அப்புடியே செத்தாலும் கோலப்பன் என்ன மயித்துக்கு கெடந்து பல்ல பல்ல இளிக்கான்? உயிரோட இருக்கும்போது பெத்த தள்ளக்கி ஒருவாய் தண்ணி குடுக்கவே அவனுக்கு வலிக்கும்! இப்போ கெடந்து அம்மைக்கா வேண்டி நாக்க நாக்க வாங்குகானே? ரெண்டு வாரம் நாம ஊர்ல இல்லைன்னா என்ன எழவெல்லாமோ நடந்துட்டே! சை!' என்று அவனுள் பல்வேறு கேள்விகள் எழுந்தன.

வயலுக்குள் ஆடு திருடி கைதாகி ஜெயிலுக்கு வந்த அழகேசன் குழம்பினான். 'இனி நம்ம கோலப்பன தெரிஞ்ச மாதிரி காட்டிக்கிட்டா நம்மகிட்ட விசாரிப்பானுவோ! ஆடுகளவு கேசு வேற! செவம் இது கொலக் கேசுல்லா? நமக்கு எதுக்கு அந்த வேண்டாத பணி? பேசாம வாய பொத்திக்கிட்டு இருப்போம்!' என்று அமைதியாக இருந்து விட்டான்.

நடுநிசியில் ஓங்கியொலித்த அந்த இருவரின் கூப்பாடு சிறைவளாகத்தினுள் எதிரொலித்து, வார்டன் தாளமுத்துவின் அறைக்குள் புகுந்து அவரை தூக்கத்தில் இருந்து உசுப்பி விட்டிருந்தது.

'என்ன எழவுச் சத்தம்டே இது? இந்த அத்தராத்திரியில கெடந்து ஒப்பாரி வைக்கானுவளே? எவம்டே அது?'

படுக்கையில் இருந்து எழுந்து சட்டையை அணிந்து கொண்டு, கையில் தடி மற்றும் டார்ச் லைட்டை எடுத்துக் கொண்டு கூச்சல் வந்த கோலப்பனின் அறைக்கு நடந்தார் வார்டன். அறைக்கு முன்பாக வந்த வார்டன் அங்கே நின்று கொண்டு மோப்பம் பிடித்துக் கொண்டே,

"லேய்! செவலத் தாயோளி! கஞ்சா குடிச்சியாடே? நாத்தமடிக்கி?"

செவலை பதில் சொல்லவில்லை. அழுதுகொண்டிருந்தான்.

"ரெண்டு கூயிமொவனுவளும் எதுக்குல ஒப்பாரி வக்கியோ? குண்ணக்கிப் பெறந்தயக்களா? ராத்திரில மனுசந் தூங்காண்டாமால?"

அவர்கள் இருவரும் அழுகையை நிறுத்தியபாடில்லை. கதவைத் திறந்த வார்டன் உள்ளே நுழைந்து உள்பக்கமாகக் கதவைப் பூட்டிவிட்டு, தன்கையிலிருந்த லத்தியால் கோலப்பனின் குண்டியில் ரெண்டு கோடுகளைப் போட்டார்.

கோலப்பன் அழுகையை நிறுத்தாமல் சொன்னார், "ஐயா! இன்னக்கி காலையில எங்கம்மக்கி சீவம்போயிட்டு! காடாத்து கல்லெடுப்பு'னு அவளுக்க அந்திமக் காரியத்துக்குக் கூட நிக்கிய முடியல!"

"ஓங்கம்ம செத்ததுக்கு நீ ஒப்பாரி வைக்கியதுல ஒரு நியாயமிருக்கு! இந்த கொம்மயஓளி எதுக்குடே அழுகாம்?"

அப்போதுதான் வார்டனுக்கு லேசாக மண்டை 'கிர்'ரென்றிருந்தது. சற்றுமுன்பு வரை அந்த அறைக்குள் செவலைக்காளை போட்ட சாம்பிராணியின் புகையை சுவாசித்த வார்டன் தாளமுத்து கடவுளாக மாறத் துவங்கினார். பின்னால் ஏதோ அசைவதைக் கண்டு திடுக்கிட்டு திரும்பிய வார்டன் அதிர்ந்தார். அங்கு கோலப்பன் கைகள் இரண்டையும் முறுக்கி, நாக்கை மடித்துத் துருத்தியவாறே கண்களை உருட்டி ஆடத் துவங்கினார்.

வார்டனின் கண்கள் நிலைகுத்தின. "என்ன எழவுடே இது? அடப்பாவியா!" என்றவாறே அறையைவிட்டு ஓட எத்தனித்தார். செவலைக்காளை உச்சஸ்தாயியில் கத்தினான்.

"ஓஹ்ம் நமஷ்ஷிவாய்!"

அங்கு கோயிலில் முண்டக்கண்ணன் குழுவினர் தோல்கருவிகளைத் தாக்கிய தாக்கில் ஊரே ஆடியது.

"ரங்... அ... ரங்க்...! ரிண்டாக்...! அ... ரிண்டாக்... டக்கு... டக்கர... டக்குடக்கர... டண்டாக்கு... டக்கர..."

கொடைவிழாவில் கலந்து கொண்டு பானமுற்றிருந்த அத்தனை பேரும் ஆடினார்கள். ஆனால் யாருக்காக இசைக்கப்பட்டதோ அவர்கள் இருவரும் அசைவற்று நின்று கொண்டிருந்தனர்.

உமிகுத்தி கன்னையனும், அரிவட்டி ஊசிக்காட்டானும் நின்று கொண்டே செத்தவர்கள் போல இருந்தார்கள். இருவருக்கும் ஆராசனை வரவில்லை. பூசாரி கதறினான்.

"எம்மா! தாயே! வந்துரு! லேய்! அடிங்கல ஒழுங்கா! பைசா வாங்குதீயள்ளா?"

முண்டக்கண்ணன் குழு புகுந்து விளையாடியது.

"டட்ட டக்கர... டட்டக்கு டக்கர... டட்ட டக்கர... டட்டக்கு டக்கர"

ம்ஹூம்... பிரயோஜனமில்லை...

அப்போது விழாக்குழுவின் செயலாளர் பேச்சியப்பன், சாமி வரப்போவதில்லை எனவும், யாரோ ஒருவர் கோவிலில் தகடு வைத்து சாமிகள் அனைத்தையும் கட்டிவிட்டதாகவும் சந்தேகத்தோடு அறிவித்தார்.

அப்போது, பின்னாலிருந்து ஒரு குரல் கேட்டது...

"நல்ல... குண்ண முட்ட குடிச்சிட்டு படுத்துக் கெடந்தவனுவள கொண்டாந்து ஆடுங்க! சூப்புங்கன்னா எங்க கெடந்து ஆடுவானுவ? த்தூ! வருசா வருசம் இந்தப் பயலுவ சாமியாடுகதே ஓசிச் சாராயம் சூப்புக்கதுக்குத்தான் போலுக்கு! ஊர்ச் செலவுல நல்லா பல்லு படாம வாசிக்கலாம்லா! தாயோளியள தூக்கி அந்த

மஞ்சத் தண்ணிச்சட்டியில வீசுங்கல!" என்று கொந்தளித்தார் மில்ட்டிரிகாரர் உலகப்பன்.

கூட்டம் அமைதிகாத்தது. மீண்டும் முண்டக்கண்ணன் குழு போட்டுத் தாக்கியது.

"டக்கர டக்கர டக்கர டக்கர... டங்கு டக்கர டட்டாக்கு டக்கர..."

பணகுடி தோப்பில் கிடந்த ஏகாம்பரம் தன்னுடைய அடிவயிற்றில் விழுந்த மிதியில் அலறி வலியில் மயங்கினான். அடுத்த மிதி வாய்க்காலில் படுத்துக்கிடந்த பரசுராமனின் அடிவயிற்றின் கீழிருந்த ஆயுதத்தில் விழுந்ததில் பரசுராமன் தூக்கத்திலிருந்து மயக்கத்துக்குப் போனான். வவ்வால்கள் கடிக்காத பழங்கள் மனிதக் காலடியில் நசுங்கும் வாய்ப்புகள் இந்த பூமியில் அதிகம் உள்ளது என்னும் கூற்று அந்த தோப்புக்குள் நிரூபிக்கப்பட்டது.

தன்னுடைய மச்சான் ஏகாம்பரத்தின் அலறல் சத்தம் கேட்டு கண்விழித்த பரமானந்தம், தோப்பின் தெற்கு ஓரத்துக் கிணற்றின் அருகில் ஒரு உருவம் தலைக்கு மேல் கையைக் கட்டிக் கொண்டே ஆடுவதையும், பக்கத்தில் கிடந்த கோயிந்தனைக் காணாததையும் கண்டு திகிலடைந்தான். "பழவூர் நீலியாய் இருக்குமோ?" என்ற அச்சம் அவனை ஒரு நிமிடம் ஆட்டிப் போட்டது.

அந்த சமயம் ஆடியவாறே அந்த உருவம் 'டபீர்' என்ற சத்தத்தோடு கிணற்றில் வீழ்ந்தது. 'பழவூர் நீலி இப்படி கிணற்றில் விழ வாய்ப்பில்லை' என்பதை உணர்ந்த பரமானந்தம் உடனடியாக எழுந்து ஓடிப்போய் கிணற்றில் குதித்து, நீந்திக் கொண்டே சாமியாடிய கோயிந்தனின் உச்சிமுடியைப் பிடித்து கிணற்றுப் படிக்கட்டு வழியாக மேலேற்றினான். மேலே வந்தும் ஆராசனை அடங்காத கோயிந்தன் கத்தினான்.

"எலேய்! நா அம்ம வந்துருக்கம்ல! தொட்டிப்பயல! போய் வேட்டிய எடுத்துக் கெட்டிக்கிட்டு வால! எம்முன்னாலயே உரிஞ்சி போட்டுகிட்டு நிக்கிதியா?"

என்றபோதுதான் பரமானந்தம் தான் அம்மணங்காளையாக நிற்கிறோம் என்று உணர்ந்தான். ஓடிப்போய் வேட்டியை எடுத்துக் கட்டியபோது காளியம்மை மீண்டும் கிணற்றுக்குள் பாய்ந்தாள்.

அங்கு ஜெயிலில் கதை வேறாக இருந்தது. வார்டன் ஒரு ஓரத்தில் குத்த வைத்து அமர்ந்திருந்தார். செவலைக்காளை கடுமையான தியான ஜெபத்தில் திளைத்திருந்தான். கோலப்பன்

விடாமல் ஆடிக் கொண்டிருந்தார். அறைக்குள் எழுந்த கூச்சலும், வார்டனின் அமைதியும் ஜெயில் கைதிகளை ஒருவித நிச்சலனத்தில் ஆழ்த்தியிருந்தது.

வெளியே பல்வேறு விதமாக பேசிக்கொண்டார்கள்.

ஒருவர், "எம்மோ...! செவலப்பெயலும், அந்தப் புதுக் கொலகாரக் கூ...யாங்கனும் சேந்து வார்டனுக்க நெஞ்ச கிழிச்சி ரெத்தம் குடிக்கானுவன்னு நெனைக்கேன்?"

இன்னொருவர், "அந்த செவலப்பய வார்டனுக்க சங்கக் கடிச்சி ரெத்தத்த குடிச்சிட்டாம்... அடுத்து புதுசா வர்ற வார்டன் எப்புடியிருப்பானோ இறைவனே?"

"கஞ்சா என்ன வேலையெல்லாம் செய்யி பாத்தீயளா மக்கா! இன்னிக்கு என்ன நடக்கப் போகோ? வார்டன் வேற புள்ள குட்டிக்கார மனுசன்... பாவம்! செல நேரங்கள்ள கண்ணுக்கு குண்ணை'யின்னு பேசுனாலும் கூட நம்ம கண்ணுக்க முன்னால செவம் சாவப்போகுன்னா ரொம்ப வெப்ராளமா இருக்குடே! நாளைக்கி உள்ளயிருந்து டெட் பாடி'ய எடுக்கும்போது அந்த மனுசனுக்க காலத் தொட்டு கும்புட்டுறணும்..." என்றவாறே ராபரி செல்லையன் கண்கள் உருகிக் கசிந்தார்.

செல்லையனின் உருக்கமான சிற்றுரையானது அந்த அறையைச் சூழ்ந்தது. ராபரி செல்லையன் உட்பட அங்கிருந்த எல்லாரும் அழுதார்கள். அன்னாரது ஆத்மா சமாதானத்தில் இளைப்பாற வேண்டி மோடுமுட்டி தானியேல் ஜெபித்தார்.

சிறைக்கைதிகள் அனைவருக்கும் அந்த சூழல் ஒருவித கிலியை உருவாக்கியிருந்தது. இத்தனைக்கும் செவலைக்காளை ஒன்றும் பெருங்குற்றம் செய்து சிறைக்கு வந்தவனில்லை. அவன் செய்த குற்றம் என்னவென்றால், மனைவிக்கு முத்தம் கொடுத்தது. 'இதெல்லாம் ஒரு குற்றமாடே?' என்று அங்கலாய்த்தால் செவலைக்காளை செய்தது குற்றமே!

அவன் முத்தம் கொடுத்தது வீரச்சாமியின் மனைவி முத்தம்மாளுக்கு... 'பெயரளவில் அவளிடம் முத்தம் இருந்தாலும்கூட தன்னிடம் முத்தம் பெறும் அளவுக்கு முத்தம்மாளின் உதடுகள் அந்தஸ்தானவையில்லை' என்பதை சிறையில் வந்த பிற்பாடுதான் செவலை உணர்ந்து கொண்டான்.

சிறை அமைதியாக இருந்தது. அந்த அறைக்குள்ளிருந்து "கர்! புர்!" என்ற சத்தமும், கோலப்பன் குதிக்கும் சத்தமுமே கேட்டதால் அசோகன் சன்னமான குரலில் சொன்னான்.

"ரெண்டுவேரும் சேந்து வார்டன பிச்சித் திங்கானுவோலு! யாத்தா!"

இப்படியாக ஒவ்வொரு அறையிலிருந்தும் குமுறல்களும், குழப்பங்களும் கசிந்து கொண்டேயிருக்கும் வேளையில் கோலப்பனின் குரல் ஒலித்தது.

"சுருட்டு கொண்டாங்கலே! ம்ம்ம்ம்... ஆ...ய்ய்..."

கோலப்பன் தன்னுடைய நாக்கைத் துருத்தி, கண்களை உருட்டி ஆடிக்கொண்டே கேட்டார். செவலைக்காளை ஆழ்ந்த தியானத்தில் இருந்தான்.

வார்டன் கடுப்பில் சத்தம் போட்டார், "லே மொண்ணக் கூய்மோன! அதாங் கேக்காம்லா! ஒரு பீடிய பத்த வச்சிக் குடாங் கூய்வுள்ளா! பெரிய கிருஷ்ண பரமாத்மா'னு நெனப்பு!"

வெளியில் கத்தினார்கள்.

"லே வார்டேன் சாவல்லடே!"

"மக்கா! மத்தவெம்... வார்டந்தாயளி உயிரோடதா இருக்காம்..."

"அதானே! நம்ம ஆவியையும், சீவனையும் வாங்காம அந்த வார்டேன் கூயாங்கன் எப்புடி சாவுவாம்...?"

"ச்சே! அந்த வார்டம் பெய செத்துட்டாம்'னு நெனச்சி கொஞ்சநேரம் சந்தோசப் பட்டுட்டனே!" என்று சற்றுமுன்பு வரை வார்டனின் பிணத்தின் காலைத் தொட்டுக் கும்பிட வேண்டுமென சொன்ன ராபரி செல்லையன் அலுத்துக் கொண்டார். ஒவ்வொருவரும் ஒவ்வொரு மாதிரி பேசிக்கொண்டார்கள்.

அறைக்குள் செவலை, தன்னுடைய டிராயர் பையிலிருந்து ஒரு பீடியை எடுத்துப் பற்ற வைத்து, கண்கள் சொருக ரெண்டு இழு இழுத்து விட்டு சாமியாடிக் கொண்டிருந்த கோலப்பனிடம் கொடுத்தான்.

வார்டன் பார்த்துக் கொண்டிருந்தார்.

"தாயளி! கஞ்சா மணக்கு! எத்தன தடவ கேட்டேன்? ஒனக்கு வாயத் தொறந்தா பூரா பொய்யி! இல்லியாடே? மொதல்ல கஞ்சா

இல்லையின்னு சொன்ன? இப்ப எங்கிருந்து வந்து?" என்றவாறே செவலைக்கு ஒரு எத்து விட்டார்.

செவலை தரையில் பாயவும், 'தும்' என்ற சப்தத்தோடு வார்டன் தரையில் வீழ்ந்தார்.

மிதித்தது கோலப்பன். அதோடு நில்லாமல் வார்டனிடம் கேட்டார்,

"இந்த அப்பாவி கோலப்பன எதுக்குல அடிச்ச? அதுவுங் குண்டீல?" (கேட்டது மாடன்)

"இங்க பாரு! எப்புடி வீங்கீருக்கு?"

என்றவாறே திரும்பி நின்று கொண்டு தன்னுடைய டவுசரை அவிழ்த்து, தன்னுடைய கருத்த பிருஷ்டத்தை வார்டனின் முகத்துக்கு நேராக நீட்டிக் காட்டினார் கோலப்பன்.

'காட்டியது கோலப்பன் இல்லை! மாடன்!'

வார்டன் நொந்து போனார். 'வேற என்ன எழவையெல்லாம் பாத்துத் தொலையணுமோ இறைவா!'

இதைக்கண்ட செவலைக்கு சிரிப்பாணி அள்ளியது.

கோவிலில் முண்டக்கண்ணன் குழு மேளமடித்து ஓய்ந்து போனது. உமிகுத்தி கன்னையனும், அரிவட்டி ஊசிக்காட்டானும் சாமி சிலைகளுக்கு முன்பாக கையை மடித்துத் தலைக்கு வைத்துக் கொண்டு தூங்கிக் கொண்டிருந்தார்கள். கூட்டம் கலையத் தொடங்கியது.

பணகுடி தோப்பில் ஒன்பதாவது முறை கிணற்றில் குதித்து கோயிந்தனைத் தூக்கிய பரமானந்தம் நாக்கு தள்ளி தரையில் சாய்ந்தான். அத்தனை நேரமும் நடந்து கொண்டிருந்த பெகளம்குறித்து அறியாமல், கோயிந்தனிடம் வாங்கிய மிதி வேலை செய்ய, வலியில் வயிற்றைப் பிடித்துக் கொண்டே எழுந்த ஏகாம்பரம், கிணற்றின் அருகே ஆடிக்கொண்டிருந்த கோயிந்தனையும், பக்கத்தில் கிடந்த தன்னுடைய மைத்துனன் பரமானந்தத்தையும் கண்டு வியந்து போனார்.

'எந்த நாயி வயித்துல சவுட்டிச்சின்னு தெரியலையே? குடிச்சது போதும்'னு சொன்னா கேக்க மாட்டானுவோ! பூளல் முட்ட குடிச்சிட்டு இன்னமும் ஆடிட்டுக் கெடக்கானுவளே?' என்று

அங்கலாய்த்துக் கொண்டே வலியில் தடுமாறியபடி நடந்து அருகில் சென்றார்.

குளோசப்பில் கோயிந்தனைக் கண்ட ஏகாம்பரம் மிரண்டு போனார். பல்லைக் கடித்து, நாக்கை மடக்கி ஆடியபடியே கோயிந்தன் சுருட்டு கேட்டான்.

"சுருட்டு கொண்டாலேய் மண்டச்சி மொவனே!"

"தெய்வமே! சாமில்லா கேக்கு? இந்த அத்த ராத்திரீல சுருட்டுக்கு நா எங்க போவேன்?"

பரசுராமனின் ஞாபகம் வரவே, சடாரென திரும்பித் தேடினார். சற்று தொலைவில் வரப்பில் தலை வைத்து கால்வாய்க்குள் படுத்துக் கிடந்த பரசுராமனைக் கண்டு அருகில் ஓடினார்.

"பரசுராமா! சுருட்டு வச்சிருக்கியாடே?"

அசையவேயில்லை. பரசுராமனின் சுருட்டு நசுங்கிக் கிடந்தது.

ஜெயிலில் கோலப்பன் வார்டனிடம் கத்தினார்.

"சாராயத்த எங்கலே?"

வார்டனுக்கு திரிசங்கு நிலை உருவானது. செவலையிடம் கேட்டார்,

"எடே செவல... சாராயம் வச்சிருக்கியாடே?"

"இல்ல..." தீர்க்கமாக பதில் வந்தது.

வார்டன் கெஞ்சிய தோரணையில் கேட்டார்.

"கோவப்படாதப்போ! இருக்குன்னா சொல்லிரு! இல்லையின்னா இவன் திரும்பவும் என்னய சவுட்டுவாம்டே! சாமி வேற! செவத்த திருப்பி அடிக்கவும் முடியாது!"

செவலை கடுப்பானான்,

"இப்புடித்தான் மொதல்ல பீடி குடுக்க சொன்னீரு! குடுத்ததுக்கு அடிச்சீரு! இனி சாராயம் கேக்கீரு! குடுத்தா ஜெயிலுக்குள்ள சாராயம் எப்புடி நொட்டிச்சின்னு கேப்பீரு? எனக்குத் தேவை மயிருல்லா?"

அதற்கு வார்டன், "நா பீடியத்தானே குடுக்கச் சொன்னேன்... நீ கஞ்சாவக் குடுத்தா கொஞ்சவா முடியும்? அதான் லேசா ஒரு தட்டு தட்டுனேன்... அத மனசுல வச்சிக்கிடாதப்போ!"

இடையில் கோலப்பன் கதறினார். "அங்க என்னல குசுகுசு'ன்னு வாய்ப்பாடு படிக்கிறிய? குப்பிய எங்கல? குண்ணக்கிப் பெறத்தயக்களா?"

வார்டன் செவலையின் காலில் விழாத குறை. செவலை மனமிறங்கி வெளியில் குரல் கொடுத்தான்,

"மாணி! ஒரு குப்பிய எடுத்துட்டு வாடே!"

மூன்றாம் அறைக்கதவு திறக்கும் சத்தம் கேட்டது. அறைவாசலுக்கு வந்த கன்னக்கோல் மாணிக்கம் கம்பிகளுக்கிடையே குப்பியை கொடுத்தான்.

வார்டன் திகைத்தார்.

"நீ எப்டிடே கதவத் தொறந்து வெளில வந்த? சாவி எங்கிட்டல்லா இருக்கு?"

அதற்கு மாணிக்கம், "ஆமா என்ன செஞ்சிறலாம்! பெரிய சாவி! கெவர்மண்டு பூட்ட தொறக்கதுக்கு யானையவா கொண்டாரணும்? துப்புனா தொறந்துரும்...!"

வார்டன் திறந்த வாயை மூடவேயில்லை. அவருக்கு சிறையின் பாதுகாப்பு மீதான அச்சம் அதிகரித்தது. மீண்டும் வார்டன் மாணிக்கத்திடம் கேட்டார்,

"சரி! இந்த சாராயம் எங்க வடிச்சது?"

மாணிக்கம் அமைதியாகச் சொன்னான், "இங்க வடிச்சது இல்ல! கடையில போயி வாங்குனது?"

வார்டன் நொறுங்கிப் போனார். "கடைல வாங்குனதா? என்னலே சொல்லுக? யார் போயி வாங்கீட்டு வந்தா?"

மாணிக்கம், "ஒவ்வொரு நாளும் ஒவ்வொரு ஆளு போயி வாங்கிட்டு வருவோம்... எதுக்கு கேக்குதீய?"

வார்டன், "எந்த வழியா போவிய?"

அதற்கு மாணிக்கம், "பொறத்தால இருக்குல்லா? அந்த வாசலு? கோதம்பு வண்டி வருமே... பெரிய கேட்டு? அதுவழியா போவோம்!"

வார்டனுக்கு விழி பிதுங்கியது. 'நம்மள எவ்வளவு பெரிய மஞ்ச மாக்கானாக்கிருக்கானுவோ?'

மாணிக்கம் தொடர்ந்தான், "இப்போங்கூட இங்கிருந்து கணேசனும், அவங்கூடவுள்ள எட்டு பேரும் செகண்ட் ஷோ சினிமாக்கு போயிருக்கானுவோ! இந்தா படம்முடிஞ்சி வரக்கூடிய நேரந்தான்! என்னையும் கூப்டானுவோ! நா ஏற்கனவே அஞ்சி தடவ அந்த சீமையக் கெடந்த படத்தப் பாத்தாச்சி!"

'அடக் காவக்கார பெயலுவளா!'

வார்டன் அப்பாவியாய்க் கேட்டார், "அப்போ யாம்டே நீங்க யாரும் இங்கயிருந்து தப்பிச்சிப் போவலை?"

மாணிக்கம், "அட! நாங்க போயிட்டா இந்த ஜெயில யாரு பாத்துக்கிடுகது? அப்புறம் ஒமக்கு வேல போயிரும்... நாங்க இங்க இருக்கிய வரைக்குந்தான் ஒமக்கு வேல... அதத் தெரிஞ்சிக்காரும் மொதல்ல?"

"ஓஹோ! அப்போ நீங்கல்லாரும் எனக்காண்டிதான் ஜெயில்ல கெடக்கிதிய இல்லியாடேய்?"

"பின்ன இல்லாம்பீரா? ரெண்டாவது... வெளிய போனா வேல செய்யணும்... ஒரு பீடி அஞ்சி பைசா! வெலவாசி பயங்கரமா இருக்கி! அதுனால இங்க இருக்குறதுதான் நமக்கு நல்லது..." என தமிழ்நாட்டு அரசின் பொருளாதாரத்தைப் பிய்த்துப் போட்டான்.

கோலப்பன் கோபத்தில், "அங்க என்னல வம்பளக்கியோ? சாராயத்த கொண்டாங்கல!"

வார்டன் குப்பியை நீட்டினார். வாங்கி ஒரே மடக்கில் குடித்தார் கோலப்பனின் உள்ளிருந்த மாடன். அதில் பெரிய சிக்கல் என்னவென்றால் கோலப்பனுக்கும், சாராயத்துக்கும் எட்டாம் பொருத்தம். ஒவ்வொரு ஆண்டும் கொடைக்கு மறுநாள், முந்தையநாள் மாடன் குடித்த சாராயத்துக்கும், சுருட்டுக்கும் கோலப்பன்தான் பதில் சொல்வார். நவதுவாரங்களிலும் ரத்தம் வழிய தொடுவெட்டி முத்தையா ஆசானிடம் தூக்கிச் சென்று பத்துநாட்கள் அங்குதான் இருப்பு. சிகிச்சை முடிந்து வந்த பின்புதான் திருவிழா கணக்கு வழக்குகளைப் பார்ப்பார்கள்.

இப்படியிருக்க கோலப்பன் அந்த சிறைச்சாலை அறையில் வைத்து கண்மூடித் திறப்பதற்குள் ஒரு முழுக்குப்பி சாராயத்தை முழுங்கினார்.

அப்போது இரண்டாம் காட்சி சினிமா பார்க்கப்போன குழு பின்வாசல் வழியாக உள்ளே நுழைந்தது. அறைக்கு வெளியே நின்றுகொண்டிருந்த மாணிக்கத்தைப் பார்த்த கணேசன் அங்கிருந்தபடியே சத்தமாக,

"லேய் மாணி! செத்தக் கூய்மோன! அங்க என்ன மயிரடே பாத்துட்டு நிக்க? அந்த வார்டன் கோணப் புண்...யாங்கன் கண்டாம்னா செறைய இழுத்துருவாம்டே! அடுத்த வாரம் ஆயிரத்தில் ஒருவம்'னு வாத்தியார் குடுத்த படம் ஒண்ணு ரிலீசாக்கும்! ஆப்பரேட்டர் சொன்னாரு! நம்ம அவ்வளவு வேருஞ்சேந்து படம் பாக்கப் போறம்!" என்றவாறே மாணிக்கத்தின் அருகில் வந்து,

"தாயளி நாஞ் சொல்லிகிட்டே இருக்கேன்! நீ தூக்குவாளி மாதிரி நிக்க! செவுட்டப் பேத்துருவம் பாத்துக்கா!" என்றவாறே அறைவாசலில் வந்து நின்றுகொண்டு உள்ளே கண்ட காட்சியைக் கண்டு நிலைகுலைந்தான்.

"சா... சார்! வார்டன் சார் நீங்களா? உங்களையே அரஸ்டு பண்ணிப்புட்டானுவளா? என்ன செஞ்சிட்டு உள்ள வந்தீய? அது யா அந்தக் கொம்மய...ளி கெடந்து துள்ளிட்டு கெடக்கான்? செவத்துப்பய!" என்றவாறே வார்டனைப் பார்க்க வார்டன் கணேசனிடம் கேட்டார்,

"யாங் கணேசா? நா ஒனக்குக் கோணப் புண்...யாங்கன் இல்லியா? செரீ...! இன்னேரத்துல எங்கடே போயிட்டு வாறியோ?"

கணேசன், "சும்மா சொன்னேன் சார்! அதுவந்து... இந்தப் பாத்திரமெல்லாம் கழுவாமக் கெடந்துல்லா? அதான் நா இந்தப் பயலுவளக் கூட்டிட்டு போயி பின்னால வச்சி கழுவி அடுக்கிட்டு வாறேன்!"

வார்டன், "எது ராத்திரி ரெண்டு மணிக்கா பாத்திரம் கழுவினீய? தியேட்டர் ஆப்பரேட்டர் என்னத்த கழுவுனாரு? இருங்கல ஒங்கள வச்சிக்கிடுதேன்!"

கோயிலில் முண்டக்கண்ணன் குழுவினரின் புஜங்கள் கழுத்தைவிட்டு அரையடி கீழிறங்கியதால் மேளங்கள் அடிப்பது நிறுத்தப்பட்டன. மேளம் நிறுத்திய மறுகணம், சாமி பின்வாங்கி,

ஆராசனை நிறைவு பெற்று பணக்குடி தோட்டத்துக் கிணற்றில் பத்தொன்பதாவது தடவையாக பாய்ந்தான் கோயிந்தன். ஏகாம்பரம் பத்தாவது தடவையாகக் குதித்துத் தூக்கிக் கரையில் போட்டுவிட்டு மூர்ச்சையானான்.

ஜெயிலில் கோலப்பன் தலை சுவற்றில் முட்ட ஆடி முடித்து தரையில் வீழ்ந்தார். வார்டன், செவலை, கோலப்பன் ஆகியோர் அறைக்கு உள்ளேயும், கணேசனும், மாணியும் வராந்தாவிலும் கிடந்து தூங்கினார்கள்.

ராபரி செல்லையன் அதிகாலையில் எழுந்து சிறைச்சாலையின் பின்வாசலைத் திறந்து, நீர் தெளித்து, சாணி மெழுகி, கோலம் போட்டு, கோலத்தின் மீது ஒரு பிடி சாணி பிடித்து பிள்ளையார் செய்து அதன் மீது அலங்காரமாக ஒரு அரளிப்பூவையும் வைத்து விட்டு சமையலுக்கு ஆயத்தமானார்.

முன்வாசல் தட்டப்படும் சத்தம் கேட்டு எழுந்த வார்டன் அங்கு போய்ப் பார்த்தார். அங்கு ஒரு போலீஸ்காரரும், கோலப்பனின் மைத்துனன் சின்னமணியும் நின்றார்கள். பாம்படம் விற்ற கோயிந்தனை, அடகுக்கடை நாகமணியின் வில்வண்டியோடு சேர்த்து கைப்பற்றி விட்டதாகவும், கோலப்பனைப் பிணையிலிருந்து விடுவிக்க வந்திருப்பதாவும் சொன்னார்கள். மேலும் கோயிந்தன் மீதான புகாரை நாகமணி பின்வாங்கி விட்டதாகவும், அந்தப் பாம்படங்கள் உண்மையான தங்கம்தான் என்றும், இருட்டில் அதைக் கவனிக்கத் தவறிவிட்டதாகவும் முன்னுக்குப் பின் முரணாக ஒரு தகவலைச் சொன்னார்கள்.

கோலப்பன் குற்றுயிரும், குலையுயிருமாகக் கிடந்தார். கைத்தாங்கலாகக் கூட்டி வந்தார்கள். கோலப்பன் விடுதலையாவதைக் கண்டு செவலை கதறியழுதான். ‘ஒரேயொரு நாள்தான் பழக்கம் என்றாலும் கோலப்பன் தன்னுடைய ஜீவனோடு ஒன்றிப் போனதாகத் தெரிவித்தான். செவலை அடிக்கடி வெளியில் வருபவனாதலால் கோலப்பனைச் சந்திக்க வாய்ப்பிருப்பதாக சிறைவாசிகள் ஆறுதல் கூறியும் அவனது கதறல் நிற்கவில்லை. வார்டன் கையமர்த்தினார்.

“போட்டுடே! போயிட்டுத் திரும்ப வருவாரு! எங்க போயிரப் போறாரு?”

இதைக்கேட்ட கோலப்பன் அதிர்ச்சியில் திரும்பி வார்டனைப் பார்த்தார். அவரது பார்வையில் எந்த உள்நோக்கமும் இல்லையென

வார்டன் நம்பினார். கோலப்பனின் தவக்கோலத்தைக் கண்டதும் அதிர்ந்த சின்னமணி கொதித்து விட்டான்.,

“எத்தான்! ஓம்ம உள்ளாற வச்சி அடிச்சானுவளாவோய் இந்தத் தாயோளிவுள்ளையோ!”

வார்டன் சின்னமணியிடம் ‘தாங்கள் யாரும் கோலப்பனை அடிக்கவில்லை என்றும் அவர் தன்னைத் தானே அடித்துக் கொண்டு, தங்களையும் வெளுத்தார்’ என்றும் கூறி முந்தின நாள் இரவு கோலப்பன் நடத்திய எட்டாம் கொடை குறித்தும் சிறு குறிப்புகள் வரைந்தார்.

அதிர்ச்சியில் நின்ற சின்னமணி திரும்பி தன்னுடைய மச்சான் கோலப்பனைப் பார்த்து,

“சாராயங் குடிச்சீறா? அப்பந் தொடுவட்டி ஆசாங்கிட்டத்தான் போவணுமா?” என்றான்.

கோலப்பன் தாள முடியாத துக்கத்தில் சின்னமணியிடம் கேட்டார்.

“எங்கம்மய எரிச்சிட்டேளாடே மச்சினா?”

சின்னமணி கடும்கோபத்தில், “யாரு? ஒங்கம்மயவா? எரிக்கவா? அவ இந்த ஊரையே எரிச்சிட்டுத்தான் ஓய் போவா! செவத்துப் பெயலவோளி!” என்று அந்தக் கதையை வழிநெடுகிலும் சொல்ல ஆரம்பித்தான்.

போலீஸ் வந்து கோலப்பனை அழைத்துச் சென்றவுடன், கோலப்பனின் மனைவி லெட்சுமி தன் மாமியாரின் இறுதிக் காரிய பணிகளில் மும்முரமாக ஈடுபட ஆரம்பித்திருக்கிறாள். வீட்டின் முன்வாசலில் பச்சை தென்னைமட்டை போட ஆரம்பித்து, எட்டு திசையிலும் வாழும் சொந்தக்காரர்களுக்கு துஷ்டி சொல்ல ஆளனுப்பி, தேர்ப்பாடை கட்டினால் செலவாகும் என்றும், ‘இந்த பரதேசி நாய்க்கி அது ஒண்ணுதான் குறைச்சல்’ என்றும் மூங்கில் பாடை கட்ட ஆள் வரவழைத்து... என்று வீடு அல்லோலகல்லோலப்பட்டது.

சொந்தக்காரர்கள் நிறைய பேர் வீட்டின் முன் குவியத் தொடங்கியிருக்கிறார்கள். கிழவியின் பூத உடலைக் குளிப்பாட்டுவதற்காக வீட்டின் பின்பக்கம் கொண்டு சென்று கிடத்த குத்துக்கல் மாதிரி கிடந்த கிழவியைப் பார்த்ததும் லெட்சுமிக்குக் கோபம் பொத்துக் கொண்டு வந்தது.

"பலவட்டற முண்ட! என்னா பாடு படுத்துனா? இப்போ கெடக்க கெடையப் பாத்தேளா? பொந்துக்க கெடக்க அவையாங் கணக்கா! ஒனக்கெல்லாம் நரகந்தாம்ட்டி!"

என்று சொல்ல சுற்றி நின்ற சொந்தக்காரப் பெண்கள் சிரித்தார்கள்.

"சரி! சரி! தண்ணியக் கொண்டா! ஊத்தி செவத்தக் கழுவுவோம்... நேரமாக ஆக வாடை எடுக்கு!" என்றாள் லெட்சுமியின் தங்கை பரிமளம்.

அதற்கு லெட்சுமி, "வாடை எடுக்கத்தானே செய்யும்! கடைசியா போன பொங்கலன்னிக்கிக் குளிச்சது! பீட முண்ட! இந்தா புடி! தண்ணிய மூஞ்சில ஊத்து!" என்று சொல்லியவாறே பரிமளத்திடம் ஒரு குடம் தண்ணீரைக் கொடுத்து ஊற்றச் சொல்ல, அவளும் ஊற்ற அப்போதுதான் அது நடந்தது. தண்ணீர் முகத்தில் பட்டதும், உறக்கத்திலிருந்து திடுக்கிட்டு எழுந்தவளைப் போல பத்திரகாளிக் கிழவியின் பிணம் துள்ளிக் குதித்து எழுந்தது.

"புர்ர்ர்ரர்ர்ர்..." என்ற சத்தத்தோடு எழுந்த கிழவி கத்தினாள்,

"எவட்டி எம்மூஞ்சில தண்ணிய ஊத்துனது? போக்கிரி முண்டையளா!"

இதைச் சற்றும் எதிர்பார்த்திராத பரிமளமும், லெட்சுமியும் ஏனைய பெண்களும் வெடித்துத் தெறித்தார்கள். லெட்சுமி நீரற்ற தண்ணீர்த் தொட்டியில் விழுந்ததால் வலது கால் சடக்கென்ற சத்தத்தோடு முறிந்தது. பரிமளம் உரக்கிடங்கில் விழுந்ததால் சாணிக் குளியல் மேற்கொண்டாள். மற்ற பெண்களுக்கு ஆங்காங்கே அடி!

'கிழவிக்கு நாசி வழியாக வெளியே போன காற்று எப்படி மறுபடியும் அவளது உடலுக்குள் புகுந்து மூலம் வழியாக வெளியேறியது?' என்ற குழப்பத்திலும், கால் முறிந்த வலியிலும் லட்சுமி மயக்கமடைந்தாள். 'உடல் முழுக்க சாணியோடு எப்படி வெளியே தலைகாட்டுவது?' என்ற அச்சத்தில் பரிமளம் குளியலறைக்குள் போனாள்.

கிழவி கோபத்தில் எழுந்து வீட்டு முன்வாசலுக்கு வந்தாள். புழக்கடையில் நிகழ்ந்த ரகளை புரியாத மக்கள் கிழவியை வாசலில் கண்டதும் எழுந்து ஓட ஆயத்தமானார்கள்.

"யம்மா பிரேதம் நடந்து வருகு!"

கிழவி அவர்களை நோக்கி, "என்னது பிரேதமா? என்ன மயித்துக்கு வீட்டுக்கு முன்னால கூட்டம் போட்ருக்கீய? இங்க என்ன நாட்டியமா ஆடுகா? அவரவர் வீடுகளுக்குப் போங்களாம்ட்டியளா!"

சின்னமணி வந்து கேட்டான், "எத்தே! நீ சாவல்லியா?"

அதற்குக் கிழவி கோபத்தில், "நா என்ன பூளலுக்கு சாவணும்? ஒங்கம்மய சாவச் சொல்லு! நல்ல நாக்க நீட்டி நீட்டி கவளம் போட்டுகிட்டு, ஏணி மாதிரி லாத்திகிட்டு கெடக்கால்லா! அவட்ட போயி சாவச் சொல்லுலே செவத்து செத்த பெயல!"

சின்னமணிக்கு மயக்கம் வராத குறை. கிழவி சொன்னாள்,

"நாந் தூங்கீட்டுக் கெடந்தனா? இந்த வடச்சட்டி பெயலுக்கு பெறந்தய எங்காதுல கெடந்த பாம்படத்த தூக்கிட்டுப் போயிட்டாம்... எம்புருசம் போட்ட பாம்படம் போச்சே'ன்னு லேசா சாஞ்சேன்... அப்போ ரெண்டு தாடிக்காரப் பெயலுவ வந்து என்னையத் தூக்கீட்டு போனானுவ! நல்ல உமியடுப்புல தீய வச்ச மாதிரி எங்கள சுத்தி ஒரே பொக மண்டலமா கெடந்து! ரொம்ப தூரம் போனவொடன ஒரு எடத்துல அங்க ஒரு தாடிக்காரன் பெரிய தாடி வச்சிட்டு வெள்ள மூடாக்க மூடிகிட்டு ஒக்காந்துருந்தான். என்னயக் கண்டதுதான் தாமசம்! இவ இங்க சொகப் பட மாட்டா! இதையெல்லாம் இங்கன வச்சி மேய்க்க முடியாது! கொண்டோயி வுட்டுட்டு வந்துருங்க"ன்னு சொல்லிட்டான்.

"மறுபடியும் அந்த ரெண்டு தடிப்பெயலுவளும் சேந்து என்னய சவுட்டித் தள்ளிப்புட்டானுவ! எங்கயோ ஒயரத்துல இருந்து கீழ உழுந்த மாறி இருந்து! இங்க வந்து பாத்தா இந்தப் பாண்ட முண்டையளூவ எல்லாஞ் சேந்து என்னையக் கொண்டு போயி பொழக்கடையில் போட்டு, மோறையில தண்ணிய வீசுகாளுவோ! இருங்கட்டீயளா... ஒருநாளூ இல்ல ஒருநாளூ ஒங்களுக்கு திருநாளூ கழிக்கியனா இல்லியான்னு நா ஒண்ணு பாக்கட்டும்!" என்று சூளுரைத்தாள்.

உள்ளே நுழைந்த கொஞ்சம் பேர் தண்ணீர்த் தொட்டிக்குள் கிடந்த லெட்சுமியைத் தூக்கிக் கொண்டு தெரிசனங்கோப்பு வைத்தியரிடம் சென்றார்கள். குளியலறையில் இருந்து வெளியே வந்த பரிமளம் பின்வாசல் வழியாக கிழவியின் கண்ணில் படாமல் வெளியேறினாள்.

சின்னமணி சொன்ன கதையைக் கேட்ட கோலப்பனுக்குத் தலை சுற்றியது.

"என்னாது? எங்கம்ம இன்னுஞ் சாவலியா? இனியிம் எத்தன நாளைக்கித்தான் உயிரோட கெடந்து நம்ம சீவன வாங்கப் போறாளோ தெரியலையே இறைவா?" என்று சலித்துக் கொண்டார்.

நாகமணி வீட்டில் கதை வேறாக இருந்தது. தன்னுடைய மனையாள் சிவகாமியிடம் ஊமைக்குத்துக்களைப் பெற்றுக் கொண்ட நாகமணி, நடுவீட்டில் நாகம் வேறு, மணி வேறாக தனித்தனியாய்க் கிடந்தார்.

அவரது முன்பாக வீற்றிருந்த உலக்கையானது நாகமணியின் வலிக்குச் சாட்சியாகக் கிடந்தது. நாகமணிக்கு துக்கம் கடலளவு எழுந்தது. சிவகாமி தன்னுடைய பிறந்தகத்துக்குப் போவதற்குத் தயாரானாள். வில்வண்டி வேறு பணகுடியிலிருந்து வந்து கொண்டிருந்ததால் அவள் நடந்தே செல்ல வேண்டிய கட்டாயம் ஏற்பட்டது. நாகமணி அவளிடம் சொன்னார்,

"எளா! ரொம்பத் துருசப்படாத! நாஞ்சொல்லுகத செத்த கேளாம்ளா! வண்டி வரட்டு... நாங்கொண்டோயி உடுகேன்... நடந்தா காலு ரெண்டும் புண்ணாயிரும்... நீ பொறுத்துகிட மாட்ட! நோவும்லாட்டி!"

அதற்கு சிவகாமி, "நா ஒரு மயிரும் ஒம்ம கூட வரமாட்டேன்! ஒலகத்துல இல்லாத அடுப்பு'ன்னு அந்த கலியாணி வூட்டுக்கு கெழங்கவிக்க போனீருல்லா? அவள ஏத்திக்கிட்டு போவும்! நா எங்கம்ம ஊட்டுக்குப் போறேன்!" என்று கூப்பாடு போட்டாள்.

நாகமணியின் மனம் குமைந்தது. நினைவுகள் ஒருநாளைக்கு முன்பு சென்றன. மனைவி சிவகாமியிடம் அடகு பிடிக்க வள்ளியூருக்குப் போவதாகச் சொல்லிவிட்டு கிளம்பிய நாகமணியிடம் சிவகாமி,

"நீங்க மாத்தரமா போறீய? வண்டிக்கார சங்கரன் வரலையா?" என்று கேட்டதற்கு நாகமணி இவ்வாறு பதிலுரைத்தார்.

"அவம் வழில வந்து ஏறிக்கிடுவாம்ளா! நாளைக்கித்தான் திரும்பி வருவேன்!"

அதற்கு சிவகாமி, "இந்த அரையிருட்டு சாயந்திரத்துல என்ன பிரயாணமோ? அடவு புடிக்க ராத்திரில யாரு வள்ளியூருக்கு வாறா?" என்று ஒரு சந்தேகமான கேள்வியை முன்வைத்தாள்.

அதற்கு நாகமணி, "அதையெல்லா நீ யாம்ட்டி கெடந்து நோண்டிட்டு கெடக்க? சோலி மயித்தப் பாப்பியா? வளவள'ங்காம கதவச் சாத்தீட்டு போயி படு! கருக்கல்ல அலையிற பேயிபிசாசுகள் ஒன்னியக்கண்டு பயந்துரப்போகு!" என்றவாறே வண்டியைத் தட்டினார்.

வண்டி தெரிசனங்கோப்பு தாண்டியது. நாகமணிக்கு வண்டியோட்டும் சங்கரன் வரவில்லை, மாறாக பரசுராமன் வழியில் நின்று கொண்டிருந்தான்.

"டுர்ர்! ஹாவ்! ஹாவ்!" என்றவாறே நாகமணி காளைகளுக்கு பிரேக் போட்டு வில்வண்டியை ஓரங்கட்டினார்.

"எலேய் பரசு! நீ வந்தது யாருக்குந் தெரியாதுல்லாடே! ரொம்ப காரியமான வேலயாங்கும்! அதான் ஒன்னய விளிச்சி வருத்துனெம் பாத்துக்கா! சங்கதி வெளிய போவப்புடாது என்னா!" என்று பரசுராமனிடம் வேதம் ஓதினார் நாகமணி.

நாகமணியைப் பின்னுக்கு அனுப்பிவிட்டு பரசு வண்டியில் ஏறி "டுர்ர்... ஹை... ஹை...இஞ்சாளக் காளே!" என்று காளைகளைத் தட்டி வண்டியை முடுக்கினான். வண்டி வழியில் எங்கும் நிற்கவில்லை. ஈசாந்திமங்கலம் அருகே இருந்த உற்சாக பானக் கடையில் வண்டியை ஒதுக்கச் சொன்ன நாகமணி அங்கு மூன்று குப்பிகளை வாங்கிக் கொண்டார். பரசு நாகமணியிடம் கேட்டான்,

"எண்ணே! மூணு குப்பி யாருக்கு?"

அதற்கு நாகமணி, "மூணும் ஒனக்குத்தாம்டே! இன்னிக்கி நீ இதுலயே குளிக்கப் போற!"

வியப்பும், சந்தேகமுமாக பரசு கேட்டான். "எனக்கெதுக்கு மூணண்ணம்? ஒண்ணு போறாதா?"

நாகமணி அதற்கு, "சும்மா குடியாம்ல! எனக்கு ஒரு காரியம் தோணிட்டா அத ஒடனே சாதிச்சிரணும்டே! இல்லைன்னா எனக்குத் தூக்கஞ் செல்லாது! நீ நரிக்காட்டு தோப்புல வண்டிய நிப்பாட்டிட்டு, காளையள அவுத்து மரத்துல கெட்டிட்டு குப்பிய தொறந்து குடிச்சீட்டு, கெணத்து முறியில படுத்துக்கா! நாம்போயி கலியாணி வூட்டுல தேங்காக் கணக்கு பாத்துட்டு வந்தவொடனே நம்ம ரெண்டுவேருஞ் சேந்து வள்ளியூருக்கு போவலாம்!" என்றார்.

அதற்கு பரசு, "அப்ப வண்டிய யாரு ஓட்டுவா?"

நாகமணி, "அதெல்லாம் நா ஓட்டுவம்டே! எப்புடியும் எல்லாத் தேங்காயும் எண்ணி முடிக்க வெள்ளனயாயிரும்! கெழக்கு வெளுத்தவொடந்தானே நாம வண்டிய கட்டிரலாம்! நாம்பாக்காத வண்டியாடே பரசுராமா?"

பரசுவுக்குப் புரிந்து போனது. 'தாயளி! கத்திக்கி சாண புடிக்க கலியாணிக்கிட்ட போறான்! எத்தன தேங்கா எண்ணியிருப்பேன்? தைய்ளிமொவன எங்கிட்டயே கத அளக்கியா?'

பரசுராமன் வண்டியை எடுத்துப் போகாமலிருக்க வண்டியிலுள்ள அச்சாணியைக் கழற்றிக் கையில் வைத்துக் கொண்டே, காத்து கருப்பு அண்டாமலிருக்க அதிலிருந்த வண்டி மையை நெற்றியில் திலகமிட்டுக் கொண்டு நாகமணி விடைபெற்றார். தோப்புக்குள்ளிருந்து வயல்வெளி வழியாக இறங்கி நடந்து கொண்டே கல்யாணி வீட்டில் தான் உண்ணப்போகும் விருந்து குறித்த அவரது வர்ணக் கனவுகள் அசாத்தியமாயிருந்தன.

அந்த இருட்டில் தன்னுடைய பாட்டியின் பாம்படத்தை பல்படாமல் கழற்றிக் கொண்டு வந்த வடச்சட்டி கோயிந்தன் தூரத்தில் ஒரு உருவம் வருவதைக் கண்டு பின்வாங்கி வாய்க்கால் வரப்பில் ஏறி நடக்கத் துவங்கினான். கரையில் ஏறி சற்று கண்ணயர்ந்தவன் ஆற்றின் கரையில் ஒரு குட்டித் தூக்கம் போட்டான்.

இரவு ஒரு பன்னிரெண்டு மணி இருக்கும். தூரத்தில் இருந்து ஒரு பாடல் சத்தம் ஒன்று ஒலித்து கோயிந்தன் துயில் கலைந்தான். பாட்டு அந்த நள்ளிரவில் சன்னமான குரலில் ஒலித்தது.

"எழ்ன்ன்னுடழ் தனிழொரு ஈஈஈ மொய்ழ்த்த போழ்து ங்கள்ள்ள்... (என்னுடல்தனிலொரு ஈ மொய்த்தபோதுங்கள்)

கண்ணிழ் முழ் தைத்தாழ் போழ் துழித்து (கண்ணில் முள் தைத்தாற்போல் துடித்து)

உண் உடழ் நோய் கண்டிழவோடு பகழும் (உன் உடல் நோய் கண்டு இரவோடு பகலும்)

கண்ணுழங்காது உடழிளைத்தும், இன்னமுதூட்டி, இன்பத்தாழாட்டி (கண்ணுறங்காது உடல் இளைத்தும், இன்னமுதூட்டி, இன்பத்தாலாட்டி)

கண்ட்ரோழி கலியா...ஆணி, தேங்கா உரிக்கவந்த நாகமணி தாயோ... ழீ...

தோப்புக்குள் காத்துக்கிடந்த நானொரு பள்ள்ளரோழி... ழ்ழ்ழ்ழ்ழ்...”

சடாரென தடம் புரண்ட எம்.கே.தியாராஜ பாகவதர் கோயிந்தனை உலுக்கிப் போட்டார்.

‘அட! நம்ம பரசுக்க சத்தம் மாறில்லா இருக்கி?’

என்று கோயிந்தன் எழுந்து தடதட’வென தோப்புக்குள் ஓடினான். “பரசு! நீ எங்கடே இந்தப் பக்கம்? அதுவும் இந்த நேரத்துல?”

மூன்று காலிக் குப்பிகள் சூழ அரையிருட்டில் கிடந்த பரசு சொன்னான்,

“இந்த கலியாணி வீடு இருக்குள்ளா?”

“ஆமா இருக்கு!”

“நம்ம நாவுமுணியண்ணம் இருக்காம்லா? நாவமணி கெடந்தவன்!”

“ஆமா! சொல்லு! அடவு நாகமணியண்ணன்? அவுனுக்கென்ன கொள்ளை?”

“ஆங்... அந்த கூயாங்கன் கலியாணிக்க தேங்காய எண்ணப் போயிருக்காம்டே!”

கோயிந்தனுக்கு புரிந்து போனது.

‘ஆகா! கையில சக்கரம் சிக்கிட்டு... நாகமணி! பணத்த எண்ணி வையி!’

என்று எண்ணியவாறே பரசுராமனிடம், “எண்ணே! பரசண்ணே! நீ மாடு ரெண்டையும் வண்டீல பூட்டி வைய்யி! நா இந்தா வாரேன்...” என்று சொல்ல அதற்குப் பரசுராமன், “அந்தத் தாயளி வண்டிக்க அச்சாணிய உருவி கையோட கொண்டு போயிருக்காம்டே! அதையும் தழ்ழிட்டு வந்துளூ!” எனவும், “ஆஞ் செரி!” என்று சொல்லியவாறே கோயிந்தன் வயலுக்குள் இறங்கி ஓடி நேராக கல்யாணி வீட்டை அடைந்து கதவைத் தட்டினான்.

மெல்லிய குரலில், “எண்ணே! நாகமணியண்ணே!”

இந்த சன்னமான குரலானது கல்யாணியின் மஞ்சத்தில் கவிழ்ந்து கிடந்த நாகமணியின் காதைத் தீண்டி அச்சத்தில் ஆழ்த்தியது.

‘யாருடே இந்த நேரத்துல? எழவுடுப்பானுவோ! நா இங்க வந்தத எவனோ மோப்பம் புடிச்சிட்டானே?’

கல்யாணி வாரிச் சுருட்டிக் கொண்டு எழுந்தாள். படமெடுக்கும் நாகப்பாம்புகள் இரையெடுக்கக் கிளம்பும் அந்த நடுநிசியில் நாகம் சுருங்கிய நாகமணி கதவருகே ஓடிவந்தார். மணி ஒண்ணடித்தது. கதவைத் திறக்காமலே கேட்டார்.

“யாருடே நீ?”

“நாந்தாம்ணே வடச்சட்டி! இந்தப் பாம்படத்த வச்சிக்கிட்டு கொஞ்சம் சக்கரம் வேணும்! ரொம்ப துருசமா ஒரு எடத்துக்குப் போவணும்! சக்கரத்த எடுத்துட்டு வா வெளிய நிக்கேன்...”

நாகமணி திகைத்தார். ‘நாம இங்க வந்தது இந்த ஓந்தானுக்கு எப்புடித் தெரியும்? பைசா வேற கேக்கானே? இப்ப என்ன செய்யதுக்கு? வேற வழியில்ல! பைசாவ குடுத்துருவோம்!’ என்றெண்ணி பாம்படத்தை வாங்கிக் கொண்டு, பணத்தை எண்ணியும், எண்ணாமலும் எடுத்துக் கொடுத்தார். கிடைத்தவரைக்கும் லாபமென்று, கோயிந்தன் பணத்தை வாங்கி விட்டு, வாசல் நடையில் இருந்த அச்சாணியை எடுத்துக் கொண்டு தெறித்தான். கோயிந்தனும், பரசுராமனும் வில்வண்டியை எடுத்துக் கொண்டு பணக்குடி நோக்கி பயணப்பட்டார்கள்.

பாதி பூஜையில் வடைச்சட்டி கோயிந்தன் புகுந்ததாலும், கல்யாணி வீட்டு கூரையில் அமர்ந்து ஓடுகளைப் பிரித்த அண்டைவீட்டு அசோகன் ஓடு உடைந்து வீட்டுக்குள் தலைகுப்புற விழுந்ததாலும் நாகமணி அங்கிருந்து ஓட்டம் பிடித்தார்.

நெற்றியில் வண்டி மையோடும், நெஞ்சில் கல்யாணியின் குங்குமத்தோடும் உடம்பில் சட்டையில்லாமல், கையில் ஒரு ஜோடி பாம்படத்தோடு இருட்டுக்குள் ஓடிக் கொண்டிருந்த நாகமணியை இரவு ரோந்துப் போலீஸ்காரர்கள் பிடித்தார்கள்.

“எங்கலே கன்னக்கோல் வச்சிக்கிட்டு ஓடுக? இது என்னல நெஞ்சில ரெத்தம்? கொலதானே பண்ணிட்டு வார?” என்றவாறே அமுக்கினார்கள். நாகமணி காவல் நிலையத்துக்குக் கொண்டு வரப்பட்டார். விடிந்து விட்டது.

‘அது ஒரு பித்தளைப் பாம்படம்’ என்பதைக் கண்டுபிடித்த போலீசார் விஷயத்தைச் சொன்னதும் அதிர்ச்சியடைந்த நாகமணி கல்யாணி மீது தனக்கிருந்த மையல் இப்படி ஒரு சிக்கலில் மாட்டி

விட்டுவிட்டதாகவும் நடந்த கதையைப் போலீசாரிடம் சொல்லி தன்னை மன்னித்து விட்டுவிடுமாறும், தன்னை ஏமாற்றிய கோயிந்தன் மீது திருட்டு வழக்கு பதியுமாறும் கேட்டுக் கொண்டார். அதன்பின்னான 'கோலப்பனின் கைது, கோயிந்தனை வலைவீசித் தேடல்' என்று அன்றையநாள் ஏற்கனவே காவல்துறையை முழுவதுமாக ஆக்கிரமித்திருந்தது.

காவல் நிலையத்திலிருந்து புறப்பட்டு இருட்டுக்குள் வண்டிமாட்டைத் தேடி தோப்புக்குள் சென்ற நாகமணியை மூன்று காலி சாராயக் குப்பிகள் வரவேற்றன. மீண்டும் காவல் நிலையத்துக்கு வந்து 'வண்டியையும், மாடுகளையும், சாரதி பரசுராமனையும் காணவில்லை' என்று எழுதிக் கொடுத்தார்.

மேலும் "வண்டியில்லாமல் தான் வீட்டுக்குச் செல்ல முடியாது என்றும், இந்த விஷயம் ஊருக்குள் கசிந்து தன்னுடைய மனைவிக்குத் தெரிந்தால் தன்னுடைய கதை முடிந்துபோகும்" என்று சொல்லி "கோயிந்தன் மீதான புகாரை வாபஸ் வாங்குவதாகச் சொல்லி விட்டு அன்றிரவு காவல் நிலையத்திலேயே தஞ்சம் புகுந்தார். போலீசாரும் அவரது நிலைமையைக் கருத்தில் கொண்டு அனுமதித்தனர்.

ஆனால் விதியானது ஒரு மதயானையைப் போலத் துரத்தித் துரத்தி மிதித்தது அறியாமல் நாகமணி கைதிகளின் அறையில் சயனம் கொண்டிருந்தார். கனவெல்லாம் கல்யாணியும், காணாமல் போன காளைகளும், வண்டியும், பாம்படமும் வந்து போனார்கள்.

நாகமணி எழுந்து வில்வண்டியைத் தேடப்போன சமயத்தில் பாம்படங்களை மறந்து விட்டுப் போகவே தலைமைக் காவலர் பணிமுடிந்து வீட்டுக்குப் போகவிருந்த ஒரு போலீஸ்காரரிடம் அந்தப் பாம்படங்களை நாகமணி வீட்டில் கொடுத்துவிட்டு போகச் சொன்னார். தலைமைக்காவலரும் வீட்டிற்குப் போய்விட்டார்.

அந்தப் போலீஸ்காரரும் நேராக நாகமணி வீட்டுக்குச் சென்று அவரது மனைவி சிவகாமியிடம், 'நாகமணி கல்யாணி வீட்டில் அடகு பிடித்த கதையையும், பித்தளைப் பாம்படங்கள் குறித்த பாவனைகளையும்' எடுத்துரைத்தார். மேலும் 'இந்த விஷயம் ஊருக்குள் தெரியாமல் குடும்ப மானம் காக்குமாறு நாகமணி வேண்டுகோள் விடுத்த கதையையும்' தெரிவித்துவிட்டுப் போனார். கிளம்பும்போது இன்னொரு முக்கியமான சந்தேகத்தை

அவர் கேட்டதுதான் நாகமணியின் குடும்ப எதிர்காலத்திற்கு வெடிவைப்பதாய் அமைந்தது.

"ஏம்மா! வூட்டுல கஞ்சி வச்சா, நாய் ஏன் வெளிய போய் ஊரான் சட்டிய நக்கப் போவுகு? நெல்லு ஏத்துக குதிரு கணக்கா இருக்குற பொம்பளையளே இப்புடித்தான்... நல்லா எரையெடுத்துக்கிட்டு வீடு பூரா உருண்டா இப்புடித்தான் உருண்டையா இருக்கும்... என்ன புள்ளையோ? பாத்து பந்தஸ்தா இருந்துக்காம்மா!" என்று சலித்துக் கொண்டே வெளியேறினார். வீட்டுக்குள் சிவகாமி வெறியேறினாள். பத்திரகாளிக் கிழவியின் பாம்படம் சிவகாமியின் கைகளில் இருந்தது.

கண்டுபிடிக்கப்பட்ட வில்வண்டியைக் காவலர் ஒருவர் ஓட்டிவர போதை தெளியாமல் கோவிந்தனும், விறைப்பைகளில் எத்துவாங்கி விறைத்த நிலையில் மயக்கம் தெளியாமல் கிடந்த பரசுவும் வண்டியில் தூங்கிக் கொண்டிருந்தார்கள். காலையிலும் கூட வில்வண்டி காவல்நிலையத்துக்கு வராமல் நேராக நாகமணி வீட்டின் முன்போய் நின்றது. விஷயமறிந்த நாகமணி நொந்து போனார். அதற்குப் பின் நடந்த கதைதான் மேற்கூறிய உலக்கைக் காண்டம்.

வீட்டின் திண்ணையில் காதுகளில் ஆபரணங்கள் இல்லாமல் மூழியாக அமர்ந்திருந்த தன் தாய் பத்திரகாளியைக் கண்ட கோலப்பனுக்கு ஆத்திரம் முட்டியது. கோலப்பனைக் கண்டதும் கிழவி சொன்னாள்.

"பாத்தியா மக்கா! இந்த கோயிந்தம்பெய செஞ்ச வேலய? ஓங்கப்பேன் எனக்கு வாங்கிப் போட்ட பாம்படத்தக் களவாண்டுருக்கான்..."

அதேநேரம், சிவகாமியிடமிருந்து பெற்றுக்கொண்ட பாம்படங்களோடு நடந்து வந்த கோயிந்தன் கதறினான்.

"ஏ செத்த கெழவி! ஒன்னய நம்பி கழத்திட்டுப் போனேனே? என்னய சொல்லணும்! எவ்வளவு கேவலப் பட்டுட்டேந் தெரியுமா? பித்தள மயிரப் போட்டுகிட்டுத்தான் இத்தன நாளும் வெண்ணிகிட்டு கெடந்தியா? எரப்பாளிப் பெய மொவள! த்தூ!"

கோலப்பன் சுமைதாங்கியைப் போலக் கல்லானார்.

'ஜெயிலுக்குள்ள கெடந்து கேவலப் பட்டது நான்! நல்ல கூம்பு முட்ட குடிச்சீட்டு வந்து நாயி சவடால் உடுகு!'

'தன்னுடைய பாம்படம் பவுனல்ல! பித்தளை!' என்பதைக் கேட்ட கிழவி மீண்டும் மயங்கினாள். அவளது ஆன்மா அவளின் கணவன் இருக்குமிடத்தை நோக்கிப் பயணித்தது. 'தன்னுடைய பாம்படத்தைப் பேரன் கழற்றினான்' என்பதை விடவும் 'தான் இத்தனை நாளும் அணிந்திருந்தது ஒரு பித்தளைப் பாம்படம்' என்பதை அவளால் ஜீரணிக்கவே முடியவில்லை. கடைசியாக அவளிடம் ஒரே ஒரு கேள்விதான் மிச்சமிருந்தது...

'தன் கணவன் தனக்குப் போட்ட பவுன் பாம்படம் எப்படி பித்தளையானது?'

பத்திரகாளி கிழவியின் பாம்படத்தைப் போன்ற இன்னொரு பாம்படமானது, அண்டியூரின் கிழக்கே இருபது ஃபர்லாங் தொலைவில் இருந்த அடையாமடை கிராமத்தில் கோலப்பனின் உருவத்தையொத்த முனியாண்டியின் தாய் தெய்வத்தம்மாளின் காதுகளில் கிடந்தது. அது அசல் தங்கம். அவளது ட்ரெங்குப் பெட்டிக்குள் இருந்த ஒரு புகைப்படத்தில் பதினைந்து பற்கள் தெரிய சிரித்துக் கொண்டிருந்தார் கோலப்பனின் தந்தை தெய்வத்திரு. வெங்கடாசலம்.

கோலப்பனைப் போலவே உருவத்தில் முனியாண்டியை வார்த்தெடுத்த வெங்கடாசலத்தால் பாம்படத்தை ஒன்று தங்கத்திலும், இன்னொன்றை பித்தளையாலும் மட்டுமே வார்க்க முடிந்தது.

'பவுன் பாம்படங்கள் எப்போதுமே பட்டுப்போவதில்லை! அவை இந்த உலகின் ஏதாவது ஒரு ஜோடிக் காதுகளில் பட்டொளி வீசியபடியே தொங்கிக் கொண்டுதானிருக்கின்றன...'

3

காளிநாதனின் பரலோகப் பாதயாத்திரை

‘சுயமருத்துவம் ஆபத்தானது’ என்று மருத்துவர்கள்தம் நரம்பு புடைக்கக் கத்தினாலும், அதைச் செவிமடுக்க யாரும் முன்வருவதில்லை. உடலுக்கு ஏதாவது அசுகம் என்றால் தாங்களாகவே ஏதாவது ஒரு இயற்கை நிவாரணியையோ, அல்லது ரசாயன மாற்றையோ உபயோகித்து, எமதர்மராசாவின் இல்லத்து வாசல் வரைக்கும் போய் எட்டிப் பார்த்து விட்டு திரும்பி மருத்துவமனையில் வந்து சேர்வார்கள். சின்ன வயிற்று வலிக்கு பின்னக்காய் பறித்துவரப் போய், காசரளிக் காயைத் தின்றுவிட்டு வாயைப் பிளந்த ‘கடுமுடுக்கிப் பயல்கள்’ பலபேர் வரலாற்றில் உண்டு.

ஆனால் இந்தக் காரியங்கள் அனைத்தும் உற்சாகபான விஷயத்தில் வித்தியாசப்பட்டு விடும் அதிசயம்தான் வியப்புக்குரியது. உற்சாக பானங்கள் சிலசமயங்களில் உயிரைக் காப்பாற்றிவிடுகிற வல்லமை பெற்றவை. அது ஒரு வலி நிவாரணி. பெரும்பாலும் மனதுக்கும், சொற்ப சமயங்களில் உடலுக்கும் ஆறுதலாய் அமைந்துவிடும் குணமுடையது.

அக்காலத்தில் பயில்வான் ஒருவர் வாழ்ந்து வந்தார். நன்கு வளர்ந்த கமுகு மரத்துடைய உச்சிப் பகுதியின் பருமன் கொண்ட தேகம், பாகவதர் போன்ற சிகையோடு வலம் வருவார். நன்றாக கண்ணைத் திறந்து அவரை உற்றுப் பார்த்துவிட்டு, கண்களை மூடி விட்டால் பளிங்குத் தரைகளை கழுவி சுத்தம் செய்யும் நீண்ட குச்சியும், துணியும் கொண்ட துடைப்பத்தை உயர்த்திப் பிடித்தால் எப்படி இருக்குமோ அப்படி ஒரு உருவம் தோன்றும். பெயரைப் பார்த்து உருவத்தை எடை போட்டால் உங்கள்

கற்பனைத் திறனில் மண்ணை அள்ளி எறிய வேண்டும். அவரது இயற்பெயர் சுப்பையன்.

அந்தக்கால கட்டத்திலேயே இரண்டாம் வகுப்பு வரை படித்திருந்த சுப்பையா பயில்வான் கல்வி கேள்விகளில் சிறந்து விளங்கினார். நிரந்தரமான வேலைகளை அவர் வெறுத்து வந்தார். உற்சாக பானம் என்பது அவரது ரத்த நாளத்தை சீராக இயக்கும் ஊக்கியாக இருந்தபடியினால் பானம் மட்டுமே அவரது பிரதான உணவாய் அமைந்து போனது. பானமுறாத சமயங்களில் மட்டுமே ஏதாவது வேலைகளுக்குச் செல்வதுண்டு.

அரிதான அந்தக் காலத்தில் ஓட்டுநர் உரிமம் வைத்திருந்த சொற்ப ஓட்டுனர்களில் பயில்வானும் ஒருவர். வடசேரியில் இருந்த ஒரு சாயப்பட்டறையில் டிராக்டர் ஓட்டி வந்தார். அதில் வரும் வருமானம் அவரது வயிற்றை பானம் ஊற்றிக் கழுவப் போதுமானதாகயிருந்தது. சாயத்தண்ணீர் நிறைக்கப்பட்ட பீப்பாய்களை அவரது வண்டி சுமந்து கொண்டு திரியுமாதலால் பயில்வான் தினமும் ஒவ்வொரு நிறத்தில் அலைய வேண்டியதாயிற்று.

'தினமும் ஒரு நிறம்' என்ற முறையில் நீலமாகவும், பச்சையாகவும், சிகப்பாகவும் ஏனைய நிறங்களில் வர்ணமயமாய் வருவார். அவர் வீசும் வார்த்தைகளும் அவ்வண்ணமே சிவப்பாய், பச்சையாய் இருக்கும். அவர் பேசும் பேச்சுக்களைக் கேட்கும்போது, உடல் உறுப்புக்களை மையமாக வைத்து வர்ணித்து மற்றவர்களை வாழ்த்தும் வழக்கம் அவரது காலத்திலிருந்துதான் தொடங்கியிருக்குமோ என்று தோன்றும். அத்தனை 'பூனா மானா சூனா கூனா'க்களைக் கூறி, அதைக் கேட்பவர்களின் காதுகளில் தேனீக்கள் கூடு கட்டுமளவுக்கு தேனூற வைத்துவிடுவார்

கெட்ட வார்த்தைகள் என்பது வெறும் மனித உறுப்புக்களுடைய பெயர்களின் கொச்சை உச்சரிப்பு, எழுத்து வடிவம், மொழிவடிவம் அல்லது ஒலிவடிவத்தைத் தாண்டி அதற்கு ஒரு தெய்வீகத்தன்மை இருப்பதாய்க் கருதினார் பயில்வான். பானமுற்ற சமயங்களில் அவர் பேசும் வார்த்தைகளைக் கேட்டு வானத்திலிருக்கும் கடவுளே காதுகளை மூடிக்கொள்வார்.

டி.எம்.சௌந்தர்ராஜன் தமிழ்த் திரையுலகை ஆட்டி வைத்திருந்த காலகட்டத்தில் தியாகராஜ பாகவதரின் அசாத்தியமான பக்தன் சுப்பையா பயில்வான். ஊருக்குள் கருக்கல் வேளையில் டி.ஆர். பாகவதர் பாடல்கள் ஒலித்தால் பயில்வானது டிராக்டர் வந்து

கொண்டிருக்கிறது என்று அறிந்துகொண்டு இரவில் இரை தேடும் ஆந்தை முதற்கொண்டு வேலையைப் போட்டு விட்டு பொந்துக்குள் வந்து பதுங்கிக் கொள்ளும். அத்தனை குரல் வளம் பயில்வானுக்கு...

வேலையற்ற காலங்களில் பழையாற்றில் மணல் அள்ளுவதன் மூலம் 'வெள்ள'நிவாரணத் தொகை திரட்டப் படுவதுண்டு. இதற்காக பயில்வான் ஓரிருமுறை சிறைசென்ற சென்ற சம்பவங்களும் நடந்தேறின. அதுபோக அவர் சிறை செல்ல முகாந்திரமாக இருந்தது 'பெண்கள் மீதான வன்முறை'.

அவரது மனையாள் செல்லம்மை 'ஒரு இருபுறமும் கருக்குள்ள பட்டயம்'. அவள் மட்டும் வாயைத் திறந்தாளானால் ஏசுநாதர் கூட அவளை எட்டி உதைக்கும் சூழலுக்குத் தள்ளப்பட்டு விடுவார். அப்படி ஒரு நாவன்மை அவளுக்கு. பொழுதுக்கும் அவர்கள் வீட்டிலிருந்து ஊளைச் சத்தம் கேட்கும். பயில்வான் செல்லம்மையைப் போட்டுப் பொளந்து கட்டுவார். அதனால் நிஜத்திலும் சுப்பையன் ஒரு பயில்வானாகவே காட்சியளித்தார். பயில்வான் செல்லம்மையைப் போட்டு வெளுக்கும் போதெல்லாம் மற்ற கணவன்மார்களுக்கு பொறாமை ஏற்படும்.

"எப்புடிடே இவனால மட்டும் முடியி?"

இப்படி ஏங்கிய ஒருவர் தம் மனைவியால், "என்னவே கற்பனைல மெதக்கீரு? அங்க நடக்கற மாறி, கைய கிய்ய நீட்டலாம்'னு மனப்பால் குடிக்கீரோ? பெரட்டிப் புடுவேன் பெரட்டி!" என்று கடுஞ்சொற்களால் எச்சரிக்கப் பட்டார்.

பயில்வானுக்கு தராதரம் தெரியாது. சிறு பிள்ளைகள் தொடங்கி பாங்கிழடுகள் வரை சண்டையிழுப்பார். நிறைய இடங்களில் ஒத்தல் வாங்கி ஒத்தடம் போடும் காரியங்களும் நிகழ்ந்திருந்தது. அப்படித்தான் ஒரு முறை தன் மனைவியைத் தெருவில் வைத்துத் தீயடி அடித்துக் கொண்டிருந்தார் பயில்வான். அவ்வமயம் அவ்வழியாக வந்த ஒரு நிஜ பயில்வான் சண்டையை விலக்க வேண்டியதாயிற்று. நல்ல கட்டுமஸ்தான தேக அமைப்பைக் கொண்ட முருகன் வழக்கில் ஆஜரானார்.

"என்ன சுப்பையண்ணே! தெருவுல போட்டு பொம்பளைய கைய நீட்டிக்கிட்டு?

அதற்கு பயில்வான், "யாம்டே முருகா? கால நீட்டுனா பரவால்லியா?"

"என்னண்ணே! எதுனாலும் வூட்டுக்குள்ள வச்சிக்கிடணும்?"

“ஒங்க வூட்டுல கூட்டீட்டு வந்து அடிக்கட்டா? இது ஒனக்கு தேவையில்லாத விசயம்ப்போ! சோலியள பாத்துட்டு பொறப்டு!” என்றார்.

மீண்டும் முருகன் பயில்வானிடம் சமாதானம் பேசவே அதற்கு பயில்வான்,

“ஒஞ்ச்சோலி மயித்தப் பாத்துக்கிட்டு போல! கோம்பப் புண்டாளுத!” என்றார். அதோடு நில்லாமல் அதற்கு அடுத்ததாக பயில்வான் உதிர்த்த வாக்கியமானது பயில்வானைச் சாக்கடைக்குள் படுக்க வைத்தது. பயில்வான்தம் வாயில் இரண்டு குத்துக்களும், ஒரு கையைத் தூக்கி கம்பக்கூட்டில் ஒரு இடியும், பிருஷ்டத்தில் ஒரு எத்தும் வாங்கியதில் சாக்கடைக்குள் ஒரு உயிருள்ள சடலமாகக் கிடந்தார். இடது அக்குளின் அருகில் இருதயம் வீற்றிருந்ததால் அந்த மூன்றாவது இடி சுப்பையனுக்கு ஒரு பேரதிர்ச்சியை ஏற்படுத்தியிருந்தது.

தன் கணவனின் நிலை கண்ட பயில்வானின் மனைவி செல்லம்மை, சண்டையை விலக்க வந்த முருகனை மானங்கெட்ட கேள்வி கேட்டு விட்டாள்,

“எனக்கும் எம்மாப்புளைக்கும் நூறு காரியம் இருக்கும்... ஒனக்க சாமானத்த மூடிக்கிட்டு போ வேண்டியதானல? அவஞ்செத்துப் பொய்ட்டாம்னா நீயால எனக்குக் கஞ்சி ஊத்துவ? தாயோளி மொவன!”

முருகன் தலையிலடித்துக் கொண்டதோடு நில்லாமல். “ஹ்ம்ம்... ஒனக்கெல்லாம் இவங்கையால அடிபட்டுத்தாஞ் சாக்காலம்! ஒன்னயெல்லாம் அடிபட்டுச் சாவுன்னு உட்டுருக்கணும்...! ஒன்ன செறுக்க நெனச்சனே? இதுக்கு அந்தா கெடக்க நாய்ப்பீய தின்னுருக்கலாம்!” என்று கூறி அருகில் கிடந்த நாய் விட்டையை நோக்கி நடக்கத் தொடங்கினான்.

பயில்வானின் இந்த நிலைக்குக் காரணமான, முருகனை நோக்கி அவர் விளித்த அந்த வார்த்தைகள் இதுதான்...

“இவ்வள கரிசனப் படுகியே முருகா! நீயா எம்பொண்டாட்டிய வச்சிருக்க?”

இப்படியாக முருகன் செல்லம்மைக்கு விடுத்த சாபம் கொஞ்ச நாளிலேயே சுப்பையா பயில்வான் மூலம் செல்லம்மையின் கொண்டையை ஆட்டுவித்தது. இடைவிடாத அடிமழையில்

நனைந்த செல்லம்மை, காவல் நிலையம் செல்ல வேண்டியதாயிற்று. வீட்டுக்கு வந்த போலீஸ்காரர், வீட்டுக்குள் தோரணையாக உட்கார்ந்திருந்த சுப்பையனிடம், "இங்க யாருடே சுப்பையன்?" என்று கேட்டார்.

அதற்கு பயில்வான் தனது முகத்தைத் திருப்பாமலேயே... "நாந்தான் ஓய்! என்ன விசயம்?" என்று பதிலளித்தார்.

"ஓம்ம பொண்டாட்டிய அடிச்சீராமே? எதுக்கு அடிச்சீரு?" என்று போலீஸ்காரர் கேட்டவுடன் பயில்வானுக்கு கோபம் பொத்துக் கொண்டு வந்து விட்டது.

"ஓய்! நாவொண்ணும் ஓம்ம பொண்டாட்டிய அடிக்கலியே? எம்பொண்டாட்டியதானே அடிச்சேன்? ஓமக்கென்ன மயிருவோய்?" என்று கேட்டுவிட்டார். பயில்வானின் இந்த நிர்விசாரமான பதிலைக்கேட்டு அதிர்ச்சியடைந்த போலீஸ்காரர்,

"அப்ப என்ன குண்...க்கி ஓம்பொண்டாட்டி ஸ்டேசனுக்கு வந்தா?" என்று கேட்டு, பயில்வானின் அள்ளையிலேயே ரெண்டு போடு போட்டு போலீஸ் ஸ்டேசனுக்குக் கொண்டு போனார்.

தர்மஅடி வாங்கி, காவல் நிலையத்தின் ஒரு மூலையில் சிக்கு தெளியாமல் படுத்துக் கிடந்த பயில்வானை டூட்டி முடிந்து வீட்டுக்குச் செல்லும் காவலர்களும், வீட்டிலிருந்து பணிக்கு வந்த காவலர்களும் ஆளுக்கு ரெண்டு ஏந்துகள் ஏந்திச் சென்றார்கள். மாலையில் ரோந்து சென்று திரும்பிய சர்க்கிள் இன்ஸ்பெக்டர் மூலையில் நெளிந்து போய்ப் படுத்துக் கிடந்த பயில்வானைக் குறித்துக் கேட்டார். அதற்கு ஏட்டு தரப்பில் அளிக்கப்பட்ட பதில் இவ்வாறு இருந்தது,

"பொண்டாட்டிய போட்டு கொல்லு கொல்லு'ன்னு கொன்னு எறஞ்சிருக்கு சார் இந்த நாயி! அந்த பொம்பள இங்க வந்து கண்ணீரும் கம்பலையுமா நின்னா! பிராது ஒண்ணும் பதியாண்டாம்! கொஞ்சம் பயங்காட்டி வைங்க'ன்னு கெஞ்சினா சார்! அதான் அவ வீட்டுக்குப் போனம் பாத்துகிடுங்க... அங்க போனா இந்த நாயி எங்கிட்டயே அகராதி பேசுகு! செவம்... அதான் இங்க கொண்டாந்து ரெண்டு உரி உரிச்சி ஒறங்க வெச்சிருக்கேன்!"

இந்தக் கதையைக் கேட்ட சர்க்கிள், "அவனை எழுப்பி கூட்டியா!" என்றதும் பயில்வான் அழைத்து வரப்பட்டார். சர்க்கிள் இன்ஸ்பெக்டரின் பெரிய மீசையைக் கண்டதும் பயில்வான் பயந்து

போனாலும் முகத்தில் பயத்தைக் காட்டிக் கொள்ளவில்லை. ஏட்டைய்யா பயில்வானிடம் சட்டையைக் கழட்ட சொன்னார்.

அதற்கு சர்க்கிள், “வேண்டாம் ஏட்டய்யா! இவஞ் சட்டையக் கழத்துனா நாம தொப்பியக் கழத்தணும்!” என்று சொல்லி, பயில்வானுக்கு ஒருசில புத்திமதிகள் கூறி, கைது செய்து கொண்டு வந்த ஆட்டோவுக்கு மட்டும் காசு வாங்கி விட்டு, பயில்வானையும், செல்லம்மையையும் தம்பதி சமேதேராய் வீட்டுக்கு அனுப்பி வைத்தார்.

வழியில் செல்லம்மையை மட்டும் வீட்டுக்கு அனுப்பி வைத்துவிட்டு, நேராக குசலம்மாவின் சாராயக் கடைக்கு சென்று ரெண்டு ரவுண்டு விட்டுக் கொண்டு, நார்த்தங்காய் ஊறுகாயை நக்கிய வண்ணம் வீடு வந்து சேர்ந்தார் பயில்வான்.

மிகுந்த வெள்ளத்தில் வீட்டுக்குள் நுழைந்த பயில்வான், தன்னை ஸ்டேஷன் வரை கொண்டு போய் விட்டுவிட்டு, வீட்டுக்குள் கமுக்கமாகப் படுத்துக் கிடந்த செல்லம்மாளின் குரல்வளையில் கால் வைத்துத் தென்னிவிட்டார். செல்லம்மை மீண்டும் காவல்நிலையத்துக்கு ஓடினாள்.

மீண்டும் போலீஸ் வந்து பயில்வானைச் செந்தூக்காகத் தூக்கிக் கொண்டு போய், பயில்வானின் கத்திபோன்ற பின்புற எலும்புகளில் மூடியிருந்த சதையைத் தல்லிச் சதைத்து, ஈர்க்குச்சி விளக்குமாற்றால் அவரது பிட்டத்தை வருடிக்கொடுத்து பதினைந்து நாள் ரிமாண்ட் காவலில் வைத்து, பயில்வானை சாந்தப்படுத்தி வீட்டுக்கு அனுப்பி வைத்தார்கள்.

ஒரு புத்தனாய் வீடு திரும்பிய பயில்வான் சுப்பையா, வெறும் சுப்பையாவாக மாறியிருந்தார். தலையணை மீது உட்காருவதும், தலை குப்புற உறங்குவதுமாக இருந்த பயில்வானை, அவரது மனைவி விசித்திரமாகப் பார்த்தாள். உறங்கிக் கொண்டிருந்த பயில்வானின் வேட்டியை விலக்கி பார்த்த செல்லம்மாளின் கண்கள் சிரிப்பால் நிறைந்து போனது. சதையற்ற பயில்வானின் பிருஷ்டத்தில், தென்னை ஈர்க்குச்சி வாரியலால் போடப்பட்ட கோடுகள் நாற்பதாம் பக்க பாடநோட்டைப் போல வரிவரியாய்க் கிடந்தன...

பயில்வான் சிறைவாசம் புகுந்த இடைநாளில் அவரது பால்ய கால சிநேகிதன் காளிநாதன், பானத்தின் உதவியால் இவ்வுலகப் பயணத்தை முடித்து சிவபாதம் அடைந்திருந்தான். யாரோ ஒருவர்

காளிநாதனுக்கு உடல் சூட்டைத் தணிக்க 'பனங்கள்'ளைப் பரிந்துரைத்திருக்கிறார்.

காளிநாதனும் பயில்வான் இல்லாத காரணத்தால், விடியற்காலையிலேயே புறப்பட்டு, தன்னந்தனியே தெள்ளாந்தி மலைக்குக் கிழக்கே உள்ள பனங்காட்டிற்கு விஜயம் செய்தான். கள்ளுக்குத் தொட்டுக் கொள்ள பன்றிக்கறியும், நெத்திலிக் கருவாடு சகிதம் சென்று, ஒரு மொந்தைக் கள்ளை வாங்கி, குளத்தின் கரையில் அமர்ந்து அருந்தி விட்டு, குளத்து நீரில் முங்கிக் குளித்தான். உடலின் மொத்த சூடும் தணிந்து சன்னி கண்டதில் குளத்தங்கரையில் வைத்து காளிநாதனுக்கு வெட்டி வெட்டி இழுத்தது.

அதிகாலையில் அந்தப் பிரதேசத்துக்கு கொல்லைக்கி போனவர்கள் உபயத்தால் கோட்டாறு ஆஸ்பத்திரிக்கு மாட்டு வண்டியில் கொண்டு போகும் வழியில் சிவன்பாதம் தழுவினான் காளிநாதன். இவ்வாறு உயிர்நீத்த தனது ஆத்தும சினேகிதனின் மரணம் பயில்வானை வாட்டியது. பயில்வான் மீண்டும் பானமுற்றார். வேதாளம் மறுபடியும் முருங்கை மரமேறியது.

இம்முறை பலியாடு சாயப்பட்டறை உரிமையாளர். ஜெயிலுக்கு போனதால் வேலையை விட்டு பயில்வானை நிறுத்தி விட்டதாக அவர் அறிவித்ததும் முதலாளியானவர், முன்னாள் முதலாளியானார்.

கோபமடைந்த பயில்வான் சார்பில் அவரது முகத்தில் காறி உமிழப்பட்டது. 'எங்கே கை நீட்டினால் மீண்டும் களி திங்க வேண்டி வந்துவிடுமோ?' என்று அஞ்சி இந்த ஏற்பாடு. மானத்துக்கு பயந்து முதலாளியும் முகத்தைத் துடைத்துக் கொண்டு வெளியே சொல்லவில்லை.

கொஞ்ச நாள் கழித்து குழியாஞ்சட்டிப் பண்ணையார் டிராக்டர் ஒன்றை வாங்கியிருந்தார். பண்ணையாரின் வேண்டுகோளுக்கிணங்க அங்கே வேலைக்கு சேர்ந்தார் பயில்வான் சுப்பையா என்னும் ஓட்டுநர்.

முதன்முதலாக இயந்திரக் கலப்பையில் வயல் உழப்பட்டது. தன் முந்தைய டிராக்டரில் உள்ள கேசட் பிளேயரைத் தன்னுடைய புது வண்டியில் பொருத்தி, நல்ல சத்தத்தில் பாட விட்டு, தியாராஜ பாகவதர்தம் குரல்வளையின் உதவியோடு, டிராக்டரின் முன்பக்கம்

வந்தமரும் கொக்குகளும், வயல்பிரதேசத்தில் வளைய வளைய வந்து கடித்த காலரா கொசுக்களும் விரட்டி அடிக்கப் பட்டன.

அநியாயமாய்ச் செத்துப் போன காளிநாதனின் ஆத்துமா வயல்வெளிகளில் அலைவதாக ஏற்பட்ட திகில் புரளியை அடுத்து பயில்வான் ஒரு கிளீனரை வேலைக்கு எடுத்துப் போட்டார். இரவு நேரத்து உழவு சமயங்களில் துணைக்கு இருக்கட்டும் என்று எண்ணினார்.

அப்படித்தான் ஒரு தொளி (சகதி) உழவுக் காலத்தில், ஒருநாள் இரவிலிருந்து காலைக்குள் எட்டு வயல்கள் உழவடிக்க வேண்டிய சூழல் ஏற்பட்டது. உற்சாக பானத்தின் உதவியோடு உழுது கொண்டிருந்தவர், தன் கிளீனரை அழைத்து வண்டிக்கு டீசலும்,வயிற்றுக்கு தோசையும் வாங்கி வர ஒழுகினசேரிக்கு அனுப்பினார்.

பக்கத்துக்கு வயலில் யாரோ ஒரு பிரகஸ்பதி மாடு கட்டி உழுது கொண்டிருந்ததைப் பார்த்த தைரியத்தில் அந்தப் பிரதேசத்தில் பயமில்லாமல் தனியே வண்டி ஓட்டிக் கொண்டிருந்தார் பயில்வான்.

பக்கத்து வயல்காரரிடம் மெதுவாகப் பேச்சுக் கொடுத்ததில் அவர் “கோலியான்குளத்தைச் சேர்ந்த சிவஞானம்!” என பதிலளித்தார். அதற்கு மேல் அவர் எதுவும் சொல்லவில்லை.

வண்டியில் அமர்ந்திருந்த தியாகராஜ பாகவதர், “பூமியில் மா... னிட ஜென்மம் அடைந்துமோர் புண்ணியம் இன்றிவி...லேங்குகள் போல்” என்று பெருங்குரலெடுத்து பாடிக் கொண்டிருந்தார்.

பாடலின் சுகத்தில் லயித்த பயில்வான் தன்னுடைய வலது பக்கத்தில் ஏதோ அசைவது கண்டு திரும்பி பார்த்தபோது, வாய்க்கால் கரையில் செத்துப்போன காளிநாதன் வெள்ளுடை தரித்து, தரையிலிருந்து இரண்டரை அடிக்கு மேல் அந்தரத்தில் அலைந்து கொண்டிருந்தான் .

‘பால்ய நண்பன்தான் என்றாலும்கூட பேயாய் வந்தால் என்ன செய்வது...?’ பயில்வானின் தொண்டை நீர் வற்றிப் போனது. இடது பக்கம் திரும்பி பார்த்தபோது, சற்றுமுன்பு வரைக்கும் மாடுகட்டி உழவு அடித்துக் கொண்டிருந்த மண்டையனைக் காணாமல் திகைத்து, சட்டீரென வண்டியை வளைத்து, வரப்பில் ஏற்றவும்,

டிராக்டரின் முன்பக்க சிறிய சக்கரங்கள் பயில்வானைக் கை விட்டன.

சகதியில் சிக்கி, சரிந்து, டிராக்டரின் நான்கு சக்கரங்களும் பூமியைப் பகைத்துக் கொண்டு வான் நோக்கி நின்றன. பயில்வான் வரப்புக்கும், வண்டிக்கும் இடையில், பேயைக் கண்ட அதிர்ச்சியில் மூர்ச்சையடைந்து படுத்திருந்தார். இத்தனை பெகளங்களுக்கு மத்தியிலும் தியாகராஜ பாகவதர் மட்டும் களைப்படையாமல் தொடர்ந்து, "செடி மறைவிலே, ஒரு பூங்கொடி! மறைந்தே மாயம் செய்யுதே..." என்று வெள்ளமடம் முக்கு வரை இழுத்துப் பாடிக் கொண்டிருந்தார் .

அதே நேரம் ஊருக்குள், பஞ்சாயத்து ஆப்பீசில் வேலை பார்த்த சதாசிவத்தின் வீட்டு ஓட்டைப் பிரித்து இறங்கி, அங்கிருந்த தங்க நகைகளை ஆட்டையைப் போட்டுவிட்டு, மதில்சுவரேறி வெளியில் குதிக்க எத்தனித்து, இருட்டில் திசை தவறி மாட்டுத் தொழுவத்துக்குள் விழுந்தான் திருட்டுப் பயல் மூக்கன்.

சாணிச் சகதிக்குள் விழுந்து கிடந்த மூக்கனை அங்கு நின்றிருந்த எருமை மாடு ஒன்று லேசாகத் திரும்பியதில், அதன் கால்குளம்பு மூக்கனின் பித்தப்பையை நசுக்கியது. வலி தாளாமல் போட்ட மூக்கனது பிளிறல் சத்தத்தைக் கேட்டு ஓடிவந்த சதாசிவத்தின் தாய் சொர்ணமணியம்மாள் சாணியின் மீது கால்வைத்து, வழுக்கிக் கழனித் தொட்டிக்குள் தலைகீழாகப் பாய்ந்தாள்.

வலியோடு எழுந்த மூக்கன், கழனித் தொட்டிக்குள் இருந்து தடுமாறி எழமுயற்சித்த சொர்ணமணியம்மாளின் தோள்மீது கால்வைத்து சுவரேறிக் குதித்துத் தப்பி ஓடி, ஊருக்குக் கிழக்கில் உள்ள குளத்தங்கரை வழியாக வந்து கொண்டிருந்தான்.

அப்போது அங்கே சுடுகாட்டிலிருந்த பனைமரங்களின் உச்சியில் எங்கிருந்தோ விளக்கு வெளிச்சம் பாய்ச்சப் படுவதைப் பார்த்த மூக்கன் அரண்டு போனான்.

'என்னடேயிது புது எழவா இருக்கு? கொள்ளிவாய்ப் பிசாசுக்க வேலையாத்தானிருக்கும்!'

அந்த வெளிச்சமானது, தலைகீழாகக் கிடந்த பயில்வானின் இயந்திர தொழிக் கிளறி வாகனத்தின் முகப்பு விளக்கின் வெளிச்சம் என்பது வாய்க்கால் மேட்டில் ஏறிப் பார்த்த போதுதான் மூக்கனுக்கு விளங்கியது.

வாய்க்காலில் இறங்கி, உடம்பெல்லாம் அப்பியிருந்த சாணியைக் கழுவிவிட்டுக் கரையேறி பயில்வானை நோக்கி நடந்தான். அருகில் சென்று பார்த்த மூக்கன், மயங்கிக்கிடந்த பயில்வானைத் தூக்கிக் கிடத்தி, மாசாணத்தின் வில்வண்டியை வரவழைத்து, கவர்மெண்டு ஆஸ்பத்திரிக்குக் கொண்டு போனான்.

கூடவே கழனித்தொட்டியில் குதித்த சொர்ணமணி அம்மாளை பக்கத்து கட்டிலில் கொண்டுவந்து கிடத்தினார்கள்.

மூக்கன் ஓடிச் சென்று சதாசிவத்திடம் நடந்தவற்றை கேட்டறிந்தான். அதற்கு சதாசிவம்,

“எவனோ ஒரு மோடுமுட்டிப்பயல்... நம்மூட்டு ஓட்டப் பிரிச்சி வூட்டுக்குள்ள எறங்கிட்டாம் பாத்துக்கா... ஒங்க மைனிக்க நகநட்டயெல்லா அவளுக்குத் தெரியாம அடவு வச்சிருந்தம்டே! விசியந் தெரிஞ்சா எஞ்சோலி முடிஞ்சிது... அதுதான் அதுக்கு மாத்தா அந்த உருப்படியள மாதிரியே வாங்கி வச்சிருந்த கவரிங் நகைய தூக்கிட்டு அந்தத் தொட்டிப்பயல் தொழுவத்துல சாடிருக்கான்! நல்ல காலம்டே அவனுக்கு... அவன் வுழுந்த தடத்துக்கு பக்கத்துலயே நாலு கலப்ப மேல நோக்கி நட்டங் குத்தற நீட்டிக்கிட்டிருந்து... ஒரு விரக்கட தள்ளி உழுந்துருந்தாம்னா, பயவுள்ளைக்க பொணந்தான் அங்க கெடந்துருக்கும்... செவம் தப்பிட்டு!”

இவ்வளவையும் கேட்ட மூக்கனுக்கு வியர்த்துப் போனது. ‘தன் மடியில் இருப்பது கவரிங் நகை என்பதும், கொஞ்சம் தப்பியிருந்தாலும் டெட்பாடி ஆயிருப்போம்’ என்று தெரிந்ததும் மூக்கனின் குடல் கஞ்சியும், காடியுமாய் ஆகிவிட்டது. திடீரென மூஞ்சி சுருங்கிய மூக்கனிடம் சதாசிவம் கேட்டார்.

“ஆமா! நீ என்ன இந்நேரத்துல தொழி பொரண்டு வந்துருக்க... என்ன சேதி?”

அதற்கு மூக்கன், ‘பயில்வான் தன் மீது டிராக்டரைப் போர்த்திக்கொண்டு வயலுக்குள் படுத்திருந்த கதையையும், தான்தான் பயில்வானைத் தூக்கிக் கொண்டு வந்து இங்கு சேர்த்ததாகவும் தெரிவித்து விட்டு,’ சதாசிவத்தை மேலும் பேசவிடாமல், சொர்ணமணி அம்மாளின் அருகில் சென்று,

“என்ன பெரியம்ம! சும்ம கிடக்க மாட்டியோ? ராத்திரி நேரத்துல கழனித் தொட்டிக்குள்ள போய்ப் படுத்துக் கெடந்துருக்க?

வூட்டுக்குள்ளாற படுக்க வசமில்லையா? ஒனக்க அநியாயத்துல கெடந்து... ஒரே பாடு!" என்று கேட்டு வைத்தான்.

அரைகுறை மயக்கத்திலிருந்த கிழவி மூக்கனிடம், "நா கழனித் தொட்டிலத்தான் வுழுந்தமினு ஒனக்கு எப்படித் தெரியும்ல? காவக் கார பயல!" என்று கேட்டதும், மூக்கன் ஆடிப் போனான்.

'அடக் கெழட்டுப் பெய மொவள?'

சதாசிவமும் குழப்பமடைந்தார். உடனே மூக்கன் சுதாரித்துக் கொண்டு, "அது பெரியம்மக்கி மண்டையில பூரா சோறும், கஞ்சியுமா இருக்குல்லா? அதுவுமில்லாம ஓம்மேல பூரா எருமைச் சாணி நாத்தமால்லா வருகு... இதக் கண்டு புடிக்க கோயமுத்தூருல இருந்து ஜி.டி.நாயுடுவா வருவாரு? மூடிட்டு கெடயாம் பெரியம்ம... பேசுகா பேச்சி!" என்று மெதுவாக சமாளித்தபடியே நடையை விட்டான். மருத்துவர்களின் தீவிர சிகிச்சை பலனளிக்காமல் பயில்வானும், கிழவியும் உயிர் பிழைத்து இரண்டு நாட்களில் வீடு திரும்பினார்கள்.

'தான் டீசலும், தோசையும் வாங்கிக் கொண்டு வயல்வெளிக்கு வந்து பார்த்த போது, டிராக்டர் மல்லாக்க கிடந்ததாகவும், பயில்வான் பார்த்து மயங்கியது காளிநாதனின் ஆத்துமா இல்லையெனவும், அது எவளோ ஒரு பாக்கியாட்டி கொளத்தங்கரையில காய போட்டிருந்த பீத்தப்பாவாடை' எனவும் பயில்வானின் உதவியாளன் மூலம் எடுத்துரைக்கப் பட்டது.

"அப்பம் அந்த பக்கத்து வயல்ல சால் உழுதுக்கிட்டிருந்த ஆளு யாரு?" என பயில்வான் கேட்க, அதற்கு அந்த எடுபிடி இவ்வாறு பதிலளித்தான்.

"அன்னிக்கு ராத்திரி சுத்து பத்து'ல வேற யாரும் ஓழவடிக்கலண்ணே! நா கடைக்கு போகும்போதும் கூட பக்கத்து வயல்ல யாரும் இல்லியேண்ணே! ஒருவேளை ஒத்தக்காட்டு ஓரியாய் இருக்கும்!" என்று கூறி பயில்வானை அதிர வைத்தான். பயத்தில் பயில்வான் மறுபடியும் மயங்கி விழுந்து பேதியில் போனார். 'ஒத்தக்காட்டு ஓரி என்றால் கிராமங்களில் திரிவதாக நம்பப்படும் ஒருவித வகையான பேய்'.

பயில்வானுக்கு சம்பவம் நடந்த அந்த இரவிலிருந்து மூன்று நாட்களுக்கு முன்பு, வயிற்று வலி காரணமாக டாக்டரிடம் செல்வதாகக் கூறி, தன் மனைவியிடம் பணம் வாங்கிக் கொண்டு,

அந்தப் பணத்தில் மூன்று குப்பிகளைக் கொள்முதல் செய்து, அதில் இரண்டை அருந்தி விட்டு மிச்சமிருந்த ஒன்றை மடியில் வைத்திருந்த கோலியான்குளத்து சிவஞானம், மிகுந்த போதையில் 'புன்னை மரம்' என்று நினைத்து 'காசரளி மரத்தில்' ஏறி இரண்டு காசரளிக் காய்களைப் பறித்துத் தின்று விட்டு இறைவனடி சேர்ந்திருந்தார்.

பரமண்டலங்களின் நியாயத்தீர்ப்பு முடிந்த மூன்றாம் நாள், அவருக்கு ஆயுள் இன்னும் மிச்சம் இருந்த படியால் பூமியில் வந்து ஆவியாய் அலைந்திருக்கிறார். அவர்தான் அன்று இரவு தன் உழவுப் பணியைப் பேயாய் வந்து செவ்வனே செய்திருக்கிறார். கருப்பன் வீட்டு செவலைக் காளைகள் ரெண்டும் அன்று இரவு ஏதோ நிழல் கண்டு, அறுத்துக் கொண்டு ஓடியதற்கான விடையும் கிடைத்தது.

காளிநாதனின் உடல் சூட்டிற்குக் கள்ளைப் பரிந்துரைத்தது போலவே யாரோ ஒரு விஞ்ஞானி சிவஞானத்திடம் வயிற்று வலிக்கு பின்னைக் காயைப் பரிந்துரை செய்திருப்பார்கள் போலும்.

'கள்ளும், பன்றிக்கறியும், குளத்து நீர்க் குளியலும் உடலுக்குச் சேராது' என்பதையும், 'அம்மூன்றும் உடலின் சூட்டை மொத்தமாகக் குறைத்து விடும்' என்பதையும், 'வயிற்று வலிக்கு பின்னைக்காயின் எண்ணையைத்தான் வயிற்றில் தடவ வேண்டும் என்பதையும், அதை உண்ணக் கூடாது என்பதையும், முக்கியமாக புன்னைமரத்துக்கும், காசரளி மரத்துக்குமான வித்தியாசத்தை' மேற்கண்ட சுய மருத்துவ விஞ்ஞானிகள் எடுத்துரைத்திருந்தால் காளிநாதனும், சிவஞானமும் ஆவியானதைத் தடுத்து விட்டிருக்கலாம்...

4
மோளிக்குட்டியுடே சிற்றுளி

'மத்யபானம்' என்றால் கப்பைக் கிழங்கு தேசத்தில் 'டோஸ்' (உற்சாகபானம்) என்று அர்த்தம்.

உச்சநீதிமன்றம் சொன்னாலே ஒன்றிணையாத மாநிலங்களின் மாற்றுக் கருத்துக்கள் கூட குப்பிகளின் வாயிலாக ஒன்றிணைந்து இருக்கிறது. தண்ணீர் தர மாட்டேன் என்று சொல்லும் கர்நாடகாவிலும், கேரளாவிலும் கூட மலிவு விலையில் நல்ல தரமான உற்சாக பானங்களும், இலவச கொறிப்பான்களும், விலையில்லாக் குவளையும், குப்பிக்குடி நீரும் இலவசமாக வழங்கப் படுகிறதென்றால் மொழி, மத, இன, கலாச்சார பிரதேசங்கள் தாண்டிய எண்ணங்களின் ஆதார ஸ்ருதி உற்சாக பானம்தான் என்பதை யாரும் மறுக்க முடியாது.

'இவ்வுலகில் சமத்துவம் என்பது எங்கிருக்கிறதோ இல்லையோ சாராயக் கடைகளில் உண்டு என்பது ஆன்றோர் வாக்கு'. 'ஏன் உணவகங்களில் இல்லையா?' என்று கேட்கும் வயித்துப் பக்காளிகளுக்கு, ஒரு வாளிக் கஞ்சியும், செம்புத் தகட்டில் அடைக்கப்பட்ட ஒரு வாதையும் வழங்கப்படும்.

'குடி'யால் மாநிலங்களும், 'குடி'மக்களின் வேற்றுமைகளும் ஒன்றுபட்டது என்னும் வரலாற்றை சாமான்யமான 'குடி'மகன் ஒருவர் வரலாற்றுப் புத்தகத்தின் பின் அட்டையில் எழுதினார்.

"ஆள்வினையும் ஆன்ற அறிவும் எனஇரண்டின்
நீள்வினையால் நீளும் குடி."

'அதாவது கனவான்களே! ஆழ்ந்த அறிவும், விடாமுயற்சியும் கொண்டு ஒருவன் அயராது பாடுபட்டால், அவனைச்

சேர்ந்துள்ள குடிமக்களின் பெருமை உயரும்' என்பதையே பொய்யாமொழிப் புலவர் கூறுகிறார் .

அக்காலத்தில் மரவேலை செய்ய வேண்டுமென்றால் என்றால், கூப்புடு 'முல்லை'யை! என்னும் அளவிற்கு புகழ் பெற்றவர் அவர். 'முல்லை' என்றவுடன் தலை நிறைய பூவுடன் தழையத் தழைய வரும் இளம்பெண்டிரைக் கற்பனை செய்பவர்கள் இந்தாண்டின் சிறந்த "கோழிக்கள்ளன்" விருதுக்கு பரிந்துரைக்கப் படுவார்கள்.

அவர் பெயர் முல்லைவேந்தன். வயது நாற்பதாகிவிட்டது என்றாலும் திருமணமாகவில்லை. முல்லையின் தகப்பர் முடிசூடியபெருமாள் அக்காலத்தில் வாழ்ந்த ஒரு பானமோற்சவர். உற்சாக பானம் அவரைப் பாடையில் தூக்கி செல்லவில்லை என்றாலும்கூட அவர் பாடையில் போகும் காலம் வரையிலும் தன் மனைவியை விட அதிகமாக பானத்தை நேசித்து தழுவிக் கொண்ட ஒரு மிகப்பெரிய குடியாண்டவர். ஆகையால் முல்லைக்கு பெண் கிடைப்பதில் மிகுந்த சிரமம் இருந்தது.

"தகப்பனைப் போல பிள்ளை, குப்பியைப் போல குவளை"

என்று சொல்லி முல்லைக்குப் பெண் தர யாரும் முன்வரவில்லை. 'தெரியாத தேவதையை விட தெரிந்த சாத்தானே மேல்!' என்று பானத்தைத் தழுவத் தொடங்கினார் முல்லை.

ஒரு பெரிய கோடாலியை எடுத்து மரத்தைப் பிளப்பது தொடங்கி, ஒரு சிறு உளியை எடுத்து, மரத்தை பிசிறு தட்டாமல் செதுக்குவது வரை முல்லைக்கு நிகர் ஒரு பயல் கிடையாது. அப்படி ஒரு திண்ணமான ஆள்.

முல்லைக்கு மொழிகளின் மீது அத்தனை பிடிப்பு இல்லாததாலும், பானக் கடையில் அநேகர் சேர்ந்து மொழிகளற்ற சப்தங்களை உருவாக்கியதாலும் கூட்டமான இடங்களைத் தவிர்ப்பார். பெரும்பாலும் பானக்கடைகள் ஆர்ப்பரிக்கும் சத்தங்களை உருவாக்கும் என்பதால் தன் எடுபிடி கைலாசத்தை அனுப்பி பானக்குப்பிகளை ஊர்முகப்பிலுள்ள கிணற்றங்கரைக்கு வரவழைப்பார்.

கைலாசம் ஒரு சுறுசுறுப்பான சுள்ளான். தன் குருவின் சொல்லைத் தட்டாதவன். அவருக்கு ஒரு முழு குப்பி சாராயமும், வாத்துக் கறியும் வாங்கி விட்டு தனக்கு ஆகாரமும், கொறிப்பதற்கு பட்டாணிக் கடலையும் வாங்கி வருவான்.

குப்பியின் வருகையானது முல்லைக்கு மட்டற்ற மகிழ்ச்சியை வழங்கிவிடும். அந்தக் குப்பியை எடுத்து கிணற்றின் கரைதனில் வைத்து பாடத்துவங்கி விடுவார்.

“உனைக்கண்ண்டு... மயங்ங்காத பேர்களுண்டோ...!
உனைக்கண்ண்ண்டு... மயங்ங்ங்கா...த... பேர்களுண்...டோ...!
உனைக்கண்ண்ண்ண்...டு... மயங்கா...த... பேர்களுண்டோ...!
வடி. வழ... கிலூ...ம்ம்ம் குண...மதிலூ நிகரிலுன்னைக்
கண்ண்டும்மயங்...காத...த பேர்களுண்டோ!”

பாட்டைக் கேட்டு அந்தப் பிரதேசத்தில் உலவும் பூச்சிகள் அத்தனையும் பறந்து ஓடி விடும்.

குப்பியில் உள்ள ‘உற்சாக ஜலம்’ முழுவதும் தீரும்போது வாத்துக்கறியின் முக்கால் பங்கை கைலாசமும், கால் பங்கை வயலிலுள்ள எலிகளும் தின்றிருப்பார்கள். ‘முல்லைக்கு பட்டாணிக்கடலைகளாவது கிடைத்தால் உண்டு! இல்லையென்றால் இல்லை! ‘வெறும் உற்சாக நீராகாரம் மட்டுமே போதுமானது’ என்று முல்லை சமாதானமாகி விடுவார். இது வழக்கமாக நிகழும் காரியங்கள்தான்.

குடியின் முடிவில் முல்லை தன் முன்னோரைத் தூய தமிழில் வாழ்த்துவார். தான் திருமணமாகாமல் மகிழ்ந்திருப்பதற்கு அவர்களுடைய தூய நடத்தைகள்தான் காரணம் என்று எண்ணி கண்கலங்குவார். கைலாசம் முல்லைக்கு ஆறுதல் கூறிக் கொண்டே பட்டாணியையும், வாத்துக் கறியையும் வாரி வாய்க்குள் இறைப்பான். இறுதிக்காட்சி சினிமா முடிந்து செல்பவர்கள் இவர்களைக் கடந்துதான் ஊருக்குள் நுழைய வேண்டும்.

ஊர் எல்லையின் நள்ளிரவு நேரத்து பாதசாரிகளும், உடுக்கையோடு வரும் ராப்பாடியும் இவர்கள் இருவரது இருப்பின் தைரியத்தில்தான் ஊருக்குள் நுழைவார்கள் அல்லது வெளியேறுவார்கள். ஆனால் ராப்பாடியோடுகூடவே துணைக்கு வரும் வாதைகள்தான் தயங்கி நிற்கும். முல்லையின் பான மிகுதி பாடல்கள்தான் வாதைகளின் அச்சத்துக்குக் காரணம். ஒருகட்டத்தில் தன் பெற்றோரை பாடுபொருளாக்குவார் முல்லை. வானத்தைப் பார்த்தபடியே கதறுவார்.

“எலே எச்சிக்கல தா...ளி! நீ குதிச்ச குதிக்கும், குடிச்ச குடிக்கும் இன்னைக்கி நா கெடந்து நாக்க நாக்க வாங்கிட்டு கெடக்கேன்! பேரு

கொள்ளாம்! முடிசூடியபெருமாளு! காவக்காரக் கொன்னப் பயல்! தொட்டிக் கூய்மோன! ஒன்னாலத்தானல நா இங்க ஒத்தையில கெடந்து சாவுகேன்! இன்னக்கி வரைக்கும் ஒரு முக்கோணத்தையும், வட்டத்தையும் கண்டது கெடயாது! கவுட்டைக்கெடையில கைய வச்சிக்கிட்டுதானே கெடக்க வேண்டியிருக்கு! எங்கம்மய நீ படுத்துன பாட்டுக்கு ஒத்தப் புள்ளையா என்னைய பெத்துப் போட்டுகிட்டு ஓடிப்போயிட்டா! பொறந்ததுலேர்ந்து பாலக்கண்டது கெடயாது! பூரா தண்ணிதாம்! இங்க பாத்தியா கூய்வுள்ளா!"

கையிலிருந்த குப்பியை வானத்துக்கு நேராக ஏறெடுத்தார், 'அவரது தகப்பனார் வானத்திலிருந்து இந்தக் காட்சிகளையும், வசவுகளையும் காண்பார்' என்று முல்லை நினைத்திருக்கக்கூடும்.

முடிவில் முல்லையின் கண்களிலிருந்து அருவி பெருகும். 'தன்னுடைய தனிமையைப் போக்க வந்த தேவதூதன் இவன்தான்' என்று கைலாசத்தைக் கட்டிப் பிடித்தவாறே அழுவார்.

பின்னிரவின் சுவர்க்கோழிகளை உறங்க வைத்த பின்தான் இருவரும் தூங்கப்போவார்கள். கைலாசத்துக்கு பானப்பழக்கம் கிடையாது என்றாலும் எள்ளோடு சேர்ந்த எலிப்புழுக்கையாகவே முல்லையோடு சேர்ந்து இரவில் நிலவு காய்ந்து, இரவு முழுவதும் பனியருந்துவான். மறுநாள் வழக்கம் போல பட்டறைக்குச் சென்று விடுவார்கள்.

ஒருநாள் இரவில் இரண்டு குப்பிகளின் முடிவில் கைலாசம் கண்கள் அடைக்க பாடத் துவங்கினார்.

"சத்ழ்வகுண்ண...போத...ழ்ன்ன்! சழ்வகுண்... ண... போழ்த... ழ்ன்ன்! சரணமேது..."

"சத்ழ்வகுண்ண...போதழ்...ழ்ன்ன்! சர்ழ்வ... குண்ணப்போழ்தழ்ன் சரணமேது..."

அப்போது வயலில் கூட்டமாக நின்று வாத்துக்கறியின் எலும்புகளை ருசித்துக் கொண்டிருந்த எலிகளைப் பார்த்து பாம்பு ஒன்று பதுங்கிப்பதுங்கி வந்து கொண்டிருந்தது. கூட்டமாக இருந்த எலிகளைக் கண்டு அகமகிழ்ந்த பாம்பு நினைத்துக் கொண்டது.

'என்னடே இது! என்னிக்குமில்லாம இன்னிக்கின்னு பாத்து பயலுவ கூட்டமா நிக்கானுவளே? தேடும்போது கிடைக்க மாட்டானுவோ! செவத்த பசிக்கின்னு சொல்லி எறும்பு புத்துல வாய வுட்டு கடிபட்டதுதான் மிச்சம்! பசி தீரலை! இன்னிக்கி

ரெண்டு பயலையாவது தூக்கிரணும்!' என்று பறந்து வந்து கொண்டிருந்த போது,

“சத்ழ்வகுண்ண...போத...ழ்ன்ன்! சழ்வகுண்...ண...போழ்த...ழ்ன்ன்! சரணமேது...”

என்ற குரலைக் கேட்ட பாம்பு திடுக்கிட்டு அண்ணார்ந்து பார்க்கவும், கிணற்று மேட்டின் ஓரத்தில் அமர்ந்திருந்த கைலாசம் குப்பியைத் தட்டி பாம்பின் மீது விடவும், குப்பியில் இருந்து தெறித்த வெள்ளிநிறத் திரவம் வாயைப் பிளந்தவாறே நின்ற பாம்பின் தொண்டைக்குள் புகுந்து பாம்பின் தொண்டை எரிந்தது. பானம் பாம்பின் குடலுக்குள் சென்றதுதான் தாமதம். பாம்பானது பரவச நிலையை அடைந்தது.

‘என்ன தண்ணியப்பா இது? பயங்கரமா இருக்கே! வயல்ல பூச்சிக்கொல்லி மருந்தடிச்ச தண்ணிய குடிச்சிருக்கோம்! கொளத்துல மனுசங்குளிச்ச தண்ணிய குடிச்சிருக்கோம்! காட்டுக்குள்ள வரைக்கும் போய் அங்க ஓடுத நரி நக்குன தண்ணிய குடிச்சிருக்கோம்! அந்தத் தண்ணிலயெல்லாம் இல்லாத உஜாரு இந்தத் தண்ணில இருக்குன்னா இது லேசுப்பட்ட தண்ணி கிடயாது!'

என்று எண்ணிக்கொண்ட பாம்பு, இதுநாள் வரைக்கும் இந்த அற்புதத் திரவத்தை தமக்கு அறிமுகம் செய்யாத கடவுளைக் கெட்டகெட்ட வார்த்தைகளால் திட்டத் துவங்கியது.

‘சர்வத்தையும் அறிந்த கடவுளுக்கு இந்த சர்ப்பத்தின் வசவுச் சொற்கள் கேட்காமல் இருக்குமா?' சடாரென பாம்பின் முன்பாக தோன்றினார் கடவுள். எடுத்த எடுப்பிலேயே கடவுள் கேட்ட கேள்வி இதுதான்...

“அடப் பரதேசி பாம்பு நாய! நாம்பாட்டுக்கு ரெண்டு மனுச ஜென்மங்கள படச்சி ஒரு தோப்புக்குள்ளாற வுட்டுருந்தேன்... நீ பாட்டுக்கு ஒரு எழவு ஆப்பிள் பழத்த குடுத்து ஏமாத்தி, அந்த ரெண்டு பேரையும் அம்மணங்குண்டியா ஓட வுட்டதுமில்லாம இப்போ என்னையவா கேள்வி கேக்க! ஒரே சவுட்டுதான்! செத்தொழிஞ்சிருவ செவமே!”

அதற்கு பாம்பு, “அவ்வள பெரீய தோட்டத்துல கெடந்த மரத்துல அந்த மரத்த மாத்தரம் யாந்த் தொடப்புடாதுன்னு சொன்னீரு?”

கடவுள் கடுப்பானார், "ஒஞ்சோலிய பாத்துட்டு போக வேண்டியதானே? தோட்டம் எனக்க தோட்டம்! அங்க ஒன்னய நடமாட வுட்டதே தப்பு! இதுல ஒனக்கு ரோசம் பொத்துக்கிட்டு வருகு! இல்லியாடே? சரி! என்னய எதுக்கு ஏசுன செவமே?"

"இந்தா குடிக்கானுவல்லா அதிசய தண்ணி! அத படச்சீரே! எங்கிட்ட யாஞ்சொல்லலை?""

"ஆமா! இவுரு பெரிய மயிறாண்டி! இவுருகிட்ட கேட்டுகிட்டுதான் நாங் கக்கூசுக்குப் போவணும்? அவனுவளுக்காவது காலும், கையும் இருக்கு! குடிச்சாலும் நடந்தோ, முட்டி போட்டோ போயிருவானுவ! செவமே நீ என்ன செய்வ? அந்தால ஊந்து ஊந்து செத்து கெடப்ப!"

பாம்பு தூக்கித்துப் போனது, கடவுள் அயர்ந்து போய்ச் சொன்னார்,

"நா எங்கடே அந்தத் தண்ணிய படச்சேன்? இந்த எழவுடுத்த மனுச நாய்கள் எல்லாஞ்சேந்து, சாராயம் வடிச்சி குடிச்சதுமில்லாம இந்த பாழாப்போன பாம்புக்கு வேற ஊத்திக் குடுத்து, செவம் நாலரை அடி நீட்டமிருக்குமா? இந்த குள்ள பாம்பெல்லாம் நம்மள மானங்கெட்ட கேள்வி கேட்டுட்டு திரியிது! இந்த மனுசப் பயக்கள வச்சிக்கிட்டு ஒரு மயித்தயும் புடுங்க முடியாது போலிருக்கே? தெரியாம படைச்சித் தொலைச்சிட்டம்டே ஒங்கள! ஊருக்கொரு கடவுளு! கடவுளுக்கொரு சாதி மயிரு! அதுல நீ ஒசத்தி! நா ஒசத்தி'ன்னு சண்ட மண்ணாங்கட்டி வேற! எவந் தின்னாலும் அடுத்த நாளு மஞ்ச நெறத்துலதாம்ல போயாவணும்! இதுல நாம் பெரீய மயிராண்டின்னு சொல்லிட்டு நடக்க வேண்டியது! எல்லாரும் ஒருநாளு மேல வருவீயள்ளா! அன்னிக்கி இருக்குல ஒங்களுக்கு குத்து! எவம் பெரியவம்னு நாங் காட்டுகேன்!"

என்று சொல்லிவிட்டு பாம்பை நோக்கி, "எலேய்! இனிமே என்னய என்னிக்காவது திட்டுனீன்னா மரியாத கெட்டுரும் ராஸ்கல்!" என்று பாம்புக்கு எச்சரிக்கை செய்துவிட்டு, தலையிலடித்துக் கொண்டே விடைகொடுத்தார் கடவுள்.

'இந்த மனிதர்கள்தான் தனது படைப்பிலேயே மிகுந்த சோரம் போன படைப்பு' என்று கடவுள் பலமுறை உணர்ந்திருந்தாலும் அன்று நடந்த சம்பவமானது அவருக்கு மிகவும் கோபத்தை ஏற்படுத்தியது. பின்னே தன்னுடைய ஒரே எதிரியான சைத்தானின் வளர்ப்புப் பிராணியின் வாயிலிருந்து தகாத வார்த்தைகளைக் கேட்டது ஒரு

சாமானியமான காரியமா? சோகத்தில் சோர்ந்துபோய் வரப்பு வழியாக நடந்து சென்றார் கடவுள்.

போதையின் நிமித்தம் கடவுளின் பாஷை சரியாகப் புரியாத பாம்பு கண்கள் சொருக எலிகள் கூட்டத்தை ஏறெடுத்தது. அங்கே முன்னே பார்த்ததைவிட ஏராளமான எலிகள் இருந்ததைக் கண்டது. ஆனால் முதலில் இருந்த எலிகளின் மீதான பசிப்பார்வை இப்போது மாறியிருந்ததை பாம்பால் உணர முடியவில்லை. மாறாக அந்த எலிகளின் மீது பாம்புக்கு நேசம் பிறந்தது. அவைகள் தன்னுடைய இனத்தாரால் தொடர்ந்து கொல்லப்படுவது குறித்த அச்சமும், பரிதாபமும் தொடர்ந்து பாம்பைக் கேள்விக்குள்ளாக்க பாம்பு கதறி, மானசீகமாகக் கண்ணீர் விட்டு அழுதது.

“நாமளே இதுகளப் புடிச்சி கொன்னு திங்கலாமா இறைவா?”

தூரத்தில் போய்க்கொண்டிருந்த கடவுள் நின்று திரும்பிப் பார்த்து சொன்னார்,

“மகனே! எலிய நீ திங்கலன்னா பசியில செத்து எங்கிட்டதான் வந்தாகணும்! செவங்கள்! கண்டதையும் குடிச்சிக்கிட்டு... இதுல ஜீவகாருண்யம் வேற? கஞ்சிக்கி வழியில்லாம தெம்மாடியா சாவப் போகு! எழவெடுத்த பாம்பு!

உற்சாக பானமானது மனிதர்கள் மட்டுமல்லாமல் இப்பூவுலகில் வசிக்கும் அநேக பிராணிகளையும் கண்ணீர் விட வைத்து, சக ஜீவராசிகளின் மீதான தங்களுடைய அன்பை வெளிப்படுத்த ஏதுவாய் அமைந்த அந்த நாள் மிகவும் உன்னதமான நாளாய் அமைந்து போயிருந்தது.

பாம்புக்குத் துக்கம் தாளவில்லை. தொடர்ந்து அழுதுகொண்டிருந்தது. எலிகளின் துச்சமான மரணங்கள் குறித்துத் தனக்குள்ளே பல கேள்விகள் எழுந்த வண்ணமிருந்ததால் அதனால் தொடர்ந்து பயணிக்க முடியவில்லை. முல்லையும் பாட்டை நிறுத்தவதாயில்லை.

“தீளக் கழுணாகழனே! நழழாஜா! நீழகழ்ண்டழே!” (தீனக் கருணாகரனே நடராஜா! நீலகண்டனே)

பாம்பு மெதுவாக ஊரத் துவங்கி வரப்பில் ஏறி, மேட்டில் தவழ்ந்து, கிணற்றின் கரையருகில் வந்து, வானத்தை நோக்கி தொடர்ந்து பாடிக் கொண்டிருந்த முல்லையின் அருகில் வந்து படுத்துக் கிடந்தது. கைலாசம் உட்கார்ந்து கொண்டே தூங்கிப் போயிருந்தான்.

"மவுணகுழுவே கழணே எழையாழ்ண்ட நீழகழ்கண்டனே... ஊ..."
(மவுன குருவே கரனே எனையாண்ட... நீலகண்டனே!)

என்றவாறே பாடலைப் பாதியில் நிறுத்திய முல்லை கண்ணயர்ந்தார். மூன்று பேரும் நிம்மதியாக நித்திரையடைந்திருந்தார்கள். அதிகாலையில் கண்விழித்த முல்லை தன்னருகில் கிடந்த பாம்பைத் தன் கையால் தடவிப் பார்த்துவிட்டு இப்படிக் கூறினார்.

"எலேய் கைலாசம்! செத்த தள்ளிப் படாம்லே! இவ்வள கிட்டக்கக் கொண்டாந்து நீட்டிக்கிட்டு கெடக்க? செவத்துப் பெயெல்!"

கிணற்றுக்கு தண்ணீர் பிடிக்க வந்த வேலம்மை பாம்பு கிடப்பதைப் பார்த்து கத்தினாள்...

"அய்யோ! பாம்பூ..."

அதற்கு முல்லை இவ்வாறு பதிலளித்தார்.

"காலங்காத்தால வேட்டி வெலகுனா அப்டித்தான் இருக்கும்! நீ எதுக்குட்டி அதப் பாக்க? பேசாம தண்ணிய கோரிக்கிட்டு போங்களாம்ளா! பாம்பு, கூம்பு'ன்னுக்கிட்டு ஓலம் வச்சிக்கிட்டு கெடக்காளுவ! செத்தமூழியளு!"

மக்கள் நடமாட்டத்தைக் கவனித்த பாம்பு, 'தான் எப்படி இங்கு வந்தோமெ'ன்று குழம்பி வயலுக்குள் பாய்ந்து பறந்தது. ஊருக்குள் சென்று ஆட்களைத் திரட்டி வந்த வேலம்மைக்கு அங்கே பாம்பு இல்லாததைக் கண்டு ஆச்சரியமாய்ப் போனது. முல்லையும், கைலாசமும் கிடந்த கிடையைக் கண்ட மக்கள் இப்படிச் சொன்னார்கள்.

"எட்டி வேலம்ம! ஒரு பாம்புன்னு சொன்ன? இங்க ரெண்டண்ணம்லா கெடக்கு? குடிச்சிப்புட்டு படுத்துக் கெடக்கவனுவளுக்கு அடிசீல அவுந்து கெடக்கது எப்புடி தெரியும்? நாமதான் பாத்து நிக்கணும்! நல்லகாலம் சவுட்டலை! செவங்கள் செத்துருக்கும்!" என்றவாறே கைலாசத்தையும் முல்லையையும் எழுப்பி வேட்டியைக் கட்டிக் கொள்ளுமாறு அறிவுறுத்தினார்கள்.

வேலம்மைக்கு ஒரே வெட்கமாகப் போய்விட்டது. முதலில் அவள் பார்த்தபோது அத்தனை வெளிச்சம் அங்கே இருந்திருக்கவில்லை. பளபளப்பாக இருந்திருந்ததால் பாம்பு மட்டும் தென்பட்டது. ஆனால் அங்கே, 'தான் பாம்பைக் கண்டது உண்மைதான்' என்று

மக்களை நம்ப வைக்க முற்பட்டாள். மக்கள் ஒரு நமுட்டுச் சிரிப்போடு விடை கொடுத்தார்கள்.

கைலாசம் முல்லையிடம் 'வேலம்மைக்கு நடந்த சம்பவத்தை'ச் சொன்னான். அதற்கு முல்லை இவ்வாறு விடையளித்தார்.

"வுடுடே! வேலம்ம பாக்காத பாம்பா?"

அப்படித்தான் ஒருகாலை வேளையில், கண்ணப்பனின் புதுவீட்டு நிலையில் கதவைப் பூட்ட வேண்டி மராமத்து வேலையை ஆரம்பித்திருந்தார் முல்லை. தளர்ந்திருந்த மர இடைவெளிகளை பாளியால் நெருக்கத் தொடங்கினார்கள். அப்போது ஊருக்குள் புதியதாய் குடும்பம் ஒன்று வில்வண்டியில் வந்து இறங்கியது. முதலில் இறங்கியவர், தன்னுடைய உடைகளின் மூலம் தான் ஒரு சேட்டன் என்பதை அறிவித்தார். அவர் பெயர் குஞ்சாலிக்குட்டி. பின்னால் ஒரு சேச்சியும் அவரோடு கூட ஒரு பைங்கிளியும் இறங்கியதைக் கண்ட முல்லையின் மூக்கில் பிச்சிப் பூவின் வாசம் முதன்முதலாக நுழைந்தது.

அவளை பார்த்துவிட்டு, குனிந்து, தான் சீவிக் கொண்டிருந்த கதவைப் பார்த்தார். 'அது ஒரு வாளிப்பான ஈட்டித்தடியில் உருவான கதவு.'

"மன்மத லீலையை வென்றார் உண்டோ! என்மேல் உனக்கேனோ! பாராமுகம்!" முல்லையின் மனதுக்குள் தியாகராஜ பாகவதர் வந்தமர்ந்து பாடத் துவங்கினார்.

'தன் வருங்காலக் கனவுக்கன்னியின் பெயர் மோளிக்குட்டி' என்றும், 'மாமியார் பெயர் ஓமனா' என்றும், அவர்கள் வியாபாரத்திற்காக சேர நாட்டிலிருந்து புலம் பெயர்ந்ததாகவும் அறிந்து கொண்டார். கதவை நிமிர்த்தி, விசிறியையும், கொண்டியையும் மாட்டிக் கொண்டிருக்கும் போது அந்தி சாய்ந்திருந்தது. கைலாசம் எழுந்து லாந்தர் விளக்கைப் பற்ற வைத்துவிட்டு அமர்ந்தார். கடையின் வாசலில் ஒரு நிழல் அசைவதுகண்டு முல்லை நிமிர்ந்து பார்த்தார். அங்கு நின்றது சேட்டன்.

உடனடியாக எழுந்த முல்லை, "உள்ள வாங்கய்யா"! என்றார்.

சேட்டன் பணிவுடன், "இவீடே ஷோப்பு எவிடயா?"

முல்லை சேட்டனிடம், "சோப்பு தம்புராம் பணிக்கர் கடையில் கிட்டும்!" என பதிலுரைத்தார் .

இந்த நிகழ்வானது முல்லையின் வாழ்வில் இன்னொரு ‘அந்நிய மொழியின் பயணத்தையும், வேறொரு மாநிலத்தோடான இணைப்பு’ முயற்சியையும் தொடங்க ஏதுவாயிருந்தது.

சேட்டன் அடுத்த கட்டமாக, “சோப்பு அல்லா! ஷோப்பு! ஷோப்பு! கள்ளு ஷோப்பு!”

என்றவரிடம் கைலாசம், “கல்லு சோப்பு கிடைக்குமா’ன்னு தெரில! ராட்டு சோப்பு கிடைக்கும்! ஒங்களுக்கு குளிக்கித சோப்பு வேணுமா? துவைக்கிற சோப்பு வேணுமா?” என்று கேட்டு வைத்தார்.

“சோப்பு அல்லா! ஷோப்பு! வெள்ளம்! வெள்ளம்!” என்றார் சேட்டன்.

“ஓ வெள்ளமா? மக்கலே கைலாயம்! ஒரு கிளாஸ் தண்ணி எடுத்துட்டு வாடே!” என்றார்.

“ஈ வெள்ளமல்லா! ஆ வெள்ளம்!” என்ற சேட்டனிடம் முல்லை, ‘1974-ல் வந்த பெருவெள்ளத்தை’ எடுத்தியம்பினார். மயக்கத்துக்குப் போன சேட்டன் இறுதியாக முல்லையிடம் தன் கைகளின் நான்கு விரல்களை உள்மடக்கி, கட்டைவிரலை ஆகாயத்திடம் காட்டி கேட்ட போது முல்லைக்கு பிடிகிட்டியது.

“ஓ! செவுருமுட்டி?”

அப்போது உற்சாகபானத்தைப் பல்வேறு பெயர்களில் அழைப்பார்கள். அதில் ஒன்றுதான் சுவர்முட்டி. அதைக்குடித்தால் சுவர்மீது முட்டியபடியே நிற்கவேண்டி இருக்குமாம். ‘செவுருமுட்டி’ என்ற வார்த்தையைக் கேட்டபோது சேட்டன் மீண்டும் மயங்கினார். அவரிடம் முல்லை, “எங்கூர்ல செவுருமுட்டி’னா சாராயம்’னு அர்த்தம்!” என்று பதிலுரைத்தபோது சேட்டனின் கண்கள் சமநிலைக்கு வந்தன. சேட்டனை அமரச் செய்து விட்டு, கைலாசத்திடம் குப்பி கொள்முதல் செய்யும் பணி ஒப்படைக்கப் பட்டது.

“எண்ணே! வாத்துக்கறி வாங்காண்டாமாண்ணே???” என்று இழுத்த கைலாசத்தைப் பார்த்து முறைத்து விட்டு, சேட்டனிடம் முல்லை, “அதுவந்து... நீங்க ஊருக்குப் புதுசுல்லா? அதான் பையன் கொஞ்சோல ஆர்வத்துல கேக்கான்... நீங்க கசாப்பு சாப்பிடுவீயளா?” என்று கேட்டார் முல்லை.

“உவ்வு! ஆகாஷத்தே சந்த்ரனையும், சமுத்திரத்தே வள்ளத்தயும் விட்டு ஞான் பாக்கி அத்தரயும் கழிக்கிம்!” என்ற சேட்டனை மனசுக்குள் ‘தாயோளி’ என்று கேட்டுவிட்டு பாக்கெட்டிலிருந்து காசு எடுத்துக் கொடுத்தார் முல்லை.

கைகளில் இருகுப்பிகளோடு வந்த மண்டையன் கைலாசத்தை எண்ணி மனதுக்குள் அமைதி குலைந்தார். ‘நம்மள ஒரு குடிகார நாயாக இந்த கைலாசம் நாயே காட்டிக் குடுத்துரும் போலயே!’ என்று எண்ணினார்.

‘பானமுற்ற தமிழனுக்கு தமிழனே தண்ணி குடுக்கமாட்டான்! மலையாளி எப்புடி பொண்ணு குடுப்பான்?’ என்ற கேள்வி முல்லையின் மூளைக்குள் தோன்றியது.

சேட்டன் மெதுவாக முல்லையிடம், “சகாவே! மத்திய பானங் களிக்குவோ?” என்றார்.

அதற்கு முல்லை, “இல்ல! அதுவந்து எங்க ஐயனுக்கு இன்னிக்கி ஆண்டு தெவசம்! அதான் மூலைக்கி வைக்க வாங்கியாரச் சொன்னே! எனக்கு குடிக்கிற பழக்கம் இல்ல!” என்று ஒரு முழு யானையை டிராயர் பைக்குள் ஒளித்து வைத்தார். கைலாசம் ஒன்றும் புரியாமல் விழித்தான். முல்லை சொன்னதை உண்மையென்று நம்பிவிட்டார் சேட்டன் .

சாதாரணமாக ஒரு கப்பிலேயே அஞ்சு கண்ணனாகி விடும் சேட்டன், ஒரு முழுக் குப்பியைப் பார்த்ததும் மனதுக்குள் மரித்தார். ‘காணாதவன் கஞ்சியைக் கண்டது’ மாதிரி ஓயாமல் ஊற்றி ஊற்றிக் குடித்ததில் பட்டறையின் வாசலில் மல்லாந்தார் சேட்டன். உள்ளே கிடந்த கண்ணப்பன் வீட்டுக் கதவும், வெளியே கிடந்த சேர நாட்டுக் கஞ்சியும் ஒன்றாய்க் காட்சியளித்தனர்.

முல்லையும், கைலாசமும் சேர்ந்து, சேட்டனை செங்குத்தாகத் தூக்கி சேட்டன் வீட்டு வாசலில் கொண்டுபோய்க் கிடத்தினர். உள்ளேயிருந்து ஓடிவந்த சேட்டனின் மனைவி ,

“சொ! இது எந்தா ஒரு நாணக் கேடு? ஈ மனுஷன்டே ஒரு சல்லியம்! ஞான் மரிக்காம் போவுகா!” என்று கண்ணீர் சிந்தினாள்.

“மோளே! மோளிக் குட்டி! வெள்ளம் எடுத்தோட்டு வாடி!” என்றவுடன் முல்லைவேந்தரின் கண்கள் காதல் வெள்ளத்தை சிந்த ஆரம்பித்தன.

கைலாசம் இதை எதிர்பார்த்தான்.

"ஏலே! நீ பட்டறைக்கு போ! கதவ தொறந்து போட்டுட்டு வந்துருக்கோம்! ஓர்மையிருக்கா?" என்று முல்லை சொல்லவே, கைலாசம் பறக்கவிட்ட காதல் பட்டத்தின் நூல் நொடியில் அறுந்தது.

மேல் சீலை வெறுத்த சேரநாடு, முல்லையின் கண்களை மூடத் தடையாக இருந்தது. மோளியின் வாளிப்பான வனப்பு வெள்ளத்தைப் பருகினார். தான் இத்தனை நாள் பூமியில் வாழ்ந்ததற்குரிய அர்த்தம் அந்த அர்த்தராத்திரியில் புரிந்து போனது.

மோளியின் புஞ்சிரி கண்ட முல்லை பெடைக்கோழியைக் கண்ட சேவலைப் போல படபடத்தார். மனம் நிறைய சந்தனம் மணக்க பட்டறைக்கு திரும்பிய முல்லையை எதிர்கொண்ட கைலாசம் குப்பியோடு நின்றிருந்தான். சேட்டன் தின்று மிச்சம் வைத்த வாத்துக்கு இந்நேரம் பரலோக பதவி கிடைத்திருக்கும். கிணத்தங்கரையில் குடி கொண்டவரிடம் கைலாசம் கேட்ட முதல் கேள்வி,

"யண்ணே! மலையாளத்துல 'சரக்கு'ன்னா என்னண்ணே?" அதற்கு முல்லை, "சரக்குன்னா 'வெடி'னு அர்த்தம்!" என்றார்.

"ஓ! நம்ம ராசாத்தி மாறியா?" என்ற கைலாசத்துக்கு பள்ளையில் ஒன்று வைத்தார் முல்லை. ஏனென்றால் ஊரின் அப்போதைய 'யவனத்து பொது சுந்தரி சரோஜா' முல்லைக்கு ஒன்று விட்ட மாமன் மகள். அவளது கதையை இங்கு சொன்னால் இக்கதை 'சரோஜாதேவி' வகையறா ஆகிவிடும் அபாயம் உள்ளதால் அதை விட்டுவிடலாம்.

குஞ்சாலிக்குட்டி சேட்டன் தினமும் சாயங்காலம் தோறும் முல்லையின் பட்டறையில் ஆஜரானார். 'சேட்டன் பானத்தில் மயங்கினால்தான், தாம் மோளிக் குட்டியை மயக்கமுடியும்' என்ற அகில உலக ஐன்ஸ்டீனின் விதியால் முல்லை சேட்டனின் அதிகார பூர்வ, இலவச பானக் கிட்டங்கியாய் மாறினார்.

சேட்டனை சுதிமீட்டி எட்டு மணிக்கெல்லாம் உறங்க வைத்துவிட்டு, சேட்டனின் மனைவியிடம் நல்ல பெயர் வாங்கி, சேட்டனின் மகளோடு காதல் மொழி பேசிவிட்டு, பட்டறைக்குத் திரும்பி பானமுற்று, இரவு படுக்க தினமும் பன்னிரெண்டு மணிக்கு

மேலானது. இப்படியாக சேட்டனுக்கு தினம் முல்லை தம் சொந்த செலவில் பானம் வாங்கி கொடுத்து, சேட்டனின் ஈரலைக் கொதிக்க வைத்து, ஒருமழை நாளில் சேட்டனுக்கு மலர்வளையம் வைத்த கையோடு மோளிக்குட்டிக்கு மலர்மாலை சூடினார் முல்லை.

'ஒரு கெட்டது நடந்தால் ஒரு நல்லது நடத்துவதுதானே ஐதீகம்?'

"குற்றம் இலனாய்க் குடிசெய்து வாழ்வானைச்

சுற்றமாச் சுற்றும் உலகு."

'அதாகப் பட்டது குடிமக்களே! அய்யன் வள்ளுவன் என்ன சொல்கிறாரென்றால், குற்றமற்றவனாகவும், குடிமக்களின் நலத்திற்குப் பாடுபடுபவனாகவும் இருப்பவனைத் தமது உறவினனாகக் கருதி, மக்கள் சூழ்ந்து கொள்வார்கள்.'

அவர் கூறியது மாதிரியே தன்னைக் குற்றமற்றவனாகக் காட்டிக் கொண்டு, குடிமகனாகிய குஞ்சாலிக் குட்டி சேட்டனின் குடி நலத்திற்குப் பாடுபட்டு, அவரைக் காடு சேர்த்த முல்லையை, தன்னில் பாதியாக மோளிக் குட்டியும், தன் வாழ்க்கையின் மீதியாக சேட்டனின் மனைவி ஓமனையும் சூழ்ந்து கொண்டார்கள்.

கைலாசத்திற்கு மோளிக் குட்டி மீது ஒருதலைக் காதல் இருந்தது ஆனாலும் முதலாளியின் மீதிருந்த அன்பில் அவளைத் தாரை வார்த்திருந்தான். சேட்டனின் திருமணத்தன்று இரவு பட்டறையில் தனித்து படுத்திருந்தான் கைலாசம். அவனது கண்களில் இருந்து வழிந்த கண்ணீர் தரையில் விழுந்து ஓடி, தெற்கு மூலையில் உள்ள மடை வழியாகப் பாய்ந்து, பட்டறையின் அருகே ஓடிய வாய்க்காலில் கலந்து, பழையாற்றில் குதித்து சுசீந்திரம் வழியாகச் சென்று மணக்குடி பொழியில் பொழிந்து, கடலுக்குள் சங்கமித்து சமுத்திரத்தின் நீரை மேலும் உப்பாக்கியது.

அதற்கு காரணம் மோளிக் குட்டி என்று நீங்கள் நினைத்தீர்களானால் அதுதான் விசுவாசம்... தொழில் பக்தி, முதலாளி மீதான நேசம். இத்தனை நாள் மழையோ, வெயிலோ எப்படியானாலும் முல்லையோடுதான் இரவைக் கழித்து வந்தான் கைலாசம். 'அவரைப் போய் இந்த மூழி என்னிடமிருந்து பிரித்து விட்டாளே?' என்று ஒப்பாரி வைத்ததில் தலையணை முழுவதும் நனைந்து உறக்கம் தொலைந்தது. மோளிக் குட்டி மீதான ஒருதலைக் காதல் மறைந்து கடுப்பு வந்தது. வெப்பிராளத்தில் வாய்விட்டு அழுது விட்டான்.

லேசாகப் புரண்டு படுத்த போதுதான் அது இருந்தது... 'அது ஒரு திறக்கப்படாத முழுக் குப்பி'. அதை எடுத்து ஒரே மடக்கில் குடிக்கவும் முழுக்குப்பியும் வற்றி... கைலாசத்தின் நெஞ்சு லேசாகிப் போனது.

இருட்டு அறைக்குள் புதிதாய் ஒரு வெளிச்சம், அவ்வெளிச்சத்தைப் போதி மரத்து ஞானத்தோடு ஒப்பிட்டால் புத்தர் கூட கோபித்துக் கொள்ள மாட்டார். 'இந்த அஃறிணை திரவத்தில் இத்தனை ஜீவனும், ஆதரவுமா?' கைலாசம் வானத்தில் பறந்தான். நாகராஜா கோவில் திருவிழாவின் ராட்டுசுற்றுதல் அவனுக்கு ஞாபகத்துக்கு வந்தது.

'அய்யோ! என்ன ஒரு ஆனந்தம்! மனதுக்குள் ஒரு அசாத்திய தைரியம்... இனி முல்லையும் வேண்டாம்! தொல்லையும் வேண்டாம்! இந்தப் பிள்ளை போதும்!' என்று குப்பியை மார்போடு சேர்த்தணைத்தான்.

இப்படியாக அத்தனை நாளும் உற்சாகபானத்தின் விந்தைகள் குறித்து அறியாத பாவி கைலாசம் பாவ விமோசனம் அடைந்தான்.

அங்கு முல்லையின் முதலிரவு அறையில் கதை வேறாக இருந்தது. நெஞ்சில் மோளிக்குட்டி கிடந்தாலும், வயிற்றுக்குள் உற்சாக பானம் இல்லாததால் முல்லை உறக்கமின்றித் தத்தளித்தார். கைலாசத்தின் நினைவும், சாராயத்தின் மணமும், வாத்துக் கறியின் சுவையும் இல்லாத அந்த அறையின் மல்லிகைப்பூ வாசம் என்னவோ ஒரு அரளிப் பூவின் நாற்றத்தை ஒத்திருந்தது.

'ஆடை துறந்த நங்கை பாவியாவதும், தக்கை துறந்த குப்பி ஆவியாவதும் இவ்வுலகின் நியதியன்றோ?' சடுதியில் முல்லைக்கு மோளி மீதான மையல் காலாவதியாகி இருந்தது. மோளிக்குட்டி நித்திரை கொண்டிருந்தாள்.

உடனடியாக படுக்கையை விட்டு எழுந்து, அவசரத்தில் கோவணத்தை மறந்து வேட்டியை மட்டும் கட்டிக்கொண்டு பட்டறை நோக்கி நடந்தார். பட்டறையின் வாசலில் இலங்கையில் இருந்து வந்து கிடந்த வேங்கைத் தடியின் அருகில், கைலாசம் நெஞ்சோடு குப்பியை சேர்த்தணைத்தவாறே வேட்டிக்கு விடை கொடுத்துக் கிடந்தான். அங்கு நடந்த காரியங்கள் முல்லைக்குப் புரிந்து போனது. நேராக சுடலையின் கடைக்கு நடந்தார். எந்நேரமும் அங்கு பானம் தங்குதடையின்றி கிடைக்கும் என்பதால் நள்ளிரவில் கூட குடியானவர்கள் ஆங்காங்கே வீற்றிருந்தனர்.

ரெண்டு குப்பியை வாங்கி ஒரே வீச்சில் விழுங்கினார். வாத்துக்கறி தீர்ந்து போனதால் கருவாடு தரப்பட்டது. பட்டறைக்குத் திரும்பியவரின் கால்கள் ஒன்று வடக்கும், இன்னொன்று தெற்கும் வைத்தன. காலையில் கண்விழித்த மோளி தன் புதுமணவாளனைக் காணாமல் துணுக்குற்றாள்.

“உவக்காண்எம் காதலர் செல்வார் இவக்காண்என்

மேனி பசப்பூர் வது.”

என்னும் குறளுக்கேற்ப, தன்மேல் பசலை படர்வதைக் கண்டு அந்த அதிகாலை நேரத்தில் தன் தாயைக் கூட்டிக் கொண்டு பட்டறைக்கு சென்றபோது இரவு வெளுக்க ஆரம்பித்தது. பட்டறை வாசலில் லங்கோடு இல்லாமல் கிடந்த இரண்டு அரையாப்புகளையும் மாறி மாறிப் பார்த்துவிட்டு, தன் மருமகன் ஒரு மலைவாசியைப் போல கிடந்த கோலம் கண்ட மோளிக் குட்டியின் தாய் சொன்ன வார்த்தைகள் இவைதான்,

“ஓ! எந்தாடி இது சாதனம்? மோளே! மோளிக்குட்டி! நீ ஒரு பாவம் ஆயிப் போயல்லோடி!”

(மலையாளத்தில் தமிழ் வார்த்தைகள் நிறைய இடங்களில் மோசப்படுத்தப் பட்டுவிடும் என்பதால் வாசகர்கள் இவ்விடத்தை நிதானமாகக் கையாளுதல் அவசியம்)

சூரியன் மேலெழுந்தபோது அதிகாலையில் வேலைக்குச் சென்றோர் அந்தக் காட்சியைக் கண்டனர். அவர்களுக்கொன்றும் அந்தக் காட்சி புதிதில்லை என்றாலும் மோளியின் தாய் ஓமனைக்குப் புதிது.

கைலாசத்தின் அருகில் ஒரு பெரிய வேங்கைத் தடியும், முல்லைவேந்தனின் அருகில் ஒரு சிறிய உளுத்துப் போன முருங்கைத் தடியும் கிடந்தன...

“இது எந்தாடி சாதனம்?” என்று மோளியின் தாய் ஓமனை சொன்ன வார்த்தைகள் அந்த நிலப்பரப்பின் காற்றுவெளிகளில் கரைந்து, பக்கத்து பிரதேசங்களைக் கடந்து சென்றன...

‘உற்சாக பானம் என்பது எப்பேர்ப்பட்ட தேக்குத் தடியையும், உளுத்துப் போக வைத்துவிடும் வல்லமை பெற்றவை.’

5

முப்பிடாதி ஆசானின் தீவண்டித் தழுவல்

"மணிநீரும் மண்ணும் மலையும் அணிநிழற்

காடும் உடைய தரண்"

அதாகப்பட்டது பேரன்புடையோரே! 'மலை போன்ற துன்பம் உங்களது முன்பாக அணிவகுத்து நின்று, நீங்கள் மண்ணாய்ப் போகும் தருணம் ஏற்பட்டு, காடு (சுடுகாடு) மேற்கொள்ளும் சூழ்நிலை வரும் போது, மணி போன்ற நீரானது (உற்சாகபானம்) நிழல் போல நின்று, உங்களை அரண்போல காக்கும்!' என்று மேற்கண்ட குறளை நீங்கள் மொழிபெயர்ப்பீர்களானால் திருவள்ளுவரின் ஆத்மா உங்களைப் பிய்ந்த செருப்பால் அடிக்கக் கூடும்.

இப்படியாக திருவள்ளுவர் எழுதிய சுமார் முப்பத்தைந்தாயிரத்து முன்னூற்றி ஐம்பத்தினான்கு குறளையும் கற்றறிந்த ஆசான் ஒருவர் அந்நாட்களில் வாழ்ந்து வந்தார். முப்புடாதி ஆசான் என்று சொன்னால் இறச்சகுளத்திலுள்ள அத்தனை காக்காய், குருவிக்கும் கூட தெரியும். ஒரு நாய் அவரை நோக்கிக் குரைத்தால் கூட அந்த நாய்க்கு ஒரு குறளை பதிலாகச் சொல்லி அந்த நாயிடமிருந்து விடைபெறும் வல்லமை பெற்றிருந்தார் முப்புடாதி ஆசான்.

அப்படித்தான் ஒருமுறை இரண்டு ஆடுகளைக் கடித்ததாகக் குற்றம் சாட்டப்பட்ட தெருநாய் ஒன்று ஆசானைப் பார்த்துக் குரைத்து விட்டது. அந்த நாயை ஆசான் வெகு சாந்தமாகப் பார்த்து விட்டு அதனிடம் ஒரு குறளை எடுத்தியம்பினார்.

"நுனிக்கொம்பர் ஏறினார் அஃதிறந் தூக்கின்

உயிர்க்கிறுதி யாகி விடும்."

'ஆட்டைக் கடித்து, மாட்டைக் கடித்து இறுதியில் என்னிடமே உன் வேலையைக் காட்டுகிறாயா நாய் செவமே? மிதிவாங்கி செத்துப் போவாய்!' என்று பொருள்பட ஆசான் கூறிய குறள், வள்ளுவர் பற்றி எதுவும் அறிந்திராத அந்த நாயின் காதுகளில் வன்மமாய் எதிரொலித்து அந்த நாயானது ரத்தம் கக்கி மரித்தது.

'இங்கு பிறந்தார், அங்கு பிறந்தார், இன்ன சாதி, அன்ன சாதி' என்று வள்ளுவரின் பிறப்பையும், சாதியையும் கூறு போடும் கொம்மண்டையன்களின் மத்தியில், வள்ளுவர் பிறந்த இடத்தை அப்போதே கண்டுபிடித்த மாபெரும் அறிஞர் முப்புடாதி ஆசான்தான் என்றால் அது ஒரு மிகச்சிறிய வார்த்தையே ஆகும்.

திருவள்ளுவர் பிறந்ததாக ஆசான் கருதிய இடம் 'ஒழுகினசேரிக்குத் தெற்கே அமைந்த மீனாட்சிபுரம். அப்போது நாகர்கோவிலில் திருவள்ளுவர் பஸ் ஸ்டாண்டு இருந்த மீனாட்சிபுரத்தில்தான் வள்ளுவர் பிறந்ததாக ஆசான் எடுத்துரைத்த போதெல்லாம் தமிழ்ப்புலவர்கள் பலரும் பம்மிப் பதுங்கினார்கள்.

மேற்படியாரின் சஞ்சாரமும் அந்தப் பிரதேசத்தில்தான் அமைந்திருந்தது. எட்டாம் வகுப்பு வரை படித்து திருவள்ளுவரின் காமத்துப்பால் குடித்து வளர்ந்த முப்புடாதி ஆசான் மூட்டை தூக்கும் பணி செய்து வந்தார். பகலில் பணியோடு சேர்ந்த குறளும், மாலையில் குறளோடு சேர்ந்த பானமும் அவரது பொழுதுகளை ஆக்கிரமிக்கும்.

இரண்டு வாசுகிகளைக் கொண்ட அவரது இரவுக்காலங்கள் பெரும்பாலும் திண்ணையிலே கழியும். ஏனென்று கேட்போருக்கு ஒரு துயரக் கதையை மட்டுமே கூற இயலும். 'மூத்தவடியாள் அரசாயி, இளையவடியாள் பரமாயி.' மழைக்காலத்தில் மட்டும் ஓரிருமுறை ஆசான் வீட்டினுள் அனுமதிக்கப் பட்டதால் இரண்டு மீனாட்சிகளுக்கும் தலா இரண்டு மக்களை வழங்கி, ஈன்ற பொழுதின் பெரிதுவர்ந்திருந்தார்.

திருக்குறளில் ஒரே ஒரு ஒரு அதிகாரத்தை மட்டும் ஆசான் வெறுத்தார். அதுதான் 'கள்ளுண்ணாமை'. பெருவாரியான பானமுற்ற காலங்களில், திருக்குறளை ஆங்கிலத்தில் மொழிபெயர்த்து, அவ்வூர் மாக்களுக்கு வழங்குவார். சிலசமயம் எச்சரிக்கை மொழியாகவும்...

அப்படித்தான் ஒருநாள், இரண்டு முறை பி.யு.சி யில் தோல்வியுற்று, 'இஸ், வாஸ், பட், அபவுட்' போன்ற ஆங்கில வார்த்தைகள் மற்றும் விகுதிகளைத் தன் பேச்சுக்கிடையே உபயோகித்துத்

திரிந்த அரையாமாடன் ஒருவனுக்கு ஆசான் அறிவுரை வழங்க நேர்ந்துவிட்டது. அந்த அறிவுரையானது திருக்குறளுக்கு ஆங்கில உரை எழுதிய ஜி.யு.போப்புக்கே சவால் விடுகிற மாதிரியான ஒரு நெருக்கடியை ஏற்படுத்தி இருந்தது.

முப்பிடாதி ஆசான் பணிக்குக் கிளம்பி தெருவில் இறங்கவும் எதிரில் வந்த பழங்கஞ்சி முருகேசனின் மகன் குணசேகரனிடம் ஆசான் கேட்டார்,

"லேய் முருகேசம் மொவன! மணி எத்தனடே?" என்று கேட்டதற்கு, அவன்தரப்பில், "டைம் வாஸ் டென் தர்ட்டி பைவ்!" என்று பதிலளிக்கப்பட்டது.

இந்த முழுமையான ஆங்கில அறிவானது, தமிழ்சார் பெரும்புலமை கொண்ட ஆசானின் ஆங்கிலப் புலமையைப் பறைசாற்ற ஏதுவாய் அமைந்து, ஒரு கோபமான அடுத்த கேள்விக்கு இட்டுச் சென்றது.

"ஆர் யூ த இண்டியன்?" என்ற ஆசானின் அடுத்த கேள்விக்கு சன் ஆப் பழங்கஞ்சி முருகேசன் அசால்ட்டாக வழங்கிய பதிலானது "ஐ டோன்ட் நோ!"

இந்த அசட்டையான பதில் ஆசானுக்கு மேலும் ஆத்திரத்தை ஏற்படுத்தியது,

"பெரிய இங்கிலீசுகாரன் கொட்டையில மொளச்சவரு! தமிழ்ல பதில் சொல்ல மாட்டாரு! தாயளி! சாய்ங்காலம் நா திரும்பி வரும்போது இந்த லாங்குவேஜ நீ மறந்துருக்கணும்! இல்லனா என்ன நடக்கும்னு நாஞ் சொல்ல மாட்டன்..." என்று குணசேகரன் எச்சரிக்கப் பட்டான்.

இறுதியாக ஆசான் "ஸ்டடி க்ளீன், ஆஃப்டர் தட், ஸ்டான்ட் அதற்குத் தக" என்று ஈரடிக் குறளை ஒரே அடியில் விளங்க வைத்து, குணசேகரன் என்ற கூதறையின் ஆங்கிலப் புலமையை ஆணியில் அடித்து தொங்க விட்டுவிட்டு விடை கொடுத்தார். ஊரிலுள்ள ஊச்சாளிகள் மத்தியில் இந்த சம்பவம் நடைபெற்றபடியால் மெத்தப் படித்த குணசேகரன், ஆசானிடம் 'வார்த்தைக் குத்து' வாங்கிய காரியம் ஊருக்குள் பரவ ஆரம்பித்தது.

அதுவரையிலும் அந்த ஊரிலேயே முதன்முதலாகக் கல்லூரிக்குச் சென்று படித்து, கற்றறிந்த சான்றோன் என்றுதான் குணசேகரன் அறியப்பட்டிருந்தான். அந்த சம்பவத்திற்குப் பின் அந்த சான்றோனின் 'ர்' விகுதியானது 'ன்' விகுதியாக மாறி தெருக்களில்

திரிந்தது. அதாவது 'படித்தவர்' என்ற பெயர் திரிபு அடைந்து "என்ன எழவ படிச்சானோ" என்பதான ஒரு ஒலியாக மாறி இந்த வளிமண்டலத்தில் கிடந்து அலைந்தது.

ஆசானுக்கு இரண்டு மனையாட்கள் உண்டெனினும், தேவதாஸ் கணக்காக எப்போதும் ஒரு நாயோடே சஞ்சரிப்பார். அந்த நாயின் பெயர் 'மணி'. ஒருநாள் அதை நாயென்று விளித்த எச்சிக்கைக் கஞ்சன் சுந்தரத்துக்கு, "நன்றியில் செல்வம்" அதிகாரத்திலிருந்து ஒரு குறளும், கூடவே கொஞ்சம் கெட்ட வார்த்தைகளும் பரிசாகக் கிட்டியது.

"வைத்தான்வாய் சான்ற பெரும்பொருள் அஃதுண்ணான்
செத்தான் செயக்கிடந்தது இல்."

"அட செத்த பெயலுக்குப் பெறந்த செவத்துப் பெயலே! நன்றின்னா என்னன்னு நாய்கிட்ட கேட்டுப் படிலே! பீயில அரி பொறுக்கி கஞ்ச நாயெல்லாம் ஒரு நன்றியுள்ள பிராணிய நாயின்னு சொல்லிக்கிட்டுத் திரியி! அதுக்குத்தான் மணி'ன்னு பேரு இருக்குல்லாடே? ஒன்னைய நா கொம்மைய...ளி'ன்னு கூப்டா நீ பொறுப்பியா? இனிமே மணி'ன்னு கூப்புடணும் புரிஞ்சா! வெள்ளனையே வெளுப்பு வாங்கிறாத! ஓடிரு!"

கஞ்சன் சுந்தரம் கல்லானான்.

எப்போதும் ஆசானோடு கூடவே திரியும் மணி சாயங்கால வேளைகளில் மட்டுமே ஆசானிடமிருந்து சற்று ஒதுங்கப் பார்க்கும். அதுதான் ஆசான் பானமுறும் நேரம். ஆசான் கோபமாய் இருக்கும் வேளைகளில் மணி அவரின் கால்களுக்கு செருப்பாகவும், பானத்தின் மிகுதியில் ஆசானின் சிரசுக்கு தலையணையாகவும் இருப்பதுண்டு.

பானக்கடையில் ஆசானிடம் சண்டையிட முனைவோருக்கு மணி ஒரு சிம்ம சொப்பனமாகத் திகழ்ந்தது. ஒருநாள் ஆசான் கடுமையான போதையில் படுத்திருக்கும் போது அவரது பொக்காரையில் (பணமுடிப்பு) இருந்து நாலணா எடுத்த கணபதிக்கு கோட்டாறு ஆஸ்பத்திரியில் தொப்புளைச் சுற்றி பதினாறு ஊசி போட்டார்கள்.

மறுநாள் விஷயமறிந்த ஆசான் அரசு ஆஸ்பத்திரியில் எழுந்தருளி கணபதியிடம் சொன்ன குறளானது கோட்டார் அரசு மருத்துவமனையின் வெளிச்சுவரில் பின்னாட்களில் ஓவியர்களின் உதவியோடு எழுதப்பட்டது.

"அழிவதூஉம் ஆவதூஉம் ஆகி வழிபயக்கும்

ஊதியமும் சூழ்ந்து செயல்."

கணபதி ஒன்றும் பேசவில்லை. வீங்கிய தொப்புளோடு படுத்துக் கிடந்தான்.

ஒருநாள் பானமிகுதியில் சாராயக் கடையிலிருந்து நேராக ஆற்றுக்குக் குளிக்கச் சென்ற ஆசானோடு மணியும் சேர்ந்து கொண்டது. அசாத்தியமான ஒரு நீராடலின் முடிவில், ஆசான் தன்னுடைய வேட்டியை அலச நினைத்து, குளித்தும்கூட கொஞ்சமும் தணியாத போதையில், வேட்டி என்று நினைத்து படிக்கட்டில் படுத்துக்கிடந்த மணியின் பின்னங்கால்களைப் பிடித்து, சலவைக் கல்லில் நாலு துவை துவைத்தார்.

இந்தத் தாக்குதலை சற்றும் எதிர்பாராத மணி அதிர்ச்சியில், ஆசானின் முகம் முழுவதும் மலத்தை இறைத்துவிட்டு மயங்கியது. முகத்தில் வழிந்த நாய்மலம் சடுதியில் நிகழ்ந்து விட்ட அசம்பாவிதத்தை ஆசானுக்கு உணர்த்தியது. ஆசான் மணியின் கால்களை விடுவித்தார். மணி ஆற்றில் ஜலசமாதியானது.

மேற்படியார் மணியை ஆற்றில் கொண்டுபோய் வெள்ளாவி வைத்த கதை ஊருக்குள் அங்கொன்றும் இங்கொன்றுமாய்ப் பரவி பஞ்சாயத்து பிரசிடெண்டின் காதுகளை எட்டியது. இது குறித்து பஞ்சாயத்து பிரசிடெண்டு ஆசானிடம் கேட்டதற்கு, "தான் மணியை ஒரு ட்ரெய்னிங்குக்காக வள்ளியூருக்கு அனுப்பி இருப்பதாகவும், தன்னுடைய குடிப்பழக்கத்தால் மனமுடைந்த மணி, அண்டி ஆபீஸின் பின்புறமுள்ள பாழ்பட்ட கிணற்றில் குதித்து தற்கொலை செய்து கொண்டதாகவும்" இருவேறு பதில்களைக் கூறி பிரசிடெண்டுக்கு மனப்பிறழ்வு ஏற்படக் காரணமானார்.

இப்படியாக ஆசானுடைய புவி வாழ்வின் அத்தியாயம் முடிவுக்கு வந்த நாளின் அதிகாலை கொஞ்சம் கனவாரத்தோடேதான் கண்விழித்தது. முந்தைய இரவு அருந்திய சாராயத்தின் கரங்கள் தன் பிடியைத் தளர்த்தாத நிலையில், வேட்டி ஒரு திண்ணையிலும், ஆசானின் உடல் ஒரு திண்ணையிலும் கிடந்தது.

இந்த கோலத்தைக் கண்ட ஆசானின் மூத்தவடியாள், ஒரு வாளித்தண்ணீரை எடுத்து ஆசானின் முகரையில் வீசினாள். அதிகாலைப் பனியில் குளிந்த நீர் உடலில் கொட்டியதும் துள்ளி எழுந்த ஆசான் குளிரில் நடுங்கிப் போனார். சாதாரணமாகவே தன்

இரு மனைவிகளைக் கண்டு அஞ்சும் (போதையற்ற சமயங்களில்) அஞ்சாநெஞ்சத்தைக் கொண்ட ஆசானுக்குக் கொஞ்சம் கோபம் வரத்தான் செய்தது.

அப்போதுதான் தன் வேட்டி திண்ணையில் கிடப்பதையும், முந்தைய நாள் பானத்தின் மிகுதியில், தன் கோவணத்தைக் கழற்றி செந்தூரரான் வீட்டுக் கழுதையின் கண்களில் கட்டியதும் நினைவுக்கு வந்தது. இடுப்புக்குக் கீழே குளிரெடுத்ததைக் கண்டு ஓடிச்சென்று வேட்டியை எடுத்துக் கட்டினார்.

அதிகாலைப் பொழுதாகையால் குறிப்பிட்ட ஒன்றிரெண்டு பேர் மட்டும் ஆசானின் தவக் கோலத்தைக் கண்டு சாப விமோசனம் அடைந்தனர். அதில் ஒருவன் கறவைக்கார முத்து. இப்படி ஒரு மடுவை அவன் அதுவரை கண்டதில்லையாதலால் அன்று அவன் பால்கறக்கச் செல்லவில்லை.

ஆசான் கடுப்பில், "ஏ எழவுடுப்பா! என்ன எழவுக்குட்டீ விடியக் காலைல ஓலம் வய்க்க? நா என்ன செத்தா போனே? கோமுட்டி முண்ட!"

அதற்கு அவரது மனைவி, "வாயி ரொம்ப நீளாம! சிம்மிணி வெளக்குக்குக் கீழ சக்கரம் வச்சிருக்கேன்! ரேசங் கடையில அரிசி குடுக்கானுவளாம்... வாங்கிட்டு வந்து வையும்..." என்றாள்.

இந்த வார்த்தைகள் ஆசானின் காதுகளில் ஒரு காதல் கவிதையினைப் போல வந்து விழுந்தது. அப்போது அவர் தன் மனைவியை நோக்கி ஒரு குறளை வீசினார். அது,

> *"பாலொடு தேன்கலந் தற்றே பணிமொழி*
> *வாலெயிறு ஊறிய நீர்."*

"காலங்காத்தாலயே பாலு கீலுன்னுகிட்டு கெடந்தீருன்னா கூம்ப கலக்கிருவெம் பாத்துக்காரும்! மரியாதக்கி நடந்துக்கிட்டீருனா ராத்திரிக்கி கஞ்சி! ஒழுங்கு மரியாதயா போய்ட்டு வரணும்!" என்று கூறி, ஆசானது குறளறிவைப் பெயர்த்து, குரல்வளையைக் காய வைத்தாள். அப்போதுதான் தானொரு ஆசானாய் இந்த ஊரில் பெயர் பெற்ற சம்பவத்தை நினைவு கூர்ந்தார்.

சுமார் இருபது வருடங்களுக்கு முன்னால் நினைவுகள் சுழன்றன. இறச்சகுளம் மலையடிவாரத்தில்தான் ஆசானின் பூர்வீக வீடு. அந்தக் காலத்தில் மரச்சீனிக் கிழங்குகளை உண்பதற்காக மலையிலிருந்து கரடிகள் கீழே இறங்குவதுண்டு. கரடிகளுக்கு

மனிதக்கறி வேண்டாம் என்றாலும் கூட வழியில் எதிர்ப்படும் மனிதர்களைத் தேவையேயில்லாமல் அடிப்பதை வாடிக்கையாகக் கொண்டிருந்தன. 'கொன்றால் பாவம் தின்றால் போகும்' என்ற வழக்கு காட்டில் திரியும் கரடிக்குத் தெரியுமா?

முப்பிடாதி ஆசானின் தந்தையின் பெயர் இரண்டடிப் பெருமாள், அவர் ஒரு அசாத்தியமான வைத்தியர். 'அவரிடம் மருந்து குடித்து விட்டு, எழுந்து இரண்டடி வைக்குமுன் நோயாளி பிழைப்பான்' என்னும் அளவில் அவர் பிரசித்திப் பெற்ற நாட்டு வைத்தியர். அடிமுறை ஆசானும் கூட. வர்மானியங்கள் அத்துப்படி. ஆனால் அவரது மகன் முப்பிடாதியோ ஏழரை.

எங்கே போனாலும் அங்கே ஒரு இளம்பெண்ணின் மனதைக் கையோடு கொய்து கொண்டு வரும் சூரன். வாளிப்பான உடற்கட்டும் இளம்பெண்களுக்கு வாகாக அமைந்ததில் முப்பிடாதியின் இதயம் கொள்ளாத அளவுக்கு நெஞ்சுப் பகுதியில் இட நெருக்கடி இருந்து வந்தது.

அப்படியொரு நாள், கரடியொன்று ஊருக்குள் வந்து அங்குமிங்குமாக ஓடி ரகளை செய்தது. ஒரு மொந்தை பனங்கள்ளைக் குடித்து விட்டு, கண்கள் மயங்க வந்து கொண்டிருந்த முப்பிடாதிக்கு கரடியானது ஒரு கருத்த உருவத்தையுடைய ஆணைக் கண்முன் கொண்டு வந்து நிறுத்தியது.

"இது அந்த திட்டுவெளக்கார நாயி சொக்கலிங்கந்தான்! இன்னிக்கி அவனா இல்ல நானான்னு ஒரு கையி பாக்கட்டு! லே தம்மக்கார நாய!" என்ற படியே களத்தில் இறங்கினார் இருபத்தைந்து வயது முப்பிடாதி.

முப்பிடாதியின் கண்கள் நிலை கொள்ளவேயில்லை. அப்போதுதான் கவனித்தான். சொக்கலிங்கம் உடை எதுவும் அணிந்திருக்கவில்லை. கடும்கோபம் வந்தது.

"எங்க ஊருக்குள்ள வந்ததுமில்லாம, எங்க ஆளுவளுக்க முன்னால சீலயில்லாம மணியடிச்சிட்டு கெடக்க? ஒன்னைய இன்னிக்கி என்னெ செய்யம்'னு பாருலே கொப்பன...ளி?" என்றவாறே கரடியின் மீது பாய்ந்தார். கரடி விலகி விட்டது. இதைச் சற்றும் எதிர்பாராமல் தலைகுப்புற ஓடைக்குள் பாய்ந்தார் முப்பிடாதி.

அப்போது சுற்றியிருந்த வீடுகளுக்குள்ளிருந்து குரல்கள் கேட்டன.

"முப்புடாதி ஓடீரு... கரெடி."

"மக்கா அன்னா கிட்ட வருகு... இங்க ஓடியாந்துரு..."

"லே தம்பி ஓடிருடே... கரடீ..."

"அத்தான்ன்ன்ன் ஓடிருங்க..." (நம்தன! நம்தன! நம்தன! நம்தன!) ஓடையைச் சுற்றிலும் தேவதைகள் பறந்தார்கள்.

முப்பிடாதி ஓடையில் இருந்து எழுந்து அமர்ந்தார். கடைசியாய் ஒலித்த அந்தத் தேன் போன்ற குரல் வந்த திசையை நோக்கிப் பார்க்கும் போதே சொக்கலிங்கம் கிட்டே வந்து விட்டான்.

"தாயளி! நீ இன்னும் போவல்லியா? என்னயவா புடிச்சி ஓடையில வீசுன? இன்னக்கி ஒன்னைய... வ்வ்வ்வ்..."

கொஞ்ச நேரம் மாற்றி மாற்றி அடித்துக் கொண்டார்கள்.

"ஹிர்ர்ரர்ர்ர்..." இறுதியில் சொக்கலிங்கம் முப்பிடாதியின் நெஞ்சில் பிறாண்டி விட்டான். ஏராளமான கனவுக்கன்னிகள் குடியிருந்த பிரதேசம் அது. இப்போது ரத்தம் வடிந்து கொண்டிருந்தது. முப்பிடாதிக்கு மீண்டும் கோபம் வந்து விட்டது.

'ஆய்தம் வச்சிருக்காம்! கையில கத்தி கொண்டு வந்துருக்காம்னா அவன் லேசான நெனப்போட வரல... நம்மள தீத்துக் கட்டிருவாம்'னு நெனைக்கேன்!' முப்பிடாதியின் நெஞ்சம் எரிந்தது. முப்பிடாதி யோசிக்கவே இல்லை. சொக்கலிங்கத்தின் மீது பாய்ந்து, அவனது இரண்டு செவிகளையும் முறுக்கித் தூக்கி தரையில் ஒரே அடி. சொக்கலிங்கத்தின் அடிவயிற்றில் ஒரு எத்து. அது ஒரு ஆண் கரடி. வகுப்பாக ஒரு மிதி வாங்கியதில் மர்ம உறுப்பு தகர்ந்து வாயைப் பிளந்து விட்டது.

சொக்கலிங்கத்தின் மீது கசகசவென ஒரே முடி இருந்ததை முப்பிடாதி அப்போதுதான் கவனித்தார். மேலும் சொக்கலிங்கத்திடமிருந்து வீசிய மொச்சை வாடை வேறு வயிற்றைப் புரட்டியது.

"கொன்னப் பய! ஆளு தெரியாம இருக்கணும்'னு சொல்லி ஆட்டுத் தோலைப் போத்திட்டு வந்துருக்காம் பாத்தீளா?" என்று சொல்லி விட்டு சொக்கலிங்கத்தை அப்போதுதான் குளோசப்பில் பார்த்தார். அது ஒரு கரடி.

"அய்யோ அம்மா!"

ஆசான் கண்விழிக்கும் போது ஃபாரஸ்ட் ஆபீசில் கிடந்தார். கரடியைக் கொன்றதாக வழக்கு. இரண்டு வருட சிறை மற்றும் அபராதம்.

சிறையில் சகலத்தையும் மூடிக் கொண்டு இருந்ததால் ஒன்றரை வருடத்தில் விடுதலையானார். ஊருக்குள் அவர் "கரடி ஆசான்" என்று அழைக்கப்பட்டார். 'கரடி' என்ற உபரிச்சொல் அவரை எகத்தாளம் செய்வதைப் போல ஆசான் உணர்ந்ததால் 'கரடியாசான்' என்று அவரை அழைத்த பிரகஸ்பதிகள் கொஞ்சம்பேர் துவைக்கப் பட்டார்கள். பின்பு வெறும் 'ஆசான்' என்று அழைக்கப்பட்டார்.

ஒருகாலத்தில் ஊரே தன்னைக் கண்டு அஞ்சிய நிலை மறைந்து, தன்னுடைய மனைவிகளுக்கு தான் அஞ்சும் தன்னுடைய தற்போதைய நிலைகண்டு ஆசான் கண்கலங்கினார்.

வீட்டின் வெளியே எட்டிப்பார்த்தார். அரசாயி போய்விட்டாள். அவளது தலை மறைந்ததும், காலை சிற்றுண்டிக்கு முன்னர் தனக்குக் கிடைக்கப் போகும் ஒரு முழு குப்பி அவர் கண்முன்னே நாட்டியமாடிற்று. விளக்கின் கீழே இருந்த காசை எடுத்துக் கொண்டு பரபரவென சாராயக் கடைமுன் தோன்றினார்.

அந்த முழுக்குப்பி முடிவுறும் போது ஆசானின் கண்கள் இரண்டும் மணிமேடை முக்கிலிருந்த கடிகாரத்தின் பெண்டுலங்களைப் போல ஆடுவதைக் கடையிலிருந்த சக பானமுற்றோர் கண்டனர்.

உடனடியாக ஆசான், தான் அன்றைய தினம் செய்ய வேண்டிய கடமைகளை ஆராய்ந்ததில் அவரது ஞானத்துக்கு உடனடியாக எட்டியது மண்ணெண்ணெய் கொள்முதல்தான். காலையில் மனைவி சொன்னது ஞாபகத்துக்கு வந்தது.

'பயமொவ! நா மட்டும் ரேசங்கடக்கி போவலியோ... எனக்கு அம்மங்கொடதான் இன்னிக்கி!' என்று நினைத்துக் கொண்டே நடந்து போய் ஒழுகினசேரி கன்யா சைக்கிள் கடையில் ஒரு சைக்கிளை வாடகைக்கு அமர்த்திக் கொண்டு மிதிக்கத் துவங்கினார். நினைவுகள் பின்னோக்கிச் சுழன்றன.

ஒரு மனைவியைக் கட்டி மேய்ப்பதே செய்வினைக்கு ஆளானது மாதிரிதான் என்னும்போது ரெண்டு மனைவிகள் என்பதெல்லாம் தற்கொலைக்குச் சமம் என்பது ஆசானுக்கும் தெரியாமலில்லை. என்ன செய்ய? எல்லாம் விதி!

சுமார் பதினைந்து ஆண்டுகளுக்கு முன்பு மரம் வெட்டுவதற்காக ஆசானும், அவரது சிஷ்யகோடிகளும் ஆரல்வாய்மொழிக்குச் சென்றார்கள். அரைபாடி லாரியில் சென்றிருந்தவர்களுக்கு ஒரு அதிர்ச்சி காத்திருந்தது. அவர்கள் வெட்டுவதற்காகச் சென்ற

அரசமரங்கள் அங்கே வெட்டி அடுக்கப் பட்டிருந்தன. ஆசானிடம் மரம் வெட்டுவதற்காக அழைத்த நாள் பதிமூன்றாம் தேதி. ஆசான்&கோ சென்றது பதினெட்டாம் தேதி. டிம்பர் டிப்போகாரன் உள்ளூர் மரவெட்டிகளை வைத்து வெட்டி விட்டான்.

'என்ன செய்ய?' என்று கையைப் பிசைந்து கொண்டிருந்த போதுதான் அந்த காட்சியை ஆசான் கண்டார். அங்கு ஒரு அழகிய யுவதி விறகு பொறுக்கிக் கொண்டிருந்தாள்.

'ஆஹா! என்னவொரு ரெசம்? ஆரல்வாய்மொழியின் காய்ந்த காட்டில் இப்படி ஒரு தேவதையா?' ஆசானின் நாவுகள் முப்பந்தல் வரைக்கும் நீண்டது. ஊரில் தனக்காக அனேக ஊசி மூஞ்சிக் கன்னிகள் காத்துக் கொண்டிருந்த காலத்தில் ஆசான் ஆரல்வாய்மொழியில் இருந்து ஒரு வாளிப்பான அப்சரசை தெரிவு செய்தார். 'அவள்தான் அரசாயி'. அரசமரம் வெட்டச் சென்ற இடத்தில் ஆசான் அரசாயிக்குத் தன் மனதில் வளர்ந்த காதல் விருட்சத்தை வெட்டக் கொடுத்தார்.

தன்னைக் 'குறுகுறு'வெனப் பார்த்த ஆசானைக் கண்டு 'ம்க்கும்' என்று கழுத்தை வெட்கத்தில் வெட்டினாலும் கூட அரசாயியின் கண்கள் அவளை மறந்து ஆசானை நோக்கிப் போனதைக் கண்டு குமைந்து போனாள். ஆசானின் கரியநிறத்து வசீகரம் அப்படி....! தன்னோடு விறகு பொறுக்கிக் கொண்டிருந்த தோழியரின் வார்த்தைகளையும் மீறி ஆசானின் மீது மையல் கொண்டாள் அரசாயி.

ஆசானின் அரைநொடி நேரப்பார்வையில் அரசாயி ஆசானோடு அரைபாடி வண்டியில் ஏறினாள். வண்டியில் ஏறிய அரசாயியிடம் ஆசான், அவளுடைய தோழியிடம் சொல்லச் சொன்ன குறளானது,

> *"ஊடற்கண் சென்றேன்மன் தோழி அதுமறந்து*
> *கூடற்கண் சென்றது என்நெஞ்சு."*

பழைய நினைவுகளும், சைக்கிள் பெடல் கொடுத்த நெருக்கடியும் சேர்ந்து மூச்சிறைக்கவே மெதுவாக மிதித்து ரேசன் கடையை எட்டினார்.

"வேய் கோவாலு! மண்ணெண்ணய ஊத்தும்..." என்றவாறே சற்று முன்னர் தான் அருந்திய பானத்தின் காலிக் குப்பியை நீட்டினார்.

ஆசானை மேலும் கீழும் பார்த்த நியாயவிலைக் கடையின் ஊழியர் கோபால், "இன்னிக்கி அரிசிதாங் குடுத்துகிட்டிருக்கு!

மண்ணெண்ண அடுத்தவாரந்தாங் குடுப்போம்!" என்றவாறே சிறிது மண்ணெண்ணையை ஆசானின் குப்பியில் ஊற்றி நிறைத்தார்.

அதற்கு ஆசான், "ஹ்ம்ம்... பேருதான் ஞ்யாய வெலக் கட! செய்யது பூரா அநியாயமும், தொட்டித் தனமும்! இருக்கவம் ஒழுங்கா இருந்தா செரைக்கவம் ஒழுங்காச் செரைப்பாம்? காவாலிப் பெயலுவ! இதத்தான் அன்னைக்கே வள்ளுவஞ் சொல்லிட்டாம்லா! அது என்ன கொரளு??? ஆங்..."

"வானோக்கி வாழும் உலகெல்லாம் மன்னவன்
கோல்நோக்கி வாழும் குடி."

'இந்த செவத்த குடிக்கவும் முடியாதே?' என்று மண்ணெண்ணைய்க் குப்பியை வருத்தத்தோடே பார்த்துக் கொண்டு மேலும் அரசின் அடக்குமுறையை ஓரிரு குறள்களின் வாயிலாக எடுத்தியம்பி விட்டு, சைக்கிளை உருட்டி மீண்டும் பானக் கடைக்கே வந்து சேர்ந்தார். இவரது மீள் விஜயம் கடைக்கார ராசாவை கேள்வி கேட்க வைத்தது.

"என்ன ஓய்! கைல நல்ல சக்கரம் நடமாடுகு போலிருக்கே? காலைல ஒண்ணு! மத்தியானம் ஒண்ணுன்னு குப்பி கெடந்து குதிக்கி...? பயங்கர வெளையாட்டாருக்கே? என்ன காரியொம்?"

அதற்கு ஆசான், "த்தூ காவக்கார நாய! பெரிய்ய்ய சீமையில வித்த கடயல்லா நடத்துகான்...? மனுசங் கையில சக்கரம் இல்லாத நேரத்துல ஒரு பேச்சி... இருக்கும்போது ஒரு பேச்சி... சக்கரம் எங்க இருந்து வந்தா ஒனக்கு என்ன மயிறுடே! கிளாஸ்ல ஊத்துகதோட கவுட்டைய மூடிக்கா... இந்த ஊம்பித்தனத்த வேற யாருகிட்டயாது வச்சிக்கிடணும்! என்ன வெளங்கிச்சா? இதுக்குத்தான் வள்ளுவே அன்னைக்கே சொன்னாரு!" என்றவாறே,

"திறனறிந்து சொல்லுக சொல்லை அறனும்
பொருளும் அதனினூஉங்கு இல்"

"இதெல்லாம் ஒனக்கு எங்க வெளங்கப் போவுது... சாராயம் விக்கிய செத்த பெயலுக்கு பெறந்தயலுக்கு...? பூரா வெசம்!" என்று கூறி ஆசான் சாராயக் கடை அதிபர் ராசாவின் நீலநிற இதழ்களை மூடினார்.

கடுமையான பானத்தின் முடிவில் வாடகை சைக்கிளானது கைத்தடியாக மாறி ஆசானை வீட்டிற்குக் கூட்டி வந்து

கொண்டிருந்தது. வயலாங்கரை வழியாக வரும்போது புத்தேரி பெரிய பத்தின் ஒரு வயலில் ஐந்து பெண்கள் ‘களை’ பிடுங்கிக் கொண்டிருந்தார்கள். அவர்களில் ஒரு பெண்ணின் குரல் ஆசானை உரக்க அழைத்தது.

“ஓய்... முண்டப்பாதி கோசான்! நில்லும் வோய்...”

ஆசான் திரும்பிப் பார்த்தார். அங்கே வயலுக்குள் பத்து பெண்கள் நின்று கொண்டிருந்தார்கள். அவர்கள் அலை அலையாய் நெளிந்து கொண்டு ஒரு மாதிரியாக நின்றதைக் கண்டு ஆசான் வியந்து கண்களைத் துடைத்தார். கூர்ந்து பார்த்ததில் இரண்டு பரமாயிகள் நின்று கொண்டிருந்தார்கள்.

ஆசானுக்கு கால்கள் வேர்த்து விட்டது. ‘இந்த ஊழி முண்டையா? யம்மா! செவத்த... இப்ப என்ன செய்யதுக்கு?’

மறுபடியும் பரமாயி கத்தினாள்.

“ஓஓஓய்ய்யய்ய்யி... அக்கா அரி வாங்கச் சொன்னாளே? கையில என்ன குப்பி மயிறு? சைக்கிளு யாது ஓய்? எங்க களவாண்டீரு? இந்தா கெடக்க ரேசங்கடைக்கி குண்டி சைக்கிளுல ஒக்காந்துதான் போவுமோ? அரிசிய எங்கவோய்?”

ஆசான் சொன்னார், “அரிசி பொறத்தால லாரீல வருகுட்டீ! வயிலுக்குள்ள கெடந்துகிட்டு வ்வோவ்வோன்னி வச்சன்னா வந்து குறுக்குல சமுட்டிப் புடுவேம் பாத்துக்கா கோம்பப்பெயலோளி!”

பரமாயி திரும்பக் கத்தினாள். “லாரீலன்னா! எப்பிடி? எங்கக்காவக் கொண்டாந்தது மாதிரியா? வூட்டுக்கு போ சாணிமாடா! இன்னைக்கி ஒனக்கு தொவைப்பு இருக்கு... நெஞ்சுல எண்ணை போட்டு வச்சிக்கா என்னா!”

ஆசானுக்கு மறுபடியும் வியர்த்தது. ‘கனவுக் கன்னிகள் குடியிருந்த நெஞ்சில் மீண்டும் எண்ணை தடவும் சூழல் உருவாகி விடுமா?’ என்ற அச்சம் அவரை ஆட்டிப் படைத்தது. அப்போதுதான் பரமாயியை அவர் இதயத்தில் செலுத்திய கதை நினைவுக்கு வந்தது. பரமாயி வேறு யாருமல்ல! அரசாயியின் உடன்பிறந்த தங்கை!

ஆரல்வாய்மொழியிலிருந்து அரசாயியை ஆசான் கூட்டி வந்த அன்று ஆசானின் தந்தை இரண்டடிப் பெருமாள் ஆசானையும், அரசாயியையும் வீட்டை விட்டுத் துரத்தி விட்டார்.

"எங்கயிருந்தோ ஓட்டிகிட்டு வந்த தெருநாயை எல்லாம் வீட்டுக்குள்ள ஏத்த முடியாது... போலே வெளிய! சாதி கெட்ட சள்ளப் பெயலே!" என்று சொல்லி அவர்களை விரட்டி விட்டு, வீட்டின் புழக்கடைக்குப் போனவர் கொள்ளு! கொள்ளு! என்று இருமிவிட்டு, தானே தயாரித்த இருமல் மருந்தை எடுத்து குடித்து விட்டு இரண்டு அடிகள் எடுத்து வைத்தவர் கால்தடுக்கி கிணற்றுக்குள் தலைகீழாகப் பாய்ந்து புகைப்படமானார்.

பின்பு ஆசானே தன் தகப்பனாரின் வைத்தியசாலைக்கு அதிபரானார். தந்தை எழுதி வைத்திருந்த மருந்து வடிப்புக் குறிப்புகளில் ஆசான் விரும்பித் தேர்ந்தெடுத்தது 'அரிஸ்டத் தயாரிப்புக் கலவை முறை.' அதன் பிறகு ஆசானுக்கு சாராயக்கடைக்கு செல்ல வேண்டிய அவசியம் ஏற்படவில்லை. வீட்டிலேயே வடித்துக் குடித்தார்.

அரசாயியின் கூடப் பிறந்தது பதிமூன்று பெண்பிள்ளைகள். அந்த காலங்களில் மனிதர்களின் சாதாரண பானமே வள்ளுவரின் காமத்துப்பால்தான் என்பதால் பெண்டிர் ஒரே வருடத்தில் இரண்டு முறை கூட மகப்பேறு அடையும் பேறு பெற்றார்கள். அரசாயியின் அப்பா தாண்டவக்கோன். விடாமல் தாண்டவம் ஆடியதில் அரசாயியின் தாய் பொன்னுத்தாயியை வருசத்துக்கொரு முறை பிள்ளைத்தாச்சியாக்கினார். அவளும் விடாமல் மாறிமாறி பெற்று வீசியதில் மொத்தம் பதினான்கு பெண்பிள்ளைகள்.

தினமும் வீட்டில் அட்டெண்டன்ஸ் எடுக்காத குறை. தன் பிள்ளைகளில் எட்டாவதாக காணாமல் போன மகள் அரசாயியைத் தாண்டவக்கோன் மோப்பம் பிடித்து ஆசானின் வீட்டுக்கு வந்தார். வரும்போது தன்னோடு கூட ஒன்பதாவது மகள் பரமாயியையும் கூட்டி வந்தார். தன் மகள் அரசாயி அரிஸ்டத்தின் செழிப்பில் அதிர்ஷ்டமாக வாழ்வது கண்டு மகிழ்ந்து போனார்.

அரசாயியின் தங்கை பரமாயியின் வனப்பில் தன் மனதைப் பறிகொடுத்த ஆசான் ஒருநாள் இரவு புரண்டு படுத்து காலையில் கையும் காதலுமாகப் பிடிபட்டதில் பரமாயி, ஆசானின் மலர்த்தொகுப்பில் இரண்டாவது பூவாய் மலர்ந்தாள். அக்காவும் தங்கையும் ஒருவருக்கொருவர் விட்டுக் கொடுத்து போனார்கள். அதற்கப்புறம் ரெண்டு பேரும் சேர்ந்துகொண்டு ஆசானை வெளுக்கத் துவங்கினதும் ஆசானின் நிம்மதி பறிபோனது.

அதற்குப் பின் ஆசானுக்கு வெளித்திண்ணையில்தான் தூக்கம்.

கழுத்துவரை குடித்து விட்டு ஆசான் திண்ணையில் படுத்தாரானால் காலையில் ஆசானின் வேட்டி பக்கத்து வீட்டுத் திண்ணையில் கிடக்கும். ஆசானின் கருத்தப் பிருஷ்டத்தை இரவில் கண்ட கீழத்தெரு முத்தையனுக்குத்தான் ஒருமுறை வேப்பிலை அடிக்க வேண்டி வந்தது. பரமாயி குறித்த ஆரம்பகால நினைவுகளை அசைபோட்டபடியே நடந்த ஆசானை வாடகை சைக்கிள் வீடு கொண்டு வந்து சேர்த்தது.

வேலைக்குச் சென்று வீடு திரும்பிய அரசாயி, ஆசானை வீட்டின் புழக்கடையிலுள்ள, பாத்திரம் கழுவும் இடத்தில் கண்டாள். செம்புப் பாத்திரங்கள் துலக்கும் உமிக்கரி ஆசானுக்கு மதிய உணவாய் மாறியிருந்தது. ஓடையில் தலைவைத்துப் படுத்தவாறே சாப்பிட்டுக் கொண்டிருந்தார்.

"என்னட்டி! சோறு கருப்பா கரகரன்னு இருக்கு? எழவு உப்புமில்ல ஒறப்புமில்ல! குண்டிய குண்டிய லாத்தீட்டு நடந்தா போறாது! ஒழுங்கா சோறு வடிக்கத் தெரியணும்! சந்தையில கெடைக்காத கெண்டைன்னு சொல்லி ஆராமுழியில இருந்து கெட்டிகிட்டு வந்த என்னைய பிஞ்ச வாரியல்ல அடிக்கணும்! சூனியம் புடிச்ச சூவ முண்ட!"

அரிசியும் வாங்காமல் மண்ணெண்ணெய் குப்பி சகிதம் புழக்கடையில் வீற்றிருந்தபடியே அனாவசியம் பேசிய ஆசானைக் கண்டு ஆத்திரமடைந்தவள், ஆப்பைக் கணையை எடுத்து வெளுத்து விட்டாள். அடி பொறுக்க முடியாத ஆசான் 'கொல்லியாண்டோ! குட்டியப்பா'வென ஊளையிட்டுக் கொண்டே வீட்டைவிட்டு வெளியே ஓடி வந்தார்.

கோபத்தில் ஆசான் தன் கையிலிருந்த மண்ணெண்ணெய்க் குப்பியை, சற்று நேரத்திற்கு முன்புவரை தன்னைச் சுமந்து, தனக்கு ஊன்று கோலாக விளங்கிய வாடகை சைக்கிள் மீது ஊற்றி சொக்கப் பனை கொளுத்தினார். தான் செய்த செய்கையின் மூலம் வள்ளுவனுக்கு துரோகம் இழைத்து விட்டதை உணர்ந்தார். அப்போது ஆசானுக்கு ஒரு குறள் நினைவுக்கு வந்தது.

> *"எந்நன்றி கொன்றார்க்கும் உய்வுண்டாம் உய்வில்லை*
> *செய்ந்நன்றி கொன்ற மகற்கு."*

வாடகை சைக்கிள் எரிந்து கிடந்தது.

"கூ..." !

தூரத்தில் தீவண்டி ஒலி கேட்டது. அப்போதெல்லாம் ரயிலை புகைவண்டி, தீவண்டி, கரிவண்டி, குட்சு, ரெயின், ரைலு என்றெல்லாம் அழைத்தார்கள். தனக்குப் பின்னால் கையில் துடைப்பக் கட்டையோடு அரசாயி துரத்துவதைக் கண்ட ஆசான் அதிர்ச்சியடைந்தார்.

ரயில் மீண்டும் சங்கு ஊதுவதைக் கேட்ட ஆசானுக்குக் கோபம் வந்துவிட்டது. அவரது கோபம் தீவண்டி மீது திரும்பியது.

“எவம்ல என்னையப் பாத்து ஊளை போட்டு சிரிக்கது? இந்தா வாரமல...” என்றவாறே தன்னை விரட்டி வந்தவளிடம் இருந்து விடை பெற நினைத்தவர் ஊருக்குத் தெற்கால் ஓடினார். “மிச்சமிருந்த மண்ணெண்ணையால் அந்தத் தீவண்டியை நான் எரிப்பேன்!” என்று சபதமிட்டுக் கொண்டு ரயிலை நோக்கி ஓடத் தொடங்கினார். அப்போதுதான் ஸ்டேஷனில் பயணிகளை இறக்கி விட்டுவிட்டு புறப்படத்தயாரானது ரயில்வண்டி.

தண்டவாளத்தின் மீது ஒரு கோணையன் கையில் குப்பியோடு ரயிலை நோக்கி ஓடிவருவதைக் கண்ட ரயில்வண்டி ஓட்டுநர் ரயிலைக் கிளப்பவில்லை. பதிலுக்கு எக்ஸ்பிரஸ் வேகத்தில் வந்த ஆசான் நின்று கொண்டிருந்த ரயிலின் முன்பக்கத்தில் வந்து பலமாக மோதினார். முன் மண்டை ரயிலின் முன்பக்கத்திலும், பின்மண்டை சரளைக் கற்களிலும் மோதியதில் ஆசான் அவ்விடத்திலேயே தன்னுடைய ஜீவ ஓட்டத்தை நிறுத்திவிட்டு, கர்த்தருக்குள் நித்திரையடைந்தார்.

அவரது இறுதி மூச்சுக் காற்றானது, பழங்கஞ்சி முருகேசனின் மகன் குணசேகரனின் நற்பெயர் கெட்டொழிந்து, அலைந்த வளி மண்டலத்துக்குள் கலந்தது. அவரது ஆத்துமா பழையாற்றின் படித்துறையில் துவைக்கப்பட்டு உயிர் நீத்த மணியின் ஆத்துமாவை நிரந்தரமாகச் சென்றடைந்தது.

அவரது முதல் மனைவி அரசாயி இருநூறு ரூபாயை வாடகை சைக்கிள் கடைக்காரனுக்கும், இரண்டாவது மனைவி பரமாயி முன்னூறு ரூபாயை தென்னக ரெயில்வேக்கும் செலுத்தித் தங்களது கணவனின் பூத உடலைப் பெற்று எரித்தார்கள்.

“எச்சமென்று என்எண்ணுங் கொல்லோ ஒருவரால்
நச்சப் படாஅ தவன்.”

அதாவது 'குடி'மக்களே! 'யாராலும் விரும்பப்படாத ஒருவன், தன் மரணத்திற்குப் பிறகு எஞ்சி நிற்கப் போவது என்று எதனை நினைத்திட முடியும்? என்று இந்தக் குறளுக்கு விடை தேடினால்... அது என்னவோ தண்டவாளத்தில் ஆசானால் விட்டுச் செல்லப்பட்ட அந்த மண்ணெண்ணைக் குப்பியும், எரிந்து போன வாடகை சைக்கிளும், தன்னை இடித்துக் கொன்ற தீவண்டியும், அரசாயி, பரமாயி சகோதரிகளும்தான் என்று நீங்கள் கருதினால் அதுவே நீங்கள் வான்புகழ் தந்த வள்ளுவனுக்குச் சொல்லும் நன்றியாக இருக்கும்.'

6

மண்பானைப் பொங்கலும் மதுபானப் பொங்குதலும்

எல்லா மரித்தலுக்கும் ஏதாவது ஒரு காரணம் காட்டப் படும். அதாவது, இயற்கையான மரணம், தன்னிச்சையாக உயிர் மாய்த்தல், உடல் சுகவீனப்பட்டு இறைவனடி சேர்தல், பானத்தின் உதவியால் மோட்சம் அடைதல் அல்லது பிற உயிர் பறிப்பு இப்படியாக மரணத்துக்கான பல்வேறு முகாந்திரங்கள் காட்டப்பட்டாலும் கூட அது ஒரு நிகழ்வு அல்லது நிகழ்த்துதல் என்று வேறு பிரித்துப் போடலாம். ஆனால் ஒரு சில மரணங்களுக்கு தமிழர் திருநாளைக் காரணம் காட்டினால் அதை ஒரு ஆங்கிலேயனால் கூடப் பொறுத்துக் கொள்ள இயலாது.

குட்டிச்சாளைப்புதூர் என்னும் ஒரு கிராமம் அதி அற்புதர்களால் நிறைந்திருந்தது என்பதை அந்தக் கடவுள் கூட மறுக்க மாட்டார். ஏனெனில் அப்படியொரு ஆகிருதியான மக்களைக் கொண்டது குட்டிச்சாளைப்புதூர்.

ஊரைச் சுற்றிலும் தென்னந்தோப்புகளும், வாழைத் தோட்டங்களும், வயல் வெளிகளும், ஊரின் கிழக்கே நூறு வருடப் பழமையான ஆலமரத்தினடியில் அமைந்த சுடுகாடும், இடுகாடும் பூமத்திய ரேகையின் பக்கக் கோடுகளில் அமைந்தது போன்ற ஒரு அழகிய பிரதேசம் அது.

'இவ்வுலகில் கொண்டாடப் படும் அத்தனை பண்டிகைகளையும் ஒரு சேரக் கொண்டாடுபவர்கள் தமிழர்கள்தான்' என்னும் விஷயம் தமிழர்களைத் தவிர மற்ற அனைத்து மாநில அல்லது நாட்டு மக்களுக்கும்

தெரியும். இது ஒரு விந்தையா? அல்லது விதைக்கப் பட்டதா? என்ற குழப்பம் சில மாக்கான்களுக்கு உதித்த வேளையில்தான் ஆங்கிலப் புத்தாண்டு முடிந்து பொங்கல் வந்து சேர்ந்தது.

ஊர்த்தலையாரி பஞ்சலிங்கம் தலைமையிலான ஒரு குழு பொங்கல் பண்டிகையின் வரவு குறித்தும், அதன் கொண்டாட்டங்கள் பற்றியும் விவாதிக்க காளியம்மன் கோவில் நாவல் மரத்தினடியில் அமர்ந்தது. மொத்தம் ஐந்து நாள் விழா கொண்டாட முடிவு செய்தார்கள். 'வீட்டுக்கு பத்து ரூபாயும், ஒரு மரக்கால் நெல்லும் வரி போடலாம்' என்று தீர்மானிக்கப் பட்டது.

சுமார் முன்னூற்றைம்பது குடும்பங்கள் அங்கு வசித்தனர். ஊர் மக்கள் மத்தியில் இந்த முடிவு வைக்கப்பட்ட போது, சில சலசலப்புகள் எழுந்தன. அப்போதெல்லாம் பெரும்பாலும் பண்டமாற்று முறைகள்தான் வழக்கத்தில் இருந்தன. விவசாயம்தான் பிரதானத் தொழில் என்பதால் மக்களின் மத்தியில் பணத்தின் புழக்கம் குறைவாகவே இருந்தது.

அந்தக்காலத்தில் வேலைக்குக் கூலியாக நெல்லும்(சம்பு, உப்பும் (அளம்) வழங்கப் பட்டன. சம்பும், அளமும் சேர்ந்துதான் சம்பளம் என்ற சொல் உருவானது. வெள்ளைக்காரர்கள் கூட இந்த வார்த்தையைத் திருடித்தான் சாலரி என்று பெயர் வைத்தார்கள். களவாணிப் பயல்கள்! அதாவது 'சால்ட் மற்றும் ரைஸ் சாலரி' என்னும் வார்த்தை உருவானது.

"தமிழ்மொழிதான் எத்தனை அசாத்தியமானது?" இதுபுரியாத கூதரைகள் உலகின் பழமையான மொழியாக ஏதோவொன்றைச் சொல்லிக் கொண்டு திரி(க்)கிறார்கள்.

"வீட்டுக்கு பத்து ரூவாயும், ஒரு மரக்கால் நெல்லும் வரியாகப் போடப்பட்டுள்ளது" என காரியஸ்தன் கண்ணப்பன் கூட்டத்தாரிடம் தெரிவிக்கவும், கூட்டத்திலிருந்து ஒரு குரல்,

"நீங்க குடிச்சி கும்மாளமடிக்க நாங்க யாவ்வே சக்கரம் தரணும்"?

அக்குரல் ஆட்டுக்கார வள்ளிக்கண்ணுடையது என்று தெரிந்து கொண்ட முருகப்பன், இந்த பொங்கலுக்கு ஆட்டுக்கறியும், சாராயமும்தான் ஸ்பெசல் என்று முடிவு செய்தான். ஸ்பான்சர் வள்ளிக்கண்'தான் என்பதை சொல்ல வேண்டியதில்லை.

'காசு கொடுக்க முடியாதவர்கள் பொருட்களாகக் கொடுக்கலாம்' என்று சமரசம் செய்யப் பட்டது. அதோ இதோ'வென போகிப்

பண்டிகை வந்து விட்டது. தெருவெல்லாம் கூட்டி பெருக்கி சுத்தம் செய்தாகி விட்டது.

போகிக்கு முந்தைய தினம் விழாக்குழுவினர் பம்பரமாகச் சுழன்றார்கள். வாழைமரம் மற்றும் ஓலத்திக் குலை வெட்ட ஒரு குழு வடக்குப் பக்கம் தடிக்காரன்கோணத்துக்கும், பானைச் சட்டி வாங்க ஒரு குழு கிழக்குப்பக்கம் தேரேகால்புதூருக்கும், பலவெஞ்சன சாமான்கள் வாங்க ஒரு குழு தெற்குப்பக்கம் கோட்டாருக்கும், காய்கறி வாங்க ஒரு குழு மேற்குப் பக்கம் வடசேரிக்கும் சென்றது.

தென்கிழக்குப் பக்கமான ஆவரைகுளத்திற்கு பயணித்த குழுவின் பயணம் நிகழ்ச்சி நிரலிலும் இல்லை, ஒருங்கிணைப்புப் பட்டியலிலும் இல்லை. ஏனென்றால் அவர்களது கொள்முதல் பட்டியலில் இருந்தது ஒன்றே ஒன்றுதான். அதுதான் “தேவபானம்!”

‘ஆவரைகுளத்து சாராயத்தையும், ஆரல்வாய்மொழிக் காற்றையும் எதிர்த்தவர் இவ்வையகத்தில் இல்லை’ என்பது ஆன்றோர் வாக்கு.

அனைத்து பொருட்களும் இரவுக்குள் ஊர் வந்து சேர்ந்து விட்டன. ஆவரைக்குளத்து அமுது மட்டும் வரவில்லை. பானத்தின் பொறுப்பு காரியஸ்தன் கண்ணப்பனிடம் ஒப்படைக்கப் பட்டிருந்தது. அவன்தான் கொஞ்சம் பேரை பானக் கொள்முதலுக்காக ஆவரைகுளத்துக்கு அனுப்பியிருந்தான்

அதிகாலைக்குள் சரக்கு வந்து விட்டால் இருட்டுக்குள் யார் வீட்டிலாவது பதுக்கி விடலாம் என்று காத்திருந்த கண்ணப்பன் ஊர்ச் சந்தியிலேயே கண்ணயர்ந்தான். கணவனைக் காணாமல் தேடிய கண்ணப்பனின் மனைவி முத்தம்மாள், ஊர்முகப்பிலுள்ள வீட்டுக்காரி தேவகியை தன்னுடைய கணவனோடு சேர்த்து கற்பனை செய்துகொண்டு, நள்ளிரவில் எழுந்து ஊர்ச்சந்திக்கு புறப்பட்டாள்.

கண்ணப்பனின் கெட்ட நேரமோ என்னவோ அந்த நேரம் பார்த்து தேவகி வீட்டுக் கூரையில் ஒரு தேங்காய் ‘மொந்’தென விழுந்தது. சத்தம் கேட்டு கண்ணப்பன் விழிக்கவும், தேவகி தன் வீட்டுக் கதவைத் திறந்து வெளியே வரவும், இவர்கள் இருவரும் எதிரெதிரே நிற்பதைக் கண்ட கண்ணப்பனின் மனைவி முத்தம்மாள், ‘தான் நினைத்தது சரிதான்’ என்று கூப்பாடு போட்டு, அருகில் கிடந்த பச்சை தென்னைமட்டையை எடுத்து கண்ணப்பனை வெளுத்தாள்...

கண்ணப்பனின் கதறல் கேட்டு ஒரு சிலர் எழுந்து வெளியே வந்தார்கள். என்னவென்று கேட்ட போது கண்ணப்பன் தன்னிலை விளக்கம் சொல்ல முடியாமல் திருதிருவென விழித்தான். முத்தம்மாள் கூட்டத்தாரிடம் நடந்ததைக் கூறி, மேலும் ரெண்டு எத்து எத்தினாள்.

'சாராயம் வாங்கப் போனவர்களுக்காக காத்திருந்ததையும், எதிர்வீட்டுக் கூரையில் தேங்காய் விழுந்த கதையையும் சொன்னால் தன் மீது ஊர்க்காசில் சாராயம் வாங்கிய பழி விழும்' என்பதால் கண்ணப்பனின் நிலை திரிசங்கானது.

அதே நேரத்தில் ஆவரைகுளம் சென்ற குழுவினர், இரண்டு வில் வண்டிகளில் பத்து பேரல் சாராயத்தோடு குட்டிச்சாளைப்புதூரை நோக்கி பயணித்துக் கொண்டிருந்தனர். முன்னால் வந்து கொண்டிருந்த வண்டியை தேவகியின் கணவன் ஆண்டியப்பன் ஓட்டி வந்தான். வண்டிக்கு ரெண்டு பேரும் ஐந்து பேரல் சாராயமும் இருந்ததால் காளைகள் விரைவில் களைப்படைந்தன.

பழவூர் அருகே வண்டி நின்று போனது. 'காளைகள் நான்கையும் அருகிலிருந்த புளிய மரத்தில் கட்டிவைத்து விட்டு , வண்டியை ஓதுக்கி விட்டார்கள். ஓய்வெடுத்து விட்டு அதிகாலையில் புறப்படலாம் என்று ஏற்பாடு.'

போகும் வழியில் சாப்பிட, ஆவரைகுளத்தில் வாங்கி வைத்த தோசையும், சாம்பாரும், அவித்த முட்டையும், வாழை இலையையும் மீறி மணந்தன. வயிறு பிடிவாதம் பிடித்தது. சாராய வாசனை வேறு தேவலோக ரம்பைக்கு நிகராக ஈர்த்தது.

"லேசாக் குடிச்சா என்ன கொறஞ்சா போயிரும்?" என்று அமர்ந்தார்கள்.

எல்லைமணி பேரலிலிருந்த பானத்தை மொண்டு பனை மட்டையில் ஊற்றி எல்லோருக்கும் பரிமாறினான். 'ஒரு ஆளுக்கு நூறு மில்லி என்பதுதான் சரியான அளவு' என்றாலும்கூட பனைமட்டையில் ஏது அளவுக் குறியீடுகள்?

இரண்டு பட்டையில் சுமார் முன்னூறு மில்லிக்கும் அதிகமாக மாறிமாறி அருந்தியதில் போதை பின்மண்டையைத் தாக்கி அனைவரும் தரையில் கிடந்து உருள வேண்டிய சூழல் ஏற்பட்டது. சாரைப்பாம்பாய் மாறி சாலையை அளந்தார்கள். வாங்கி வைத்த

தோசையையும், முட்டையையும் நாய் தின்றது. வாளியை நாயால் திறக்க முடியாது என்பதால் சாம்பார் மட்டும் தப்பியது.

நாலாம் சாமத்தில் பசியால் கண்விழித்த எல்லைமணி, நிலவொளியின் உதவியோடு மிஞ்சியிருந்த சாம்பாரைக் கைப்பற்றினான். தோசை மற்றும் முட்டைகள் மாயமானது குறித்த கவலை அவனை அலைக்கழித்தது.

ஆண்டியப்பன் ரோட்டிலிருந்து உருண்டு கீழே வாய்க்கால் வரப்பிலும், இன்னொரு ஓட்டுனர் தியாகமுத்து வில்வண்டியின் அடியிலும், பேச்சிநாதன் காளைகளின் மத்தியிலும் படுத்துக் கிடந்தார்கள்.

சாப்பிட ஏதுமின்றி எல்லைமணி சாம்பாரைக் குடித்து விட்டு, காணாமல் போன தோசை மற்றும் முட்டையின் கால் தடத்தைத் தேடி நடந்தான். நடந்து நடந்து களைத்து, சாலையின் அருகில் படுத்துக் கிடந்த ஒரு மனிதரின் பக்கத்தில் சென்று படுத்தான். அந்த இடமானது அவர்களின் வில்வண்டிகள் நின்று கொண்டிருந்த இடத்திலிருந்து சுமார் பத்து பர்லாங் தூரத்தைக் கொண்டது. கிட்டதட்ட இரண்டரை கிலோமீட்டர்கள்.

அதிகாலையில் ஒரு ஊளைச் சத்தம் கேட்டு ஆண்டியப்பனும், தியாகமுத்துவும் அலறி எழுந்தார்கள். அது பேச்சிநாதனின் குரல். சத்தம் கேட்டதே தவிர ஆளைக் காணவில்லை. ஒரு காளை, தனக்கு அருகில் படுத்துக் கிடந்த தியாகமுத்துவின் மீது புரண்டு படுத்தது.

உடனடியாக காளையை எழுப்பி, அடியில் கிடந்த பேச்சிநாதனை மீட்டார்கள். எல்லைமணியைக் காணாமல், மற்ற மூன்று காளைகளையும் எழுப்பி விட்டு கீழே தேடினார்கள். நேரம் வெளுக்கும் சமயம், இவ்வளவு சாராயத்தோடு போலீசில் சிக்கினால் அவ்வளவுதான்... பேச்சிநாதனைத் தூக்கி வண்டியில் கிடத்திவிட்டு வண்டியைத் தட்டினார்கள். கடும் வேகம்...

சூரிய உதயத்திற்கு முன் ஊர் வந்து சேர்ந்தார்கள். சாராய பேரல்களை அவசர, அவசரமாக கூண்டுக்கிளியின் தோப்பு வீட்டில் பதுக்கினார்கள். கூண்டுக்கிளியின் மனைவி ரங்கம்மாள் பேரல்கள் குறித்து கேட்டதற்கு தலையாரி பஞ்சலிங்கம் சார்பில் இவ்வாறு சொல்லப் பட்டது.

"நாளைக்கி ஓட்டப் பந்தயத்துல ஓடுவானுவள்லா? அவுனுவளுக்கு தண்ணி தவிக்கும்லாம்மோ? அதான் முக்கடல் அணைலேர்ந்து

தண்ணி புடிச்சியாந்துருக்கோம்... கவனமாப் பாத்துக்காம்மோ! யாரும் எடுத்து குடிச்சிராம!"

ரங்கம்மாளும், 'முக்கடல் தண்ணில சோறு பொங்குனா, சோறு பிச்சிப் பூ கணக்கா இருக்கும்'னு சொல்லி யாருக்கும் தெரியாமல் ஒரு குடத்தில் பிடித்துக் கொண்டு போனாள்.

போகிக்குக் கொளுத்த எல்லா வீட்டிலும் இருந்த பழைய பொருட்கள் கொண்டு வரப்பட்டன. பழைய துணிமணிகள், பிய்ந்து போன செருப்புகள் உடைந்து போன நாற்காலிகள் போன்ற பல பொருட்கள் இடம் பெற்றது.

நான்கு பிய்ந்து போன விளக்குமாறுகள் கண்ணப்பனின் வீட்டிலிருந்து வந்த போதுதான், கண்ணப்பனின் நிலை ஊருக்கு தெரிய வந்தது.

தேவகி தன் கணவன் ஆண்டியப்பனிடம் முந்தைய இரவு நடந்ததைச் சொல்ல ஆண்டியப்பனுக்கு விவரம் புரிந்து கண்ணப்பனின் மீது அளவு கடந்த பரிதாபம் ஏற்பட்டது.

கண்ணப்பனின் வீட்டிற்குப் போய் பார்த்த ஆண்டியப்பனுக்கு அந்த நான்கு விளக்குமார்களே தேவலை! என்று தோன்றியது. முத்தம்மாள் கண்ணப்பனைக் கிழித்துப் போட்டிருந்தாள்.

ஆண்டியப்பன் கண்ணப்பனிடம் நடந்த இன்னல்களுக்கு ஆறுதல் கூறிவிட்டு, "சாயங்காலம் வழுக்குமரம் ஏறணும்! எப்போ வருவ?" என்று கேட்டுக் கொண்டிருக்கும்போதே முத்தம்மா வந்து சேர்ந்தாள்.

"ஆமா! நீரும் வழுக்கு மரம் ஏறக் கூப்பிடும், ஒம்ம பொண்டாட்டியும் கூப்புடுகா! இந்தக் கிண்ணி செத்த பயலுக்கு ஒண்ணு பத்தாதா?

கடைசீல இந்த இத்துப்போன மரம் செத்துப் போச்சின்னா யாருக்கு துயரம்... எனக்குதானே?" என்றபடி கதறத் தொடங்கினாள். ஆண்டியப்பன் இடத்தைக் காலி செய்தான்.

'கிண்ணி செத்த பயல்' என்னும் வார்த்தைகள் கண்ணப்பனின் மனதில் ஒருவிதமான துயரத்தையும், ஊருக்குள் வெடிச் சிரிப்பையும் ஏற்படுத்தியிருந்தது.

காளையின் அடியில் படுத்துக்கிடந்து ஊர்வந்து சேர்ந்த பேச்சிநாதன், காலையில் கண்விழிக்கும் போது முதுகு செத்தது போல இருந்தது. ராத்திரியில் எடுத்து பதுக்கி வைத்திருந்த

அரைக்குப்பியை எடுத்து வாயில் ஊற்றியதில் கால்கள் நட்டுக் கொண்டன. பிரம்மச்சாரி ஆனதால் கேட்க ஆளில்லை.

பேச்சிநாதனின் ஆத்தா ரோஸ்மியாபுரம் ஆவரணம் ஒரு வெட்டுகுத்தி! வாயைத் திறந்தாளெனில் எதிரில் நின்றவன் தொலைந்தான். பாடையில் வைக்கக் கூட லாயக்கில்லாமல் ஆகிவிடும் அவனது சவம். ஆவரணம் அப்படி ஒரு வாயாரி. எச்சித்தண்ணி எதிரே சிந்தாதவள்.

பேச்சிநாதன் பின்னே கேட்கவே வேண்டாம்... ஊரான் கலைப்பையைத் தூக்கி தோளில் வைத்து விட்டு தன் கலப்பையைத் சகதிக்குள் போட்டுவிடுபவன். வீட்டிலும் அவன் சோத்துக்குத் தெண்டமும், பூமிக்கு பாரமுமாகத்தானிருந்தான். துப்பின குழிக்கு மண்ணள்ளிப் போடமாட்டான். ஆத்தாளுக்கும், மகனுக்கும் சதா சர்வ காலமும் வீட்டில் அக்கப் போர்தான்.

பேச்சிநாதனும் தன் பங்குக்கு எதையாவது எரிக்க வேண்டுமே என்று சொல்லி, வீட்டில் கிடந்த பழைய கிழிந்து போன பத்தமடை பாயையும், அலமாரியின் மேல் கிடந்த பழைய நார்ப் பெட்டியையும் தூக்கிக் கொண்டு போய் ஊர்ச்சந்தியில் எரித்தான்.

ரங்கம்மாள் குடத்தில் பிடித்துக் கொண்டு போன முக்கடல் தண்ணி வீடு போய்ச் சேரும் போது பாதி காலியாகி இருந்தது. அதாவது சாராயம் ஆவியாகி விட்டிருந்தது.

‘செத்த மூக்கிக்கு சாராய நாத்தம் கூடவா தெரியாது?’

“அல்லிப் பூ கூட மணக்கும்! ஆனா ஆவரைக்குளத்து அரக்கு மணத்தை ஒரு பய கண்டு பிடிக்கமுடியாது!” என்று சொல்லிக் கொண்டே அரசல் புரசலாக சாராயம் குறித்து அறிந்து கொண்ட ரங்கம்மாளின் மருமகன் அந்துவான் கூண்டுக் கிளியின் வீட்டுக்குள் நுழைந்தான்

அந்துவான் ஒரு அப்புராணி... குடி என்றால் என்ன விலை? என்று கேட்பவன். சாராயக்கடையில் புகுந்தானானால் குப்பி என்ன விலை என்று கேட்காமல் குடிப்பவன்.

“ஆவரைக் குளத்து சாராயத்தின் மணத்தைக் கண்டுபிடிக்கவே முடியாது” என்று சொன்னவனின் மூக்கினுள் அத்தை கொண்டு வந்த குடத்திலிருந்த அரக்கின் மணம் நுழைந்தது. உள்ளே சென்று பார்த்த அந்துவான் அதிர்ந்தான். அங்கு அவனது அத்தை

ரங்கம்மாள் செக்கு மாட்டைப் போல அடுக்காளையில் வட்டம் போட்டுக் கொண்டிருந்தாள்.

இவனைக் கண்டவுடன், "வா மக்கழே! திடீழ்னு வந்துழுக்க? என்ன காழியம் சொழ்ழு!" என்று அபிநயம் பிடித்தாள். அவளது நாவுகள் பிடிகொடுக்கவில்லை.

நடந்து போன விபரீதம் அந்துவானுக்கு பிடி கிட்டியது. மேலும் அத்தை ரங்கம்மாள், குடத்திலிருந்த முக்கடல் அணைத் தண்ணீரைக் கைநீட்டிக் காட்டி விட்டு, தரையில் சாய்ந்தாள்.

அவளைத் தூக்கி பாயில் கிடத்திவிட்டு, குடத்திலிருந்ததை மூன்று குப்பிகளில் ஊற்றி எடுத்துக் கொண்டு அந்துவான் வெளியில் கிளம்பினான்.

குட்டிச் சாளைப் புதூருக்குள் போலீஸ் வரும்போது மணி மாலை ஆறைத் தொட்டிருந்தது. அவர்கள் எல்லை மணியைக் கூட்டி வந்தார்கள். கிட்டத் தட்டத் தூக்கி வந்திருந்தார்கள் எனலாம். எல்லை மணி பேயறைந்ததைப் போல நின்றான். யாராவது கேள்வி கேட்டால் அவனது தலை வானத்தை நோக்கியது. வீட்டில் கொண்டு போய்க் கிடத்தினார்கள். சிலபேர் இப்படிச் சொன்னார்கள்.

"பயலுக்கு கிறுக்கு முத்தி நிக்கி"

அதே நேரத்தில் ஊரின் முன்புறத்திலுள்ள மைதானத்தில் சறுக்குமரம் ஏறும் போட்டி நடந்து கொண்டிருந்தது. இளவட்டங்கள் அனைவரும் சறுக்கு மரம் ஏறிக் கொண்டிருந்தார்கள். மரத்தின் உச்சியில் கட்டப் பட்டிருந்த பணமுடிச்சை ஒருவராலும் எடுக்க முடியவில்லை.

அப்போது ஒரு பெரும் சிரிப்பு சத்தம் கேட்டது. அது மணியக்காரர் பஞ்சலிங்கத்தின் தகப்பனார் பஞ்சவர்ணம். அந்தக் காலத்திலேயே பெரிய மைனர். ஒரு இடத்திற்கு அவர் வருகிறாரென்றால், அவர் வருவதற்குள் அவர் பூசியிருக்கிற பாண்ட்ஸ் பவுடர் வாசனை வந்து விடும். ஊரிலுள்ள அத்தனைப் பெண்களுக்கும் அவர்தான் கனவுக் காதலன்.

இளவட்டக் கல்லெல்லாம் அவர் முன் மண்டியிடும். கர்லா கட்டைகள் எல்லாம் அவர் தூக்கி சுத்தினால் கதறும். அப்படிப்பட்ட மனுஷன் இப்போது எழுபது வயதில் இருபது வயது இளைஞர்களை எகத்தாளம் செய்தார். சத்தமாக சொன்னார்,

"என்னத்தல! சோறு திங்கீய? எங்காலத்துல நா ஏற ஆரம்பிச்சா மரத்துல உள்ள பணமுடிச்சி தானா கீழ எறங்கி வரும்! நீங்கல்லாம் பொண்ணு கெட்டி என்னடே செய்யப் போறீய? குறுக்கு செத்த கூதரப்பயலுவளா?" என்று கேட்கவும் கூட்டத்திலிருந்த அரும்பு மீசைகளுக்குக் கோபம் பொத்துக் கொண்டு வந்து விட்டது.

அதிலிருந்த ஒருவன் சொன்னான், "சரி கேளும்! பாதி மரத்த அறுத்து நடுகோம்! நாங்க ஏறுனதுல பாதி ஏறுனாப் போதும்!" என்றான்.

இந்த அறைகூவலைக் கேட்ட மணியக்காரர் பொங்கி எழுந்தார். "பாதிமரம் என்னடே? முழுமரத்தையும் ஏறிக் காட்டவா?" என்று சூளுரைத்தார்.

அப்போது அந்த இடத்தில் ஒரு மூன்றாம் உலகப் போரின் தொடக்கம் பரிந்துரை செய்யப் பட்டதைப் போல ஒரு பாவனை உருவானது. யார் தடுத்தும் கேட்காமல், வேட்டியைத் தார்ப்பாய்ச்சத் தொடங்கினார் பஞ்சவர்ணம்.

"கூடுதலா எண்ணை ஊத்துங்கடே!" என்று கட்டளை பிறப்பித்தார்.

எண்ணை ஊற்றப்பட்டு கொட்டுகளும், தப்பட்டைகளும் உச்சஸ்தாயியில் தட்டப் பட்டன. சிறுவர்கள் ஆடத் தொடங்கினார்கள்.

"ஜிண்டங்! ஜிண்டங்! ஜிண்டாக்கு! ஜிண்டக்கு!"

ஊரே மூக்கில் விரல் வைக்க, பஞ்சவர்ணம் ஒரு மிகப்பெரிய கதாநாயகனைப் போல வழுக்கு மரம் ஏறத் தொடங்கினார். பாதிமரம் கடந்தவுடன் கூட்டம் ஆக்ரோஷமாகக் கூச்சலிட்டது. அந்தப் பிரதேசமே அமர்க்களப் பட்டது. பணமுடிச்சை உருவ இன்னும் மூன்று அடிகள் மட்டுமே மேலே செல்ல வேண்டும்.

இளைஞர் கூட்டம் பரிதவித்தது, 'கிழவன் பணமுடிச்சை அவிழ்த்து விட்டானென்றால் அவ்வளவுதான்! ஊருக்குள் தலை காட்ட முடியாது' என்றெண்ணி தவித்தார்கள். ஏனென்றால் அப்போது அவர் கடந்திருந்த உயரத்தை அன்று அதுவரைக்கும் யாரும் தொட்டிருக்கவில்லை.

அப்போதுதான் அது நடந்தது. பணமுடிச்சை அவர் உருவவும், வழுக்கு மரம் அவர் வேட்டியை உருவியது. சும்மா வேடிக்கைப் பார்க்க வந்தவராதலால் உள்ளே ஒன்றும் அணிந்திருக்கவில்லை.

பணமுடிச்சோடு ஆசனவாய் தரையிலடிக்க கீழே வந்து விழுந்த பஞ்சவர்ணத்தின் கண்களில் பலவர்ணங்கள் தீப்பொறியாய் சுழன்றன. ஆஸ்பத்திரிக்கு தூக்கிச் சென்றார்கள்.

“எழுவது வயசுல இந்தகெழட்டுப் புண்...யாங்கனுக்கு இது அவசியமா?” என்று மக்கள் பேசிக்கொண்டதோடு வழுக்கு மரப்போட்டி இனிதே நிறைவு பெற்றது.

பொழுது சாயவும் பானவிரும்பிகள் கூட்டம் கூண்டுக்கிளியின் தோப்பினுள் பதுங்கியது. காலையில் சாய்ந்த கூண்டுக்கிளியின் மனைவி ரங்கம்மாள் மாலையில்தான் எழுந்தாள்.

வள்ளிக்கண்ணுவின் ஆட்டுக் கிடையில் முருகப்பன் ஆசனவாயில் ரத்தபெருக்கெடுத்து மூர்ச்சையாகிக் கிடந்தான். திடீரென்று பேச்சிநாதனின் தாய் ஆவரணத்தின் ஒப்பாரி சத்தம் கேட்டது. பானத்தின் மிகுதியால் நடு வீட்டில் பேச்சிநாதன் பேச்சு மூச்சற்று படுத்துக் கிடந்தான். கூண்டுக்கிளியின் வீட்டிலிருந்து அலறல் சத்தம் கேட்டது.

பேச்சிநாதனின் தாய் ஆவரணத்தையும், குளி முறியில் விழுந்து கிடந்த, கூண்டுக்கிளியின் தாய் மரகதத்தையும் ஆஸ்பத்திரிக்கு தூக்கிச் சென்றார்கள். அந்துவானை போலீஸ் பிடித்துச் சென்றது.

விழாக் குழுவின் நிகழ்ச்சி நிரல் ‘அடுத்த நாள் காலையில் பொங்கல் வைப்பு, நீச்சல் பந்தயம், மதியம் வடம் இழுத்தல், மாலையில் ஓட்டப் பந்தயம்’ என்று காட்டியது.

கூண்டுக் கிளியின் தோட்டத்திலிருந்த அனைத்து பேரல்களும் குடங்களில் ஊற்றப்பட்டு தெருவில் எடுத்து வரப்பட்டன. வெகுசிலர் மட்டுமே அக்குடத்தில் இருந்த நீரின் மகிமையைக் குறித்து அறிந்திருந்தார்கள். அவர்கள் அக்குடத்தை விட்டு அக்கம்பக்கம் அகலவில்லை.

அதிகாலையில் ஊரின் கிழக்கிலிருந்த அம்மன் கோவிலில் பொங்கல் வைக்கத் தயாரானார்கள். பக்கத்தில் வைக்கோல் போர்கள் நிறைய இருந்ததால் ‘பாதுகாப்புக்காக இருக்கட்டுமே’ என்று குடத்தில் இருந்த முக்கடல் தண்ணீரை எடுத்து வைத்தாள் பஞ்சலிங்கத்தின் மனைவி ராமாயி.

பஞ்சலிங்கம் ராத்திரி முழுவதும் தன் தகப்பனார் பஞ்சவர்ணத்தோடு ஆஸ்பத்திரியில் கிளி விரட்டிவிட்டு காலையில்தான் வீட்டுக்கு

வந்தார். மக்களெல்லாம் கூடினார்கள். பூசை முடிந்து பொங்கல் அடுப்புக்கு தீ பற்ற வைக்கப் பட்டது.

வைக்கோல் போர்பக்கம் ஒதுங்கிய கோச்சாளை ஐயப்பன் ஒரு பீடியை எடுத்துப் பற்ற வைத்தான். தூரத்தில் தலையாரி வருவதைக் கண்டு அவசரத்தில் பீடியை அணைக்காமல் வீசி விட்டு, தலையாரி பஞ்சலிங்கத்துக்கு வணக்கம் வைத்தான்.

பொங்கல் பொங்கும் சமயம் பார்த்து ஒரே புகை மண்டலம். 'அடுப்பிலிருந்துதான் வருகிறதோ?' என்று நினைத்தால் அது வைக்கோல் போரிலிருந்து வந்தது. கோச்சாளை ஐயப்பன் வீசிய பீடி வைக்கோல் போரை வீசத் துவங்கியது.

ராமாயி உடனடியாக குடத்தில் இருந்த நீரைத் தூக்கி தீயை நோக்கி வீசவும், தீ பரவிப் பிடித்தது. நீரின் அடிப்படைத் தன்மை மாறியதைக் கண்ட ஊர்மக்கள் வியந்து கொண்டிருக்கும் பொழுதே, ஒரு அலறல் சத்தம் கேட்டது. பஞ்சலிங்கத்தின் மகள் பாஞ்சாலியும்,வில்வண்டிக்கார கிட்டுவும் வைக்கோல் போரிலிருந்து சூடு தாங்காமல் எழுந்து தூரத்தில் ஓடிக்கொண்டிருந்தார்கள். அந்தப் பக்கம் கோச்சாளை ஐயப்பன் ஓடிக் கொண்டிருந்தான்.

தீப்பிடித்தல் தொடங்கியதால் நிகழ்ச்சி நிரல் மாற்றப் பட்டது. மகளைப் பிடிக்க ஓடிய பஞ்சலிங்கம் கால் இடறி அருகிலிருந்த வாய்க்காலுக்குள் வீழ்ந்தார். அவரது கெட்ட நேரம் வாய்க்காலில் நீர் இல்லை. கால் ஒடிந்த நிலையில் ஆஸ்பத்திரியில் சேர்ந்தார்.

ஆக ஆஸ்பத்திரியில் பஞ்சவர்ணம், தலையாரி பஞ்சலிங்கத்தோடு சேர்த்து நான்கு பேரும், வேப்பிலையடிக்க கோவிலுக்கு கூட்டிச் செல்லப்பட்ட எல்லைமணியோடு சேர்த்து ஐந்து பேர் தவிர ஊரில் மீதி உள்ளவர்கள் அனைவரும் ஏறு தழுவத் தயாரானார்கள். நாங்குநேரியில் இருந்து நான்கு காளைகள் விசேஷமாக வரவழைக்கப் பட்டிருந்தன.

பூசாரி பிச்சாண்டி, எல்லைமணிக்குக் குறி சொல்ல ஆரம்பித்தார். பழவூரில் பானமுற்ற எல்லைமணி, போதையில் சாம்பாரைக் குடித்து விட்டு பத்து பர்லாங் நடந்து களைத்து, ஒரு மரத்தினடியில் படுத்திருந்த ஒரு மனிதரோடு போய் படுத்துக் கொண்டான். இரவில் குளிரெடுத்து, அவர் மூடியிருந்த துணியை உருவ எத்தனித்து, அவரும் தடை செய்யாததால் அதை உருவி பொதிய மூடிக் கொண்டு உறங்கியிருக்கிறான்.

அதிகாலையில் கண்விழித்தவன் தன் பக்கத்தில் ஒரு
பெண் உடல், தலையின்றி முண்டமாகக் கிடந்ததையும், அவளது புடவையை உருவித்தான் மூடியிருந்தோம் என்பதையறிந்து தலை சுற்றி விழுந்தவன், மதியம் காவல் நிலையத்தில்தான் கண் விழித்திருக்கிறான்.

அங்கே ஆஸ்பத்திரியில் ஆவரணம், தன் மகன் பேச்சிநாதன் போகியன்று எரித்த நார்ப்பெட்டிக்குள் இருந்த தன் மொத்த சம்பாத்தியமும் ஊரிலுள்ள தரித்திரத்தோடு சேர்ந்து எரிந்து போனதை அலமாரியின் மேல்ஏறிப் பார்த்து, நார்ப்பெட்டியைக் காணாமல் அதிர்ந்து, நிலை குலைந்து கீழே படுத்துக்கிடந்த பேச்சிநாதனின் நடு முதுகில் வீழ்ந்து, அவன் தன் முதுகெலும்பை முறித்ததையும் வரலாறு கண்டிப்பாக வெளியில் சொல்லப் போவதில்லை. ஏனெனில், கண்ணால் கண்ட சாட்சியின் கண்கள் ஆஸ்பத்திரியில் நிலைகுத்தி நின்றன. பேச்சிநாதனின் தாய் ஆவரணம் மரித்தாள்.

வழுக்கு மரத்திலிருந்து விழுந்து மூலம் முதல் முகுளம் வரை அடிபட்டு விறைத்துக் கிடந்த பஞ்சவர்ணம் அனிச்சையாகத் திரும்ப, ஆஸ்பத்திரியில் இடப் பற்றாகுறையின் நிமித்தம் அருகில் கிடத்தப் பட்டிருந்த கூண்டுக்கிளியின் தாய் மரகதத்தின் முகத்தைக் குளோசப்பில் கண்டதும் மாரடைத்து மரித்தார்.

"பெரியப்பா!" என்று கூண்டுக்கிளியும், அப்பா என்று பஞ்சலிங்கமும் கதறினார்கள்.

'தன் அத்தான் (பஞ்சவர்ணம்) இன்னும் தன்மீதான காதலை மறக்கவில்லை' என்று எண்ணி, கண்கலங்கிக் கண்ணீர் விட்டபடியே தன் முன்னாள் காதலனும், அத்தானுமான பஞ்சவர்ணத்தோடு உடன்கட்டை ஏறி உயிர் துறந்தாள்.

"அம்மா!" என்று கூண்டுக்கிளியும், "சித்தி!" என்று பஞ்சலிங்கமும் அலறினார்கள். ஒரே நேரத்தில் இரண்டு டெட்பாடிகளைக் கண்டு இருவரும் நொந்து போனார்கள். ஆனாலும் அவர்களது மனம் முழுக்க குடங்களில் இருந்த பானமே நிறைந்திருந்தது.

தன் முகத்தை மிக அருகில் கண்டு பயந்துபோய் மரித்த பஞ்சவர்ணத்தை, தன் மீதுள்ள காதலால்தான் மரித்தார் என்றெண்ணி தன் உயிரை நீத்த மரகதத்தைக் கைலாயம் கைகூப்பி வரவேற்கத் தயாரானது.

இப்படியாக பஞ்சவர்ணம் எனப்பட்ட ஒரு காலனை, ஒரு காதலனாய் இந்த வரலாறு திருத்தி எழுதியது. ஓரத்தில் கால் ஒடிந்து கிடந்த பஞ்சலிங்கம் ஒரே நாளில் அனாதையானார். அவரது மனம், தன் சொந்த மகள் வில்வண்டிக்காரனோடு ஓடிப்போன துயரத்தை விட , ஒரு துண்டு பீடியைக் கொண்டு தன் குடும்பத்தைக் குலைத்த கோச்சாளை ஐயப்பனை நினைத்துக் குமுறியது.

இங்கே நிலைமை இப்படி இருக்க மாடுபிடி மைதானத்தில் ஆவரைகுளத்து அமிர்தம் தீரத் தொடங்கியது. நான்கு காளைகளில் முதலில் ஒன்று அவிழ்த்து விடப்பட்டிருந்தது.

காளைகள் கொஞ்சம் உஜாராக உலா வர வேண்டி, மாட்டுக்கு வழங்கப் பட்ட கழனித் தண்ணியில் சிறிது சாராயத்தைக் கலந்து வைத்தான் வட்டு பூதலிங்கம். அவன் பேரிலுள்ள 'வட்டு' எனப்படும் அடைமொழி அவனது குணமறிந்த ஊரார் அவனுக்கு வைத்த செல்லப் பெயர். செயலும் அவ்வண்ணமே இருப்பதால் அந்த அடைமொழி அவனோடே வந்து கொண்டிருந்தது.

வேஷ்டியை தார்ப்பாய்ச்சி நின்ற வீரர்கள் அனைவருமே வயது பாகுபாடின்றி பானமுற்றிருந்தார்கள். அதில் கொஞ்சம் அதிகப்பங்கு (ரெண்டு குவளை கூடுதலாக) பற்றியிருந்தவர்கள் மைதானத்தில் தங்களுக்குள்ளே அடவுகள் எடுத்துக் கொள்வதும், காளைகளைக் குறித்து துச்சமாய் பேசுவதுமாக இருந்தார்கள்.

“என்ன பெரிய மயித்தப் புடுங்குன மாடு! எத்தனை தடவை எனக்க வயில்ல மேஞ்சிருக்கும்? என்னிக்காவது ஒரு வார்த்த சொல்லீர்ப்பனா? என்னய எப்பிடி முட்டுகுன்னு நா இன்னிக்கு பாக்கேன்” என்று சொல்லி வாயை மூடவில்லை, ஆடு சந்திரன் அந்தரத்தில் பறந்தான்.

பறந்து வந்த மாடு! ஒரே முட்டு...! பக்கத்தில் வளர்ந்து நின்றிருந்த ஊதாப்பூ குழைக்குள் ஆவியற்றுக் கிடந்த ஆடு சந்திரனைத் தூக்கிப் போனார்கள்.

மாடு தூரத்தில் வருவதைக் கண்ட தேவகியின் கணவன் ஆண்டியப்பன் மாட்டை நேரடியாக எதிர் கொண்டே தீர்வது என முடிவு செய்தான். எதிரில் ஒரே ஒரு மாடுதான் வந்து கொண்டிருந்தது. நான்கு குவளை அமிர்தம் செய்த வேலையால் ஆண்டியப்பனின் கண்களுக்கு ஒரு மாடு நான்கு மாடுகளாகத் தெரிந்தன. எவ்வளவு துடைத்தும் கண்கள் தெளியவில்லை.

தூரத்தில் நான்கு காளைகள் சீறிப் பாய்ந்து வந்ததும் ஆண்டியப்பன் குழம்பினான். "ஒரு மாட்டதானே அவுத்து வுடணும்? இந்த வட்டு பயலுக்குப் பொறந்த பூதலிங்கம் நாயி நாலு காளையையும் ஒரே நேரத்துல அவுத்து வுட்டுட்டானே! பாவிச் சண்டாளன்! அதுவும் நாலு காளையும் ஒரே கலருல வேற இருக்கே!" என்று குழப்பத்தில் ஆழ்ந்து கலங்கிப்போனான்.

ஏற்கனவே போதையில் தெளிய மறுத்த கண்கள் துடைக்கத் துடைக்கப் பின் வாங்கின! காளைகள் நான்கும் ஆண்டியப்பனை நெருங்கி விட்டிருந்தது... இப்போது ஆண்டியப்பனிடம் மிச்சம் இருந்தது ஒரே ஒரு கேள்வி!

"நான்கு காளைகளில் எதை முதலில் அடக்குவது?"

வந்த நான்கு காளைகளில் வலப்புறத்தில் வந்த முதல் காளையை நோக்கி ஓடினான் ஆண்டியப்பன். ஒரிஜினல் மாடு மூன்றாவதாக இடது பக்கத்தில் ஓட, ஆண்டியப்பன் தன் பானமுற்ற கண்கள் கண்ட மாட்டின் பிம்பத்தோடு மோதினான். வெற்றிடத்தில் கொடுத்த விசை ஆண்டியப்பனை அதோகதியாக்கிப் போட்டது.

உழுது போட்ட சேற்றுக்கட்டியில் முகத்தைக் கொண்டு போய் மோதி, தன் முன்னம்பற்கள் எட்டண்ணத்தை, நடேசன் வாத்தியாரின் நிலத்துக்கு எழுதி வைத்தான். ஆண்டியப்பனைத் தூக்கிக்கொண்டு போனவர்கள், மாடு முட்டியிருந்தால் கூட இவ்வளவு காயம் ஏற்பட்டிருக்காது என்று சொல்லிக் கொண்டார்கள்.

அந்த துக்க நிலையிலும் கூட ஆண்டியப்பனின் மனம், பற்கள் உடைந்ததால் இனிமேல் சாராயம் குடிக்கும் போது பக்கவாட்டில் ஒழுகுமே! என்று துக்கத்தில் ஆழ்ந்தது.

ஆண்டியப்பனுக்குத் தப்பிய காளை நடேசனை நோக்கி ஓடியது. நடேசன் கொஞ்சம் நேக்கானவன். ஏற்கனவே ரெண்டு முறை அந்தக் காளை நடேசனின் கையால் நாலு சாத்துகள் வாங்கியிருந்தது.

'எதிரில் நிற்பது நடேசன்' என்பது சாராயம் அருந்தியிருந்த காளையின் கண்களுக்குப் புலப்படவில்லை. 'ஏதோவொரு மண்டக் காட்டான் நிக்கான், ஒரு எத்து எத்தலாம்' என்று நினைத்து அகமகிழ்ந்த காளை அருகில் வந்து ஆள் இன்னார் என்று தெரிந்ததும் அதிர்ச்சியடைந்தது.

'யம்மா இந்த நடேசம்பயல்லா நிக்கான்! சாட்டக் கம்ப எடுத்து வெளுத்துருவானே?'

நடேசனும் காளையை எதிர்கொள்ளத் தயாரானான். நடேசனின் அருகில் வந்து தன் வேகத்தைக் குறைத்த காளை எதுவும் நடக்காதது போல், முகத்தைப் பாவமாக வைத்துக் கொண்டு, நடேசனின் முன்னால் நடந்தே சென்று புல்லில்லாத இடத்தில் கூட மேய்வது போல நடிக்கத் தொடங்கியது. மேலும் தன் தலையை அசைத்து, கொம்புகளில் கட்டியிருந்த பணமுடிப்பை நடேசனுக்கு பரிசாக வழங்கியது.

செய்யாத தவறுக்காக தன் மனைவியிடம் அடிவாங்கி, வீட்டில் முடங்கிக் கிடந்த கண்ணப்பனின் கையில் ஒரு குப்பி பனங்கள்' பானம் பரமானந்தராசாவின் பாக்கியத்தில் கிடைத்தது. ராசா அன்றுதான் பொங்கல் விடுமுறைக்காக ஊருக்கு வந்திருந்தான்.

அந்தக் குப்பியை எடுத்து முதல் மிடறு அருந்தும் போது கண்ணப்பனுக்கு, இரண்டு தினங்களுக்கு முன் இயற்கை தனக்கிழைத்த துரோகம் (தேவகி வீட்டுக் கூரையில் தேங்காய் விழுந்த நிகழ்வு) பிடிகிட்டியது.

இரண்டாவது மிடறில், தன் மனைவி முத்தம்மாள் தன் மீது நிகழ்த்திய தனிமனிதத் தாக்குதல் ஞாபகம் வந்தது. அப்போது அவள் வீட்டில் இல்லை.

மூன்றாவது மிடறை விழுங்கும் போது முத்தம்மாள் வீடு வந்து சேர்ந்திருந்தாள். தயாராக இருந்த உலக்கை முத்தம்மாளின் நடுமண்டையில் பாய்ந்தது. அப்போதுதான் ஆவரணம் அலமாரியிலிருந்து பேச்சிநாதன் மீது விழுந்து அவனது முதுகெலும்பை உடைத்த சம்பவம் நடந்தது. பேச்சிநாதன் பெருங்குரலெடுத்து கதறிய சத்தம் முத்தம்மாளின் கதறல் சத்தத்தில் அடிபட்டுப் போனது.

ஒருநாளைக்கு முன்பு, தன்னைப் பெற்ற தாய்க்கோழி ஆவரணம் தன்மீது வீழ்ந்ததால் சாகக்கிடந்த இந்த குஞ்சுக்கோழி பேச்சிநாதன், பானத்தின் வல்லமை அவனை விட்டு நீங்கியதால் வலி தாங்க முடியாமல் ஊளையிட்டான். முதுகொடிந்த பேச்சிநாதனையும், மண்டை உடைந்த முத்தம்மாளையும் ஆஸ்பத்திரிக்குக் கொண்டு சேர்த்தார்கள். ஆஸ்பத்திரி கூட்டம் சேர்ந்து அமோகமாகக் காணப்பட்டது. மருத்துவர் ஆஸ்பத்திரிக்கு அருகில் கிடந்த காலிமனையைக் கணக்கு போட்டார்.

தன் மனைவி செய்த பாவத்தின் பரிகாரமாக அவளது கபாலத்தைப் பிளந்த மகிழ்ச்சியில் மாடுபிடி மைதானத்துக்கு கண்ணப்பன் எழுந்தருளியபோது இரண்டாவது மாடு அவிழ்த்து விடப்பட்டு

மூன்று பேரின் கோவணங்களைக் கிழித்துப் போட்டிருந்தது.

முதல்காளை களத்திலிருந்த போது, மீதி மூன்று மாடுகளில் இரண்டு மாடுகள் கூடுதலாக கழனித் தண்ணீர் அருந்தியதால் உற்சாகப் பட்டுப் போயிருந்தன. நான்காவது காளைக்குக் குடிப்பழக்கமில்லாததற்கு நாம் பூதலிங்கத்தைக் காரணம் காட்ட முடியாது. அவன் என்ன செய்வான் பாவம்?

திரும்பிப் பார்த்த காளையின் கண்களுக்கு தனக்கு அருகாமையில் நடந்து வந்து கொண்டிருந்த கண்ணப்பன் புலப்படவில்லை. மாறாக தூரத்தில் நின்று கொண்டிருந்த எல்லைமணியின் பசுமாடு தெரிந்தது. காளைக்கு தூரப் பார்வையாகக் கூட இருக்கலாம்.

மதுபானம் கொடுத்த உற்சாகத்தில் காளைக்குக் காதல் உணர்வு பொங்கி, கண்ணப்பனை சட்டை செய்யாமல், பசுவை நோக்கி ஓடிப் போனது.

கண்ணப்பன், “தன்னைக் கண்டு அஞ்சிதான் காளை விலகி ஓடிப் போனதாக”க் கூட்டத்தில் சொல்லிக் கொண்டான். எந்த அறிவிப்புமின்றி வட்டு பூதலிங்கம் அவிழ்த்து விட்ட மூன்றாவது காளை வெளியே ஓடிவந்து, போதையின் மிகுதியால் கண்ணப்பனின் கால்களில் வீழ்ந்தது. கண்ணப்பனுக்குக் கேட்கவா வேண்டும்? இன்னும் சத்தமாக அறிவித்தான்.

“எந்த மயித்தப்புடுங்குன காளையுமே இந்தக் கண்ணப்பனின் காலுக்குக் கீழதாம்டே! அது அந்த செருக்கியுள்ள முத்தம்மா எருமையாயிருந்தாலும் சரி!”

ஆஸ்பத்திரியில் புதிதாக ஒரு ஆளும் சேர்ந்திருந்தார். அது யாரெனில், ஆட்டுக்கார வள்ளிக்கண்ணுடைய ஆட்டைத் திருட முயன்று, மூலத்தில் ஆட்டுக் கொம்பை சொருகிக் கொண்ட கோழி திருடி முருகப்பன்.

வழக்கமாக கோழிகளையே கன்னம் வைக்கும் முருகப்பனுக்கு ஆடு திருடுதல் என்பது கன்னி முயற்சி என்பதால் முதல் முயற்சியே விபத்தில் முடிந்திருந்தது. தன்னிச்சையாகவே எழுந்து நடந்து முருகப்பனைக் கண்டவர்கள், அடிமைப் பெண் எம்.ஜி.ஆரை நினைவு கூர்ந்தார்கள்.

இப்படியாக குட்டிச்சாளைப்புதூரின் மொத்த முக்கியஸ்தர்களும் முக்கியபடியே ஆஸ்பத்திரியில் கிடந்தார்கள். கண்ணப்பனின் மனைவிக்கு மண்டையில் தையல் போடப்போட்டு படுக்கையில் கிடத்தும் சமயத்தில் கண்ணப்பனைத் தலைகீழாகத் தூக்கி வந்தார்கள். கண்ணப்பனும் மூலத்தில்தான் குத்து வாங்கியிருந்தான்.

சத்தமில்லாமல் வந்த மூன்றாவது காளை பார்த்த பார்வை. இரண்டு மாடுகள் தன்னைக் கண்டு பயந்து போனதை, ஆலமரத்தடியில் கூடி நின்ற ஊராரிடம் கண்ணப்பன் தம்பட்டமடித்துக் கொண்டிருக்கும்போதே பின்னால் நான்காவது காளையை அவிழ்த்து விட்டிருந்தான் கடன்கார வட்டு பூதலிங்கம்.

ஒரே வினாடிதான். ஆலமரத்தின் மூன்றாவது அடுக்கில் உள்ள கொப்பில் போய் தலைகுப்புறக் கிடந்த கண்ணப்பனை நாலைந்து பேர் மரத்தில் ஏறி கீழே இறக்கினார்கள். ஆஸ்பத்திரி வாசலில் கண்ணப்பனின் கோலம் கண்ட அவன் மனைவி முத்தம்மாள் சிரித்த சிரிப்பு அந்த ஊர் பூராவும் ஒலித்திருக்கும்.

கண்ணப்பனைப் போட்டுப் பிளந்த நான்காவது காளை வெறிகொண்டு மீண்டும் தேடியதில் தூரத்தில் நின்று கொண்டிருந்த எபநேசர் அகப்பட்டான். அந்த நேரத்தில் மூத்திரம் பெய்வதற்காக வந்த எபநேசர் போதையில் இருந்தான். மேலும் பொங்கல் விழாவுக்கும் அவனுக்கும் எந்த சம்மந்தமுமில்லை. அவன் ஒரு கிறிஸ்தவன் என்பது மாட்டுக்குத் தெரியுமா? மாடு அவனை நெருங்கியது.

குத்த வைத்து உட்கார்ந்திருந்த எபநேசர் எதேச்சையாகத் திரும்பி மாட்டைப் பார்த்து அதிர்ச்சியடைந்தான். ஆனால் அசரவில்லை... ஒரே குதியில் வாய்க்கால் வரப்பில் குதித்து நெடுஞ்சாண் கிடையாகப் படுத்துக் கொண்டான். மாடு இந்தப் படுக்காளித் தனத்தை அவனிடம் எதிர்பார்க்கவில்லை. மாட்டுக்குக் கடுப்பாகி விட்டது. கொம்பால் முட்டித் தூக்கலாம் என்றால் இடையில் வரப்புவேறு தடையாக இருந்தது.

வாய்க்காலில் ஓடிய நீருக்குள் ஒன்றரை அடி ஆழத்தில் படுத்தவன் சும்மா இருக்கவில்லை. தலையை நீருக்கு மேலே தூக்கி 'தேவ துதி ஆராதனைக் கீர்த்தனை' ஒன்றைப் பாடத் துவங்கினான்.

"உண்ணதமானவழின் உயள் மர்ரைவிளிரு...க்கிளவன்...

(உன்னதமானவரின் உயர் மறைவிலிருக்கிறவன்)

114 ஆதிக்குடிமக்களும் ஆல்கஹாலும்

ஷர்வவழ்ழவரின் நிலளில் தங்குவான்... இழு பளம்ம ஷிளாக்கியமே!

(சர்வ வல்லவரின் நிழலில் தங்குவான்! இது பரம சிலாக்கியமே)

அவர் ஷெட்டையின் கீழ் அடைக்களம்புகவே

(அவர் செட்டையின் கீழ் அடைக்கலம் புகவே)

தம் ஷிரகுகழால் மூழுவாழ்...

(தம் சிறகுகளால் மூடுவார்)

அவர் ஷெ...ட்டையின் கீழ் அடைக்களம்புகவே

(அவர் செட்டையின் கீழ் அடைக்கலம் புகவே)

தம் ஷிரகுகழால் மூழுவாழ்... (தம் சிறகுகளால் மூடுவார்)"

மாடு திருதிருவேன முழித்தது.

'அடக் கொன்னப் பெயலே! செட்டையின்கீழ் அடைக்கலம் புகப்போறியா? இரு... ஒங்கொட்டைய பிதுக்குகேன்!' என்றவாறே மாடு எபநேசரைத் தாக்க எத்தனித்தது. மாடு பாய்வது கண்டு எபநேசர் பாடலை மாற்றினான்.

"தாஷரே இத்தரணீயை...யன்...பாய்... ஏஷுவுக்கு ஷொந்தமாக்குவோம்...

(தாசரே இத்தரணியை அன்பாய் ஏசுவுக்கு சொந்தமாக்குவோம்)

நேஷமாய்... ஏஷூவைக் கூழுவோம்...

(நேசமாய் ஏசுவைக் கூறுவோம்)"

மாடு கதறியது, 'ஏசுவே! வாயில்லாத என்னை இந்த அஞ்சிகண்ணனிடமிருந்து காப்பாற்றுமய்யா...'

எபநேசர் பாடலை நிறுத்தவில்லை... விழாக்குழுவினருக்கு ஆச்சர்யம்... 'ஆவேசமாகப் போன மாட்டையும் காணவில்லை... இன்னும் ஒரு பாடியும் விழவில்லை! என்னாச்சி? மாட்ட கசாப்புக் கடக்காரனுவ தூக்கீட்டானுவாளா?' மாட்டைத் தேடி வந்தவர்கள் ஆராதனைக் கீர்த்தனை ஓசையைக் கேட்டுக் குழம்பி வயலாங்கரையில் எட்டிப் பார்க்க, மாடு வாயில் நுரை தள்ளி மயங்கிக் கிடந்தது. எபநேசர் பாடிக் கொண்டிருந்தான்...

"ஷிங்கத்தின் மேழும் நழந்து... வழுஷர்ப்பத்தையும் மிழிப்பாள்...

(சிங்கத்தின் மேலும் நடந்து... வலுசர்ப்பத்தையும் மிதிப்பார்)

அவழ் ணாமத்தை நீ முட்டும் நம்பியதாழ் உண்ணை விழுவித்துக் காத்திழுவாழ்...

(அவர் நாமத்தை நீ முற்றும் நம்பியதால் உன்னை விடுவித்துக் காத்திடுவார்)

அவர் ணாமத்தை... நீ முட்டும் நம்பியதாழ்...

(அவர் நாமத்தை நீ முற்றும் நம்பியதால்...)"

"எலேய்! போதும்டே! மாடு செத்தாச்சி... எந்திச்சி போ தொலைஞ்சி... செத்த பய! எழவு... மாட்டக் கொன்னுபுட்டானேடே... நாங்குநேரிக்கார முத்துக்கோனான் என்னயக் கொன்னுபுடுவானே இறைவா... மாட்டுக்கு நா என்ன பதில் சொல்லுவேன்?"

நான்குனேரியில் இருந்து மாட்டைப் பிடித்து வந்த முத்துவின் கண்களில் நீர் முத்துமுத்தாக வடிந்தது.

ஆஸ்பத்திரியில் இருந்த கூண்டுக்கிளிக்குக் குழப்பம்! 'தன்னுடைய தாய்க்கு என்ன நேர்ந்தது?'

அந்துவானை போலீஸ் பிடித்துச் சென்ற காரணம் போலீசுக்கே தெரியாது. அன்றைய தினத்தில், தன் அத்தை ரங்கம்மாளிடம் (கூண்டுக்கிளியின் மனைவி) கைப்பற்றின சாராயத்தை மூன்று குப்பிகளில் ஊற்றிக் கொண்டு சென்றபோது, எல்லைமணியைக் கூட்டி வந்த போலீஸ்காரர்கள் தன் எதிரில் வரவே தலை தெறிக்க ஓடத் துவங்கினான் அந்துவான்.

ஓடியவன் தன் மாமன் கூண்டுக் கிளியின் வீட்டின் கொல்லைச் சுவரில் ஏறிக் குதித்தான். அது சரியாக கூண்டுக் கிளி வீட்டின் குளியல் அறை. மேலே ஓடுகள் வேயாத சுதந்திரமான குளியறையில், குளிப்பதற்காக நுழைந்த தன் பாட்டி, அதாவது கூண்டுக்கிளியின் தாய் மரகதத்தின் தலையில் குதித்தான் அந்துவான்.

அலறிய மரகதத்தை அப்படியே போட்டு விட்டு ஓடினான். ஓடும்போது தன்னுடைய கையிலிருந்த குப்பியைத் தவறவிட்டான். மயக்கமடைந்த மரகதம் கண்விழித்து பார்த்தபோது, தண்ணீர் தவிக்கவே, பக்கத்தில் கிடந்த குப்பியிலுள்ள நீரை எடுத்துப் பருகினாள்.

அந்தப் பக்கமும் தன்னைப் போலீஸ் துரத்தவே, குளியலறையில் கிடந்த குப்பியை மீட்க வந்த அந்துவான் பாட்டில் பானத்தை பருகிக் கொண்டிருந்த தன் பாட்டியின் தலையில் இரண்டாவது முறையாகக் குதித்தான். பாட்டி தன்னிலை மறந்தாள். வீட்டில்

பானமுற்றுக் கிடந்த கூண்டுக் கிளியின் மனைவி ரங்கம்மாளுக்கு தன் வீட்டுக் கொல்லையில் நடந்த இந்த சம்பவம் தெரியாது.

தன்னைத் துரத்திப் பிடித்த போலீசிடம், 'ஏன் ஓடினேன்' என்று சொல்ல வலுவான காரணங்கள் இல்லாத காரணத்தாலும், 'முன்னுக்குப் பின் முரணாகப் பேசுதல்' என்னும் வாக்கியம் அக்காலத்திலேயே புழக்கத்தில் இருந்ததாலும் அந்துவான் எளிதாகக் கைது செய்யப் பட்டான்.

மைதானத்தில் மாடு பிடிக்க எத்தனித்தவர்கள் அனைவரும் மாட்டுக் கொம்பிடம் மாட்டியதால் மைதானம் வெறிச்சோடியது. ஆலமரத்தின் அடியில் கொஞ்சம் பேர் மட்டும் அமர்ந்து பானத்தை ருசித்துக் கொண்டிருந்தார்கள்.

அங்கே ஆஸ்பத்திரியில் மரித்துப் போன பஞ்சவர்ணம், மரகதம், ஆவரணம் ஆகிய மூன்றுபேரின் உடல்களும் ஊருக்குள் எடுத்து வரப்பட்டபோது ஐந்து பேரல் சாராயத்தின் கடைசி பேரலிலுள்ள கடைசிக் குவளையை கோச்சாளை ஐயப்பன் அருந்தி முடித்தான்.

பிரேதப் பரிசோதனை அறிக்கையில் தன் தாய் மரகதத்தின் குடலில் சாராயம் இருந்ததைக் கண்டு கூண்டுக்கிளி மிரண்டு போனான். 'அம்மைக்கி எப்போர்ந்து இந்தக் குடிப்பழக்கம் இருக்குனு தெரியலையே இறைவா?' என்னும் கேள்வி கூண்டுக்கிளியின் மனதை குடைந்து விட்டது.

அந்துவான் போலீசாரால் விடுவிக்கப்பட்டு வீட்டுக்கு வந்தான்.

மூன்று உடல்களும் குட்டிச்சாளைப்புதூரின் பின்பக்கமுள்ள இடுகாட்டிற்குக் கொண்டு செல்லப் பட்டது. இவ்வாறாக ஒரு தமிழர் திருநாள், தகனத் திருநாளாக மாறியதைக் கண்டு ஊரே சோகத்தில் ஆழ்ந்தது.

இத்தனைக்கும் காரணம் ஆவரைகுளத்தில் இருந்து வந்த பானம்தான் என்பதையறியாமல் மக்கள் அனைவரும் விதியைப் பழி சொன்னார்கள்.

'அங்கு சவங்கள் புதைக்கப்படவில்லை, சரித்திரம் புதைக்கப்பட்டது.'

ஆஸ்பத்திரியில் வைத்து கண்ணப்பன் தன் மனைவி முத்தம்மாளின் தாடையை மீண்டும் ஒருமுறை உடைத்த கதை ஊர் வந்து சேர்ந்தது...

7

சாராயமும் சாக்காலமும்

'தலைப்பில் சாராயமும், சாவும் அருகருகே வீற்றிருப்பதை எண்ணி நீங்கள் பயந்தால் அது ஒரு வீணான பயம்தான்' என்பதை சொல்லிக் கொள்ளக் கடமைப் பட்டுள்ளேன். நம் சமுதாயம் ஏனோ சாவை எண்ணி பயந்து கொண்டே, அதை நோக்கி ஓடிக் கொண்டிருக்கிறது.

சாவை, சாராயத்தின் உதவியோடு விரட்டியவர்களை விட, தழுவியவர்கள் அதிகம் என்பதால்தானே இச்சமூகம் பானமுற்றோரை எச்சரிக்கிறது அல்லது எள்ளி நகையாடுகிறது? அதற்கு சில எடுத்துக் காட்டுக்களை நாம் எடுத்தியம்பினால் என்ன என்பதே இக்கதையின் நோக்கமாக இருந்தாலும் கூட, இம்மாதிரி மகான்களை சாராயத்தின் மூலம் முக்தி பெற்றவர்களாய் ஏன் நாம் கருதக் கூடாது?

ஃபுல் ஃபிட்டில் (நிறைந்த போதையில்) புல்பிட் (பிரசங்க மேடை) மீது ஏறி கடவுளின் வார்த்தைகளை பயத்தோடே கூட பக்தர்களுக்கு விதைத்த பாதிரியார் ஒருவர் அந்நாட்களில் வாழ்ந்து வந்தார். அவரது பெயர் ஆல்பர்ட் தேவவல்லமை.

சாராயத்தின் துணையோடு சத்தியத்தைக் கூறும் சர்வ வல்லமையை கடவுள் அவருக்கு அருளியிருந்தார். கால் குப்பியைக் கவிழ்க்காமல், விவிலிய போதனை அவருக்கு கைகூடாமல் போயிருந்தது. ஒரு சில்வர் டம்ளரை எடுத்து, அதில் சிறிதளவு நீரூற்றி, கால்குப்பி மானிட்டர் பிராந்தியில் அரைப்பகுதியை அதில் தெளித்து, உதட்டில் படாமல் அருந்தி விட்டு தனது வெள்ளை அங்கியை அணிவார். அதுவரை உடன்படாத அவரது நரம்பு

மண்டலங்கள், இந்த பானத்தின் மகிமையில் முழுவதுமாக அவரது கட்டுப் பாட்டிற்கு வந்து விடும்.

பாஸ்டர். ஆல்பர்ட் தேவவல்லமையின் அசாத்திய பிரசங்கத்தின் முடிவில் கடவுளின் வல்லமை ஆலயத்தை நிறைத்து, உற்சாக பானத்தின் வல்லமை அவரை விட்டு அகன்று போகும். உண்மையான திராட்சை ரசத்தை ஆலயத்துக்கு வெளியே அருந்தி விட்டு, ஆலயத்துக்குள்ளே, "இதோ இதை பானம் பண்ணு! இது கடவுளின் மெய்யான ரத்தம்!" என்று சொல்லி பொய்த் திராட்சை ரசத்தை வழங்கி, கடந்த வாரத்தில் சபை அங்கத்தினர்கள் செய்த ஒட்டு மொத்த பாவங்களையும் மன்னித்து, அடுத்த முழு வாரத்திற்குமான பாவம் செய்யும் சக்தியைக் கொடுத்து விட்டு சோர்ந்து போவார். மற்ற நாட்களில் சாத்தானின் துணையோடு மக்களில் ஒருவராகக் கடந்து போகும் அவர், ஒவ்வொரு ஞாயிற்றுக் கிழமைகளிலும் கடவுளோடும், சாத்தானோடும் போர் புரிந்து இறுதியில் கடவுளை வெல்லுவார்.

கூட்டம் முடிந்து சிறிது நேரத்தில் வெள்ளை அங்கி விடை பெற்றிருக்கும். காணிக்கை எண்ணி முடிந்தவுடன்

கோயில் பிள்ளையின் வருகைக்காகக் காத்திருப்பார். கோயில் பணிக்காகவும், செலவீனங்களுக்காகவும் ஒதுக்கப் பட்டது போக மீதம் உள்ள தொகையை இவருக்கு வழங்கப்பட்டு, அந்தத் தொகையானது அவர்மூலம் ஒயின் ஷாப்புகளில் வரவு வைக்கப் படும்.

அந்நாட்களில் அரசாங்கம் மது வேட்டையை மக்களுக்கு தீவிரப் படுத்தவில்லை. தனியாரே மது விற்றார்கள். அதுவும் கலப்படமற்ற நல்ல பானங்கள். அந்நாட்களில் குடிப்பவர்கள் குடும்பத்தாராலும், சுற்றத்தாராலும் கையெடுத்துக் கும்பிடப்பட்டார்கள்.

சுமார் முப்பது வருடங்களுக்கு முன்பாக பாஸ்டர். ஆல்பர்ட் தேவவல்லமை தம்முடைய ஐந்து வருட பாஸ்டர் படிப்பினை முடித்துவிட்டு அசிஸ்டெண்ட் பாஸ்டராக நல்லாயன்குளம் ஊர் தேவாலயத்தில் பயிற்சிக்காகச் சேர்ந்தார்.

மூத்த போதகர்கள் பிரசங்கிக்கும் போது அதைக் கவனித்து, குறிப்புகள் எடுத்துக் கொண்டும், ராப்போசன வாரங்களில் ஒயின் வழங்க உதவி செய்வதும், சபையாரின் வீடு சந்திப்புகளில் போதகரோடு பயணிப்பதுதான் ஆல்பர்ட்டின் ஆரம்ப கால வேலையாக இருந்து வந்தது.

ஒரு புத்தாண்டு ஆராதனையின் போதுதான் ஆல்பர்ட் அவளைச் சந்தித்தார். 'அவள்தான் இசக்கி!' அவளது தாய்தாகப்பன் இட்ட பெயர் இசக்கியம்மாள். ஆசீவக மதத்தில் இருந்த முன்னோர் வழிபாட்டிலிருந்து பிரிந்து, கடல்கடந்து கப்பலில் வந்த கிறிஸ்தவ மதத்தில் தன்னை இணைத்துக் கொண்டபோது இசக்கியம்மாளுக்கு ஞானஸ்நானம் கொடுத்து பாஸ்டர்.இன்பமணி வைத்த பெயர்தான் இசபெல்லா.

ஆல்பர்ட்டுக்கு இசபெல்லா மீது சொல்லொண்ணா காதல் மலர்ந்தது. இசபெல்லா அப்போது மதுரையில் அவளுடைய பெரியப்பா வீட்டில் தங்கி படித்து வந்தாள். புத்தாண்டு விடுமுறைக்கு ஊருக்கு வந்திருந்த அவள் ஆல்பர்ட்டின் மனத் தோட்டத்தில் பூவாய் மலர்ந்தாள்.

எல்லாரும் வரிசையாக வந்து காணிக்கைப் பெட்டியில் காசு போட்டுவிட்டுச் சென்றார்கள். இசபெல்லா எழுந்து நடந்து வருகையில் ஆல்பர்ட் தன்னுடைய காதலை கண்களால் காணிக்கையாக வைத்தார். ஒரு புன்முறுவலோடு கடந்து சென்ற இசபெல்லாவை ஆல்பர்ட் பார்த்த பார்வையை பாஸ்டர். இன்பமணி கண்டுவிட்டு சைகை செய்தார்.

ஆல்பர்ட் திடுக்கிட்டு, "என்ன பாஸ்டர் அப்பம் வேணுமா?"

"ம்க்கும்... எப்பயும் அப்பத்தயே நெனச்சிக்கிட்டு கெடந்து லாந்து! போ! போயி ஒயின எடுத்துட்டு வா! செவங்கள்! நம்ம பொடதியில ஏறுவானுவோ! இதுகள கெட்டி மேய்க்கிறதுக்குள்ள நம்ம பாடு பெரும்பாடாயிருமோ ஜீசஸ் கிரைஸ்ட்!"

பாஸ்டர் இன்பமணிக்கு இன்னொரு அச்சம் இருந்தது. அது இசபெல்லாவின் தகப்பன் ஆறுமுகக்கண் ஆசான் அடிமுறைகளில் தேர்ச்சி பெற்றவர். நாட்டு அடவுகள், கம்பு சுத்து, எட்டுமுக்கு கலசல் என்று அவரே ஒரு விளையாட்டு மைதானமாக இருந்தார். ஆல்பர்ட் தேவவல்லமையின் மகிமையால் தனது முதுகில் ஆசானின் கைத்தடங்கள் பதிந்து விடக்கூடாதே என்ற அச்சம்தான் அது.

ஆறுமுகக்கண் ஆசானுக்கு ஏழாவது ஒரு கண் உண்டு. மற்றவர்களெல்லாம் ஊனக்கண் கொண்டு இந்த உலகைப்பார்க்க, ஆசான் தன்னுடைய பானக்கண் கொண்டுதான் இவ்வுலகைக் காண்பார்.

ஆரம்ப காலத்தில் எப்படியாவது இந்த உற்சாக பானவெள்ளத்தில் இருந்து ஆறுமுகக் கண் ஆசானை மீட்டுவிடவேண்டும் என்ற எண்ணத்தில் பாஸ்டர் இன்பமணி எடுத்த முக்கியமான முடிவுகளின் முதல் முடிவு திருவிவிலிய போதகம்.

அந்த முதல் முயற்சியானது விவிலியத்தின் இரண்டாம் வசனத்திலேயே நிறைவு பெறும் என்று இன்பமணி கனவிலும் நினைக்கவில்லை. ஆசானை அழைத்து ஆலயத்தில் வைத்து விவிலியம் போதிக்கத் துவங்கினார்.

இன்பமணி, "அதாவது ஆறுமுகம்! சாராயத்தினால் உண்டாகும் பாவங்கள் அனேகம் இருப்பதால் அந்த பழக்கத்தை நாம் கைவிட வேண்டியது அவசியம்!"

ஆசான், "ஆங்... வேற?"

"அதுதான்... குடிப்பழக்கத்த நீங்க விட்டுரணும்!"

"இல்லை'ன்னா?"

"அது உங்களது ஆத்துமாவை சீரழித்து விடும் ஆறுமுகம்!"

"ஆத்துமா எங்க இருக்கு காட்டும்!"

"அதை நம் கண்களால் பார்க்க முடியாது ஆறுமுகம்!"

"கண்ணால பாக்க முடியாதது எப்புடி சீரழிஞ்சிரும்'னு சொல்லுகீறு ஓய்?"

பாஸ்டர் மனதுக்குள், 'இந்த நாயையெல்லாம் திருத்தணும்'னு நெனச்சதே தப்பு... கொடல் வெந்து சாவட்டும்!' என்று எண்ணிக் கொண்டே,

"சரி! விவிலியம் வாசிக்கிறேன்! கொஞ்சம் வசனங்களைக் கேளுங்கள் ஆறுமுகம்!"

"சொள்ளும்!"

"ஆதியிலே தேவன் வானத்தையும் பூமியையும் சிருஷ்டித்தார்!"

"செரி!"

"பூமியானது ஒழுங்கின்மையும், வெறுமையுமாய் இருந்தது!"

"உம்ம மாதிரியா? ம்... சொல்லும்!"

“ஆழத்தின் மேல் இருள் இருந்தது!”

“ராத்திரி வேளையா இருந்துருக்கும்!”

“தேவ ஆவியானவர் ஜலத்தின்மேல் அசைவாடிக் கொண்டிருந்தார்.”

“‘ஜலம்’னா என்னது?”

“தண்ணீர்!”

“பாத்தீரா ஓய்! அவரே தண்ணிக்க மேலத்தான் ஆடிக்கிட்டிருந் துருக்காரு! அது என்ன தண்ணீன்னு தெரியுமா ஓய் ஒமக்கு? நீரு என்னய குடிக்கப்புடாதுன்னு சொல்லுகீரு!”

“இல்ல ஆறுமுகம்! அதாவது...”

“நா போறேன்... எம்மக பள்ளிக்கொடத்துல படிக்க ஆசப்பட்டான்னு தான் உம்ம மதத்துல சேத்து வுட்டேன்... இனிமேலால் எதையாவது சொல்லிக்கிட்டு வூட்டுப் பக்கம் வந்தீரு? ஆப்பக்கண அடவ பாக்க வேண்டி வந்துரும்!”

பாஸ்டருக்கு வியர்த்துப் போனது. அதிலிருந்து பாஸ்டர் எதிலும் தலையிடுவதில்லை. ‘எக்கேடும் கெட்டு ஒழியட்டும்’ என்று விட்டுவிட்டார். ஆகையால் ஆல்பர்ட்டின் மீது ஒரு கண் வைத்துக் கொண்டார்.

இசபெல்லாவுக்கு பத்துநாட்கள் மட்டுமே விடுமுறை என்பதால் “ஆல்பர்ட் தேவ வல்லமையாகிய நான் இசபெல்லாவாகிய உன்னை மணம் முடித்துக் கொள்ள விரும்புகிறேன்” என்று சொல்லிவிட இன்னும் ஆறுநாட்களே மிச்சமிருந்தன. ‘துரைக்குப் போய்விட்டால் அவ்வளவுதான்!’ என்பதால் ஆல்பர்ட் தவித்துப் போனார். இரவில் தூக்கமே வராமல் புரண்டுகொண்டே கிடந்ததைக் கண்டு இன்பமணி கேட்டார்.

“என்னடே ஆல்பர்ட்டு! கண்ணுக்குள்ள அந்த புள்ள இசபெல்லா அங்கயும் இங்கயும் கெடந்து ஓடிக்கிட்டு திரியாளா? மூஞ்சி கெடந்து துடிக்க? மொத அப்புடித்தான் இருக்கும்! ஒனக்க வயிசுல நானும் இப்புடித்தான் மணியடிச்சிக்கிட்டு நடந்தேன்! ஒருநாளு எனக்குக் கலியாணம் ஆச்சி! மோச்சத்துக்குப் போவீர்கள்! மோச்சத்துக்குப் போவீர்கள்னு ஜெபிச்ச எனக்கே கடவுள் நரகத்த காணிச்சாரு! கொஞ்ச நாளைக்கி கெதங்கெதம்ன்னுதான் இருக்கும்! அப்பொறம் தெரியும்! ஏண்டா அங்கிய கழத்துனோம்’னு... நம்ம செமினேரில

துறவறம்லாம் கிடையாது... கலியாணம் பண்ணிக்கலாம்! வேண்டாம்னா விட்டுறலாம்! பேசாம படுத்துத் தூங்கு!"

அதற்கு ஆல்பர்ட், "இல்ல பாஸ்டேர்! எனக்கு அந்த புள்ளைய ரெம்ப பிடிச்சிட்டு!"

"எது பாத்தவொடனயே புடிச்சிட்டு இல்லியா?"

"ஆமா பாஷ்டெர்!"

"எனக்கு குத்து வாங்கித் தராம நீ இந்த சபய விட்டு போமாட்ட இல்லியா?"

"ஆமா பாஷ்டெர்..."

பாஸ்டர் இன்பமணி பதறிப் போய், "என்னடே சொன்ன?"

"ஐயோ இல்ல பாஸ்டர்!"

'எம்மா! இவன் போற வேகத்துல நமக்கு கத்திக்குத்து வாங்கித் தந்துருவாம் போலுக்கே?'

பாஸ்டர் இன்பமணி ஆல்பர்ட்டிடம் சொன்னார், "எடே வல்லம! அவ அப்பன் இருக்காம்லா செறுக்கியுள்ள! வெளங்காத பயல்! ஆ! ஊ! னா ஒரு தயிர் கடையித மத்தை தூக்கிட்டு வந்து நிப்பான்! காட்டு முட்டாளு! கோட்டிக்கார பயல்! நாம என்ன சொன்னாலும் அவனுக்கு வெளங்காது! ஒடனே சண்டைக்கி வந்துருவான்!"

"கொன்னாலும் பரவாயில்ல பாஸ்டேர்...!"

"யார? என்னயவாடே!"

"இல்ல பாஸ்டேர்... என்னய!"

இன்பமணி மனதுக்குள், 'சர்ரித்தான்! கடவுளே! இந்த துஷ்டன்கிட்டேர்ந்து என்னய காப்பாத்தும்!'

ஆல்பர்ட் இன்பமணியிடம், "ஆமென்! ஆலேலூயா பாஷ்டெர்!"

தயவு செய்து தூங்குடே! செவத்த!! எனக்கு வந்த கெதிகேடு?

ஆல்பர்ட் நிம்மதியாகத் தூங்கினார், இன்பமணியின் தூக்கம் தொலைந்தது.

அதுவொரு திங்கள் கிழமை காலை. ஆல்பர்ட் எழுந்து காலை ஜெபத்தை முடித்துவிட்டு, பாஸ்டருக்கு ஆகாரத்தைக்

கொடுத்துவிட்டு வந்து சாப்பிட்டுக் கொண்டிருந்தார். மனம் முழுக்க இசபெல்லா வந்து இம்சை செய்தாள். என்ன செய்வதேன்றே அறியாத ஒருவித அயர்ச்சி வந்து தொற்றிக் கொண்டது.

ஜெபித்தார்!

ஆல்பர்ட்டின் ஜெபத்தைக் கர்த்தர் கேட்டார். பாஸ்டர் இன்பமணி வந்து சொன்னார்,

"எடே ஆல்பர்ட்டு! இந்த மாசக் காணிக்கை கவரையெல்லாம் கொண்டு எல்லா சபையார் வீட்லயும் குடுத்துட்டு வந்துரு!"

அடித்தது அதிர்ஷ்டம். உடனடியாக ஒரு கடிதம் எழுதினார். அந்தக் கடிதம் இவ்வாறு இருந்தது.

"திருமிகு இசபெல்லா! நான் ஒரு இறைப்பணியாளன். என்னை மணந்து கொள்ள நீ சம்மதித்தால் நாம் இருவரும் இணைந்து இறைத் தொண்டாற்றுவோம்! ஆமென்!

காதலுடன், பாஸ்டர். ஆல்பர்ட் தேவவல்லமை."

'வரிசை எண் 666, சகோதரர்.ஆறுமுகக்கண்' என்ற பெயரிட்ட அந்த கவருக்குள் கடிதத்தை வைத்து அதை மட்டும் தன்னுடைய அங்கியில் ஒளித்து வைத்துக் கொண்டு நேராக மூன்றாவது தெருவிலுள்ள இசபெல்லா வீட்டுக்குச் சென்றார்.

என்னவோரு ஆச்சர்யம்! கதவைத் தட்டாமலேயே இசபெல்லா குப்பைதட்ட கதவைத் திறந்தாள்.

"ஆ! வாங்க பாஸ்டர்!" என்று கத்தினாள். அப்போதுதான் ஆல்பர்ட் கவனித்தார்.

'என்ன இவ்ளோ சத்தம் போடுகாளே? நம்மள காதலிக்காளோ?'

ஆல்பர்ட் ரகசியமாக அவளிடம், "இந்த கவருக்குள்ள ஒரு எழுத்து (கடிதம்) வச்சிருக்கேன்!"

"எத அழுத்தணும் பாஸ்டர்?" (சத்தமாக கத்தி சொன்னாள்)

ஙே...! ஆல்பர்ட்டின் வல்லமை தளர்ந்து போனது.

"லெட்டர்... லெட்டர்... இதுக்குள்ள ஒரு லெட்டர் இருக்கு...! அத படி!" ரகசியமாகச் சொன்னார்.

"லேட்டாவுகுன்னா நீங்க போங்க பாஸ்டர்..."

‘அடிப்பாதகத்தி! கிழிஞ்ச செவிக்காரியாம்மா நீயி? ஒனக்கு டமாரம் போக்கா?’

அப்போது, “என்ன சத்தம்?” என்றாவாறே வெளியில் எழுந்தருளினார் ஆசான்.

ஆல்பர்ட்டின் சப்த நாடியும் ஒடுங்கிப் போனது.

‘ஏசுவ்வே! இன்னிக்கி நாந் தொலஞ்சேன்...’

“என்ன பாஸ்டர் தம்பி! லொட்டாரு! லொட்டாருன்னு தட்டிட்டு நிக்க? என்ன எடவாடு?”

“அது ஒண்ணுமில்லீங்க ஆசான் பிரதர்!” ஆல்பர்ட்டுக்கு நடுக்கம் வந்துவிட்டது.

“அதக் கொண்டா பாப்பம்!” என்றவாறே ஆசான் இசபெல்லாவின் கையிலிருந்த காணிக்கைக் கவரை வாங்கிப் பார்த்தார். உள்ளே இருந்த கடிதத்தை எடுத்து இசபெல்லாவிடம் கொடுத்துப் படிக்கச் சொன்னார். அதற்குள் கொஞ்சம் ஆட்கள் கூடிவிட்டார்கள்.

இசபெல்லா சப்த... மாகப் படித்தாள். எல்லாரும் குபீரென சிரித்தார்கள். ஆசானும் சிரித்தார். இசபெல்லாவுக்கு வெட்கம் வந்து விட்டது. ஆல்பர்ட்டுக்கு அவமானமாகப் போய்விட்டது.

ஆசான் ஆல்பர்ட்டைக் கையமர்த்தி, “தம்பி நீங்க படிச்ச பையன், நீங்க கேட்டா கெட்டி தர மாட்டமா? மொறப்படி ஒங்கம்மாப்பா’வ கூட்டியாந்து சம்மந்தம் பேசுங்க! ஒருநல்ல நாள்ல கலியாணத்த நடத்திரலாம்!”

சம்பவம் இத்தனை எளிமையாக முடியும் என்று ஆல்பர்ட்டால் நம்பவே முடியவில்லை. நேராகச் சர்ச்சுக்கு வந்து பாஸ்டரிடம் விஷயத்தைச் சொன்னார். இன்பமணி துன்பமணியானார்.

“அடக் கூதரப் பயலே! நா அப்பவே ஆலோசிச்சேன்... நீ செறைய இழுத்து எனக்க தலையில வைப்பன்னு! இப்ப நா என்ன செய்யதுக்கு? வா பேசாம கோயில பூட்டிக்கிட்டு ஓடிறலாம்!”

இன்பமணியை ஆசுவாசப் படுத்திவிட்டு சம்பவத்தின் முடிவைச் சொன்னதும்தான் இன்பமணி தண்ணீரைக் குடித்து தணிந்தார்.

“ஆனா அந்த புள்ளைக்கி ரெண்டு காதும் கேக்காது பாஸ்டர்!” என்றார் ஆல்பர்ட்.

“பாத்தவொடனே காதல் வருகு பாத்தியா? இதுல இந்த உபத்திரவங்கள் நிறைய உண்டு... காது கேக்குமா? கண்ணு தெரியுமா? மூக்கு சுவாசிக்குமா’ன்னு எதுவுமே தெரியாம வெள்ளத் தோலக் கண்டவுடனே கவட்டைக்கிடைல கைய குடுத்துக்கிட்டு பொரண்டு பொரண்டு தூங்காம கெடக்க வேண்டியது... அப்புறம் வந்து அது சூத்தை! இது சொள்ளைன்னு லெச்சர் வைப்பீங்க! காதுதானே கேக்காதே ஒழிய அந்த புள்ளை ரொம்ப நல்ல புள்ளை! உடல் அங்கஹீனத்தையெல்லாம் மத்தவங்க வேணா பாக்கட்டும்... இந்த சின்னசின்ன குறையெல்லாம் நோண்டிக்கிட்டு கெடந்தா ஊழியக்காரங்க நாம கடசீல கடவுள்கிட்ட கணக்கு குடுக்க வேண்டி வந்துரும் பாத்துக்கா! எல்லா நல்லபடியா நடக்கும்... போ போயி மத்த காணிக்க கவரையெல்லாம் குடுத்துட்டு வா!” என்றார் பாஸ்டர்.

எல்லாரும் பேசிமுடித்து கல்யாணம் வெகு சிறப்பாக முடிந்தது. முதல் விருந்துக்கு மாமியார் வீட்டுக்குப் போனபோதுதான் ஆல்பர்ட் தன் மாமனாரின் உபயத்தால் சாராயத்துக்கு அறிமுகமானார். அதன் குணங்கள் அத்தனை பயங்கரமாக இருந்ததால் அது ஆல்பர்ட் தேவவல்லமையைப் பற்றிக் கொண்டு சர்வவல்லமையாக மாறிவிட்டிருந்தது. அதுபோக இசபெல்லாவின் இம்சையால் அவரது காதுகள் பழுதடைந்து விட்டிருந்தன.

“வெளிய ஆடு நிக்கு! அதை விரட்டி விடு!” என்று சொன்னால் கூட, “என்னால இன்னிக்கி பாட முடியாது தொண்ட கெட்டியிருக்கு!” என்று சத்தமாகப் பதில் சொல்லுவாள்.

“குளிக்கப் போறேன்” என்பதைக்கூட பத்து வீடுகளுக்குக் கேட்குமளவுக்குச் சப்தமாகச் சொல்லிக்கொண்டுதான் போவாளாகையால் பாஸ்டரின் மனைவி குளிக்கும் கால அட்டவணை அங்குள்ள இளைஞர்கள் மத்தியில் பிரசித்தம். ஆல்பர்ட்டும் சாராயத்தின் உதவி இல்லாமல் தூங்க முடியாமல் போனதால் சாராயமே கதி என்று இருந்தார். சாராயத்தின் சக்தியால் முப்பது வருடங்களாக குழந்தைகளின் உபத்திரவம் அவர்களுக்கு இல்லாமல் போயிருந்தது.

ஒரு மழை நாளில் ‘கிரானிக் ஆல்கஹாலிசம்’ என்னும் தவ நிலையை அடைந்து, ஆல்பர்ட்டுக்கு சாராயம் மறுக்கப் பட்டது. ஆல்கஹாலிக் வித்ட்ராயல் சிண்ட்ரோமால் ஆக்கிரமிக்கப்பட்டு, ஒருவாரமாய் சாராயத்தைக் காணாத அவரது நரம்பு மண்டலம் குழம்பித் தவித்தது.

பாஸ்டர். ஆல்பர்ட் தேவவல்லமை சாராயத்தோடு சேர்த்து தம் மூச்சையும் மறந்து, அவர்தம் நல்ல ஓட்டத்தை நிறுத்திக் கொண்டார். சாராயம் என்னும் சாத்தானைக் கைவிட்ட படியால், கடவுள் அவரை தம் சமூகத்தோடு சேர்த்துக் கொண்டார். இந்த நிகழ்வில் சாராயம் அவரைக் கொன்று போட்டது என்று எடுத்துக் கொள்ள முடியாது. சாராயத்தைக் கைவிட்டதால்தானே அவர் மாண்டு போனார்.

இப்படித்தான் சில சமயம், சில மரணங்களுக்கு சாராயம் காரணம் காட்டப் படும். ஒரு திரவநிலை உற்சாக பானம், திடமான மனிதர்களைக் கூட வாயு நிலை அல்லது ஆவிவடிவத்திற்கு மாற்றி விடும் என்றால் அதை ஒரு சாத்தானாகக் கருத முடியாது. ஏனென்றால் சாத்தான் தன்னை நாடுபவர்களை, தன் எதிரியான கடவுளிடம் எப்படி அனுப்பி வைப்பான்?

ஆல்பர்ட் சாவதற்கு முன்பாக அவரது மாமனார் ஆறுமுகக்கண் ஆசான் சிவபாதம் அடைந்த கதையைச் சொல்லாமல் இந்தக் கதையை நிறைவு செய்வது ஆசானுக்கு இழைக்கப்படும் துரோகம் என்பதால் அதையும் சொல்லி விடலாம்.

ஒரு மதியானத்தின் முடிவில், வேலைக்குச் சென்று வீடு திரும்பிய வழியில், கூலி போக தனது சட்டைப்பையில் இருந்த உபரித் தொகையை, உற்சாக பானக் கடைக்கு நன்கொடையாக வழங்கிவிடும் வழக்கத்தைக் கொண்ட ஆசான், பானத்தின் துணையோடு வீடு திரும்பிக் கொண்டிருந்தார்.

வரும் வழியில் திடீரென்று ஒரு சந்தேகம் உருவாகி, பணம் அதிகமாய்ச் செலவாகி விட்டதா என்ற ஒரு ஐயம் அவரது மூளையில் எழுந்தது. உடனடியாக பணத்தை எடுத்து எண்ணத் தொடங்கினார். 'நேர்வழியில் பயணிக்கும் போது இம்மாதிரியான இக்கட்டான சந்தேகங்கள் மனிதனின் பாதையை மாற்றியமைக்கும்' என்பதில் எந்த சந்தேகமும் இல்லை என்பதை அவர் நின்றிருந்த இடம் உங்களுக்கு விளக்கும்.

அது ஒரு அகல ரயில் பாதை...

ஏற்கனவே காது மந்தமான ஆசானுக்கு, உற்சாக பானத்தின் இயல்புத் தன்மையால் அவரது மூளை விரிவடைந்து, அவரது கபாலத்துக்கும், மூளைக்கும் இடையே இருந்த பாதுகாப்பு அடுக்கை நெருக்கி, அவரது செவிப்பறைகளை கட்டிப் போட்டது. இந்த ரசாயன மாற்றம் தொலைவில் கேட்ட தொடர்வண்டியின் கூவல்

சத்தத்தை அவருக்கு வழங்க மறுத்து விட்டது. அவர்தம் வீட்டுக்கு செல்லும் பாதையை மாற்றி, அவரை பரலோகம் செல்லக் காரணமாயிருந்தது அவரால் எண்ணப் பட்ட அந்த மிச்சக் காசுகள்தானே ஒழிய, ரயிலையோ அல்லது ரயில் ஓட்டுனரையோ, வழக்கமாக உற்சாக பானத்தையோ குறை சொல்வீர்களானால் உங்களுக்கு செய்வினை வைக்க வேண்டிய நேரம் வந்து விட்டது.

சிலநேரங்களில் நம் சட்டைப் பையில் இருக்கும் காசுகள்தான் நம் நெற்றியில் இடம் பிடிக்கும் என்பதுதான் இந்த பொல்லா உலகத்துக்கு ஆறுமுகக்கண் ஆசான் விட்டுச் சென்ற நீதி...

8

லாகிரி வஸ்துக்களும் விலகிய வஸ்திரங்களும்

'சாமானியர்களுக்கு ஒன்றென்றால், பானமுற்றோருக்கு இரண்டு தேவை.' கோவணத்தைத் தவிர வேறொன்றை நினைப்போரின் கற்பனையில் கடனுக்கு விறகு வாங்கி தீ வைக்கப்படும்.

மாடசாமி ஒரு வில்லிசைக் கலைஞன். வில்லை எடுத்து "தன்னம் தானே! தானம் தன்னே! பிள்ளையாரப்பனே! தான தன்னம் தன்னம்தானே! பிள்ளையாரப்பனே!" என்று அவன் பாடத்துவங்கினால் கோயிலுக்குள் அமர்ந்திருக்கும் சுடலைமாடன் துவங்கி சாகக் கிடக்கும் கிழவன் முதற்கொண்டு ஆடுவார்கள் என்பதில் எந்த ஐயமும் இல்லை.

கன்னியாகுமரி மாவட்டத்தில் அவன் பாடாத கோவில்களே கிடையாது. அன்றைய மக்களுக்கு பொழுதுபோக்குகள் என்றால் சரஸ்வதி, பயோனியர் தியேட்டர்களில் ஓடும் சிவாஜி, எம்.ஜி.ஆர், ஜெமினிகணேசன் வகையறா திரைப்படங்கள்தான். அதைத் தாண்டியும் பொழுதுபோக்குகள், அதாவது காசு செலவழிக்காமல் ரசிக்க தெருக்கூத்துகள், திருவிழாக்களில் நடைபெறும் கும்பாட்டங்கள், கச்சேரிகள் ஆகியவையும் பட்டியலில் இருந்தாலும் கூத்துக் கலைஞர்களுக்கு காசுபோடாமல் யாரும் வேடிக்கை பார்ப்பதில்லை. அதைத் தாண்டியும் ஒரு பொழுதுபோக்கு ஒன்று உண்டு. அதுதான் 'மகப்பேறு'.

பிள்ளைகளைப் பெற்றுக் கொள்வதெல்லாம் அப்போது மாவு திரிக்கப் போவது போலத்தான். மாடசாமியின் தந்தையார் புண்ணாக்குமாடன் ஒரு மாபெரும் மகப்பேறு ஊக்கியாக திரிந்ததால் தாய் அன்னம்மாள் ஒரு

பிள்ளைபெறும் இயந்திரமாகவே உருமாறினாள். மாடசாமி ஒன்பதாவது பிள்ளை. அதற்குப் பின் நான்கு பிள்ளைகள் பிறந்தார்கள். பதிமூன்று பிள்ளைகளில் மாடசாமி மட்டுமே கடுவன். மீதிப் பிள்ளைகள் எல்லாருமே பெண் பிள்ளைகளானதால் தந்தையார் புண்ணாக்குமாடனின் மறைவுக்குப் பின் அவனுடைய தாய் அன்னம்மாள் மாடசாமியோடு வாழ்ந்து வந்தாள். பெண்பிள்ளைகள் அவ்வப்போது வந்து போவதோடு சரி.

அவர்களது வில்லிசைக்குழுவின் பெயர் "ராசமார்த்தாண்டன் வில்லிசைக்குழு". குழுவில் மொத்தம் ஆறு பேர் இருந்தார்கள். எப்போதும் பிஸியாக இருக்கும் மாடசாமியின் கச்சேரி டைரிகள்.

அன்னம்மாள் ஒரு வாயாரி. மாடசாமி மேடைகளில் பாடுவதை அன்னம்மாள் தெருக்களிலும் முச்சந்திகளிலும் நின்று யாரையாவது நோக்கிப் பாடுவாள். எதிரில் யார் வந்தாலும் தொலைந்தார்கள். யாரை நோக்கியும், எந்த காரணத்துக்காகவும் பாடுவதற்கான வசைபாடல்கள் அவளிடம் எப்போதும் வில்லிலிருந்து புறப்படக் காத்திருக்கும் அம்பைப் போல தயாராக இருந்ததால் மாடசாமிக்கு யாரும் பெண் தரத் தயாராக இல்லை.

இதனாலேயே முப்பதுவயது வரைக்கும் அவனுக்கு 'தன் கையே தனக்கு உதவி' என்றாகிப் போனது. கைகோர்த்துக் கொள்ள இன்னொரு ஜோடிக் கைகள் இல்லை என்ற குறைதானேயொழிய வேறொன்றுமில்லை.

கச்சேரி இல்லாத காலங்களில் மாலை நேரமானால் தன்னுடைய குழுவிலுள்ள நடனமணியோடு சேர்ந்து பழையாற்றங்கரையில் உள்ள தோப்புகளில் மாடசாமியைக் காணலாம். நான்கு குப்பி சாராயங்களுக்குத் தொட்டுக் கொள்ள மரச்சீனி கிழங்கை அவித்து, கத்திரிக்காய் சுடப்பட்டு, அவித்த மாங்காயோடு காந்தாரி மிளகாயைச் சேர்த்து தேங்காய்ச் சிறட்டையில் வைத்து இடித்த இடிசம்மந்தியும் தயாராய் இருக்கும்.

அப்படியொரு நாள் மாலையில் இரண்டு பேரும் சேர்ந்து மேற்கண்ட சாதனங்களோடு பழையாற்றின் வடக்குப் பக்கம் இருந்த சின்னையனின் தோப்பில் போய் இரண்டு தென்னைமடல்களை ஒன்றாய் போட்டு உட்கார்ந்து குடிக்கத் துவங்கினார்கள். ஒரு குப்பி வடிநீர் முழுவதுமாய் வற்றும் சமயத்தில் மாடசாமியின் கண்கள் ஆறாய் ஊற்றெடுத்தன.

நடனமணிக்கு இது ஒன்றும் புதிதில்லை என்றாலும் அன்றைக்கு மாடசாமியின் கண்ணீருக்குக்கான காரணத்தை அவன் அறிந்து வைத்திருந்ததால் நடனமணியும் அழுவதற்கான ஆயத்தம் அங்கு இருந்தது.

அதுதான் மாடசாமியின் திருமணக் கனவு. மாடசாமி யாரைக் குறித்தும் புலம்புவதில்லை ஆனால் பாடுவான். வில்லிப்பாட்டு வாயிலாகவே தன்னுடைய வலிகளைப் புறந்தள்ளுவான். அவனோடு சேர்ந்து கொண்டு நடனமணியும் ஒத்துப்பாடலாக கதறுவதை வாடிக்கையாகக் கொண்டிருந்தார்கள்.

மாடசாமி, "ஊரான ஊருல..."

நடனமணி, "ஆமா!"

"ஊத்து ஊதி திரிஞ்ச எங்கப்பன்!"

"போடு!"

"புண்ணாக்கு மாடஞ் செவத்துப் பெயல்!"

"அப்புடிப்போடு..."

"ஒம்பதாவதா தமுறு போட்டு..."

"போட்டு... !"

"ஒத்தையில பாஞ்சி வந்த"

"அப்பொறம்..."

"செத்த பெய மொவன் நா..."

"அபாரம்..."

"காலு தடுக்கி வுழுந்த எடமெல்லாம்..."

"எடமெல்லா !"

"காயம் வந்து சேருதய்யா!"

"வராதா பின்ன !"

"காயத்துக்கு மருந்து வைக்க..."

"வைக்க !"

"கன்னி ஒண்ணு இல்லையைய்யா!"

"என்னாது கன்னியா !"

"இந்த அன்னம்ம மூதியால!"

"மூதியால... !"

"அம்மையா அவ ? அரக்கியல்லோ !"

"செவம் பாவமுல்லா..."

"வாயி இருக்கது வயக்காட்டுல!"

"அப்புடி போடு..."

"நாக்கு கெடக்குது மலங்காட்டுல..."

"ஆ அப்புடியா?"

"பேசாத வார்த்த கூட..."

"கூட?"

"வலிய வந்து விளிக்கிதைய்யா!"

"ஆமா... விளிக்கும்லா?"

"என்ன பாவம் நா செஞ்சே?"

"என்ன செஞ்ச?"

"சோசியக்காரன் பல்லிளிக்கான்!"

"எதுக்கோ?"

"கூறு பாக்க கைய நீட்டுனா!"

"நல்லா நீட்டுவ!"

"ரேக ஒண்ணும் காணுகதுக்கில்ல..."

"தேஞ்சி போயிருக்கும்..."

"கிளி கூட இளிக்கிதைய்யா!"

"சவத்துக் கிளிய கொழம்பு வைக்க..."

"நாதியத்து நா கெடக்கேன்..."

"ஆமா...!"

"மூதியொண்ண காட்டுமைய்யா!"

"எல்லா விதி..."

"வ்ஊ... !"

துக்கமும், சுய பச்சாதாபமும் சேர்ந்து வாட்டியதில் இருவரும் கண்ணீர் விட்டுக் கதறினார்கள். இவர்களின் இந்தப்பாடலும் அதன் பின்னான ஒப்பாரியும் அந்தப் பிரதேசத்தில் இருந்த மரங்களின் மீது அடைந்து கிடந்த கொக்குகளுக்கும் தூக்கத்தை உண்டு பண்ணியிருப்பது போன்ற பாவனையில் இருந்தது.

நடனமணிக்கு ஏற்கனவே திருமணமாகியிருந்தது. 'அவன் ஏன் அழுதான்' என்பதுதான் தெரியவில்லை. எழுந்து வீட்டுக்குப் போனார்கள். அன்னம்மா கேட்டாள்,

"நேரத்த காலத்த ஒரு பொண்ணடிய பாத்து கெட்டியிருந்தா இப்புடி ஒத்தையில லாத்திக்கிட்டு திரியணுமா? நாங்கெடந்து சாவுகேன்... நீ இந்த ஓம்பரம் கணக்கா நட... தெனம் பூளலு முட்ட

குடிச்சீட்டு வட்டம் போட்டு கெடந்துகிட்டு பொண்ணு தா'ன்னா எவந்தருவான்!”

மாடசாமி கடுப்பானான்,

“பேசி முடிச்சிட்டியா? ஒனக்க வாய வச்சிக்கிட்டு சும்மா கெடந்தாலே எனக்கு கலியாணம் ஆயி பத்து வருசம் ஆயிருக்குமே? பாவி முடிவா! ஊரெல்லா வாய நீட்டிக்கிட்டு திரிய! ஒருபயலும் எச்சித்தண்ணி எதிர்ல சிந்த மாட்டுக்கானுவோ! நீ எங்கிட்ட நீலிக்கண்ணீரு ஊத்துக?”

“போல நாய்க்கி பெறந்தையல...! சாராயத்த நக்கீட்டு அலையிதியேன்னு கேட்டது குத்தமா?”

“ஒஞ்சோலி மயித்த பாத்துகிட்டு கெட... நா அப்புடித்தா இருப்பே... ஒனக்கு இங்கன கெடக்க இஸ்டம் இருந்தா கெட! இல்லையின்னா பன்னெண்டு மக்கமாருவ இருக்காளுவள்ளா... அவுளுவ கூட போயி கெட... ஓம்புத்திக்கி ஒன்னய ஒருத்தியும் நட ஏத்த மாட்டாளுவ! நானாயிருக்கக் கண்டு ஒனக்கு கஞ்சி ஊத்துகேன்... வாய வச்சிக்கிட்டு பேசாம கெடந்தீன்னா நல்லது... குறுக்குல சவுட்டிப் புடுவெம் பாத்துக்கா! அம்மையின்னு பாக்கேன்...”

“அய்யோ அரசே!” என்று அன்னம்மா ஒப்பாரிப் பாடல் ஒன்றைப்பாட, மாடசாமி தூங்கிப்போனான்.

ஒழுகினசேரி பாலத்தையடுத்து தட்டார்மடத்தில் அமைந்திருந்த முருகன் மடத்தில் தைப்பூச விழாவில் காவடி தூக்கி திருச்செந்தூர் முருகனை தரிசிக்கச் செல்லும் பக்தர்கள் அமர்ந்து ஓய்வெடுத்துச் செல்வார்கள். அங்கே ஒரு இருபது வீடுகள் இருந்தன. கயிறு திரிக்கும் வேலைகளும் ஜரூராய் நடைபெற்று வந்த இடத்தில்தான் மாடசாமியின் வில்லுப்பாட்டு கச்சேரி நடைபெறவிருந்தது.

முருகப்பெருமானின் மடத்தில்தான் மாடசாமி தன்னுடைய வள்ளியைச் சந்திக்க வேண்டும் என்பது யார் சித்தமோ? சந்தித்தான் மாடசாமி.

மேடையின் முன்வரிசையில் அமர்ந்திருந்த ராசாத்தி மாடசாமியையே வைத்த கண் வாங்காமல் பார்த்துக் கொண்டிருந்தாள். பல்வேறு இடங்களில் பாடும்போது இம்மாதிரி நிறைய பேர் பார்த்திருக்கிறார்கள் என்றாலும் கூட ராசாத்தியின் அந்தப் பார்வை மாடசாமியின் மண்டைக்குள் ஊடுருவியது.

இருவரும் கண்களாலேயே பேசிக்கொண்டார்கள்.

“சொப்பன வாழ்வில் மகிழ்ந்தே... சுப்ர...மண்...ய சாமீ... உன்னை மறந்தார்...”

திடுக்கிட்ட நடனமணி மாடசாமியின் தொடையில் கிள்ளி வைத்தான்.

“எண்ணே! என்ன பாட்ட பாடுக...?”

வில்லுப்பாடலானது காதல் லயத்துக்கு மாறி மாடசாமியின் மடியில் கிடந்த வில், மன்மதனின் வில்லாய் மாறிப் போனதில் ராசாத்தி தகர்ந்து போனாள். மாடசாமி ராசாத்தியை வளைத்து விட்டான். முதல்பார்வையிலேயே மாடசாமிக்குள் ராசாத்தி நுழைந்து கச்சேரி முடியும்போது மாடசாமியானவன் மாட'ராசாத்தி'சாமியாய் மாறிப்போனான்.

நடனமணி மாடசாமியின் காதுகளுக்குள் கிசுகிசுத்தான்,

“எண்ணே! அந்தப் புள்ளைக்க வூட்டு லேவயெல்லாம் கேட்டுக்கா! மறந்துராத!”

ராசாத்தியின் மீதிருந்த கண்களை எடுக்காமலேயே மாடசாமி பதில் சொன்னான்.

“அவளுக்க வூடு இங்கனத்தான் இருக்கு! சமுக்காளம் விரிச்சி ஒக்காந்துருக்கா'னா வூடு இங்கனத்தானே இருக்கும்?”

“எப்பா! என்னவோரு புத்திக் கூர்மணே ஒனக்கு!” என்று நடனமணி சிலாகித்தான். அப்போது வில்லுபாட்டு கச்சேரி முடிந்து பொய்க்கால் குதிரையாட்டம் நடைபெற்றுக் கொண்டிருந்தது.

நடனமணியிடம் கச்சேரி டைரியை வாங்கி அதில் ஒரு துண்டு காகிதத்தைக் கிழித்து அதில் மாடசாமி இவ்வாறு எழுதினான்,

“பிள்ளே! உண்ணய முத்த தடவ பாக்கிரன்... உம்பாவட பட்ட ஒத்தானே! எனக்கி இத்தயம் தூக்கிட்டு! என்னய புடிச்சி உந்தா ஒனக்க ஜெம்பார்ல கூத்திருக்க ஊக்க மாடையில வூசு!”

அந்தத் துண்டுச் சீட்டை அவளை நோக்கி வீசினான். அவளும் அதை ரகசியமாக எடுத்து தன்னுடைய மேலாடைக்குள் ஒளித்து வைத்தாள். அதைக்கண்ட மாடசாமி சைகையில் படிக்கச் சொன்னான். அவள் அதை எடுத்துக் கொண்டு ஓடிப்போய்

வேறு ஒரு பெண்ணிடம் கொடுத்து படிக்கச் சொல்வது போலத் தோன்றியது. மாடசாமிக்கு நடுக்கம்,

“என்ன சொல்லப் போறாளோ?”

நடனமணிக்கும் ஒருவித ஆவல் எழுந்தது. இந்த பிள்ளை மட்டும் சம்மதிச்சிட்டான்னா, இனிமே தோப்புல ஒத்துப்பாடல் பாட வேண்டியிருக்காது.

கடிதத்தை படித்த அந்தப் பெண் சொன்னாள், “வாய்க்கி வந்த மாதிரி கெட்ட வார்த்தையள எழுதிருக்காம்ட்டீ!” ராசாத்தியும் அந்த பெண்ணும் மாடசாமியை முறைத்தார்கள். மாடசாமிக்கு ‘கெதக்’ என்றிருந்தது.

“யாது! இன்னைக்கி மாடசாமிய பாடசாமியாக்கி எரிச்சிருவானுவளோ?” நடனமணி நட்டுக்கொண்டான். மாடசாமி உடனடியாக எழுந்து போய் ராசாத்தியிடம் அந்தக் கடிதத்தை இவ்வாறு மொழி பெயர்த்தான்.

அதாவது, “பிள்ளையே! உன்னை முதல் முறையாக பார்க்கிறேன்! உன்பார்வைபட்ட உடனே என்னுடைய இதயம் துடிக்கிறது. என்னைப் பிடித்திருந்தால் உன்னுடைய ரவிக்கையில் குத்தியிருக்கும் பாதுகாப்பு ஊசியை (ஹூக்) கழற்றி மேடையில் வீசு!”

‘அப்பாடா இவ்வளவுதானா?’ ராசாத்திக்கும் காதல் மணி அடித்ததில் ஒரே வாரத்தில் இருவரும் திருமணம் செய்து கொண்டார்கள். கல்யாணம் ஆனபிற்பாடுதான் மாடசாமிக்கு புரிந்தது, ‘அன்னம்மாளும் ராசாத்தியும் ஒன்றுக்கொன்று சளைக்காத சிலுவைகள்’ என்பது. அதன்பின்னர் நித்தமும் அக்கப் போர்தான். பெற்ற தாயையும் எதிர்க்க முடியாமல், கட்டின மனைவியையும் எதிர்க்க முடியாமல் சாராயத்தை சுமந்தான்.

அதன்பின் தொலைக்காட்சி பெட்டிகளின் ஆக்கிரமிப்பால் கலாரசிகர்கள் வீட்டுக்குள் முடங்க ஆரம்பித்தார்கள். காலமாற்றத்தாலும் மாடசாமியின் தினக் குடியாலும் கச்சேரிகளும் குறைந்து போயின. மாடசாமி தன்னுடைய தகப்பனின் தொழிலான விவசாயத்தைச் செய்ய ஆரம்பித்தான். இரண்டு மாடுகளும் வாங்கப் பட்டு அதிலிருந்தும் வருமானம் வார ஆரம்பித்திருந்தது.

மாடசாமிக்கும், ராசாத்திக்கும் தினமும் உலகப்போர்தான். முடிவில் வெள்ளைக்கொடியில் ரத்தம் தோய்ந்து போய் சிகப்பாய் மாறி

சமாதானக் கொடி காட்டும் சூழல் பெரும்பாலும் மாடசாமிக்கே வாய்க்கும்.

"ஊர் ஒலகத்துல யாரும் குடிக்கல... இவுரு மட்டுந்தே அதிசய மயிருல குடிச்சிட்டு நடக்காரு..." என்பதாய்த் தொடங்கும் அந்த மாலை நேரத்து அத்தியாயம். முட்டக் குடித்தது போக, வாங்கி வைத்த கால் குப்பி மாடசாமியின் வேட்டிக்குள் அமர்ந்திருக்கும் வரை எந்த அசம்பாவிதங்களும் நடக்காது. அது மீண்டும் திறக்கப் பட்டு மாடசாமியின் வயிற்றுக்குள் செல்லுமானால் நிலைமை சிக்கலாகி விடும்.

"யாம்ட்டி! கொப்பன் ஊட்டுலர்ந்து கொண்டாந்தியா?" என்பது மாடசாமியின் முதல் வார்த்தையாக இருந்தால், அந்த அத்தியாத்தின் முடிவு ரத்தக்களரியாக இருக்கும்.

மறுநாள் காலையில் மாடசாமியின் மண்டையில் காயத்திருமேனி எண்ணைக்கட்டு அமர்ந்திருந்தால் காயம் பெரிய அளவில் இல்லை எனலாம்.

குருதி தோய்ந்த விறகுக் கட்டை வீட்டுத்திண்ணையில் கிடந்தால் மாடசாமி மருத்துவமனையில் அனுமதி பெற்றிருக்கிறார் என்று அர்த்தம்.

வழக்கமாய் மாடசாமி பனியடிமை வீட்டுத் தோட்டத்தில்தான் மாடு மேய்ப்பது வழக்கம். ராணுவத்தில் வேலை செய்த பனியடிமை விடுமுறைக்கு வரும்போதெல்லாம் மாடசாமிக்கு எட்டாம் கொடைதான். முதல் நான்கு நாட்கள் மிலிட்டரி வெள்ளத்தில் மூங்கிக் கிடக்கும் இருவரும், நாட்டு பானம் வாங்கும்போது கொஞ்சம் துக்கித்துத்தான் போவார்கள்.

அந்த நாட்களில் மாடசாமி, தன் மனைவி மீதுள்ள பாரத்தை தன் மாட்டின் மீது சாட்டைக்கம்பின் உதவியோடு இறக்கி வைப்பான். அப்படி ஒரு நாள் மாட்டுக்கு வெள்ளாவி வைக்க முயன்ற அடுத்த நொடி, மாட்டின் பின்னங்கால் குளம்பின் தடம், மாடசாமியின் அடிவயிற்றிலும், தொடையிலும் பதிந்தது.

தன் வீட்டு கன்றுக் குட்டி தன் மீது ஏறியதை எதிர்பாராத மாடசாமி மயங்கிச் சரிந்தான். திடீரென்று தன் எஜமானை எட்டி உதைக்க வேண்டிய சூழலை எண்ணிய மாடானது கலங்கித் திகைத்து வீட்டை நோக்கி நடக்கத் துவங்கியது.

போகும் வழியில் ரகுமான் சாய்ப்பு கசாப்புக் கடையில், தன் இனத்துக்காரனைத் தலைகீழாய்த் தொங்க விட்டு உரிக்கும் காட்சியைக் கண்ட மாடு பயந்துபோய் தலை தெறிக்க ஓடியது. 'எப்படி ஏறினாள்' என்று தெரியாது, வழியில் போய்க்கொண்டிருந்த அன்னம்மா கிழவி மாட்டின் கொம்புகளுக்கிடையே வீற்றிருந்தாள். அவளைப் பத்திரமாக காவல்காரன் வாய்க்காலில் தூக்கி வீசி விட்டு வீடு நோக்கி சென்றது.

மாடு தன்னைப் போட்டுத் தாக்கியதை தூரத்தில் சாணியள்ளிக் கொண்டிருந்த தன்னுடைய மருமகள் ராசாத்தி பார்த்து விட்டதைக் கவனித்த அன்னம்மாள் எதுவும் நடக்காதது போல் "எப்பா! ஒடம்பு பூரா ஒரேசூடு!" என்றவாறே வாய்க்காலில் குளிக்கத் தொடங்கினாள்.

தொழுவத்துக்குள் நுழைந்த மாடு, எஜமானனின் மனைவி தன் மலத்தைக் கைகொண்டு அள்ளியதைக் கண்டு எகத்தாளம் செய்து மனதுக்குள் சிரித்தது. மாடு மட்டும் தனியே வந்ததைக் கண்ட ராசாத்தி, சாயங்கால யாகத்துக்கு விறகுக்கட்டை தயார் செய்தாள்.

தொட்டுக்கொள்ள ஊறுகாய் எடுத்துத் திரும்பிய பனியடிமை, வஸ்திரம் விலகி, சாக்கடையில் வாய் வைத்துப் படுத்திருந்த மாடசாமியைக் கண்டு பயந்து போனான்.

மாடு தட்டிவிட்டு கீழே விழுந்து ஓடையில் சிந்திய பானத்தை, மாடசாமிதான் அருந்தி விட்டு வீழ்ந்ததாக தவறாகப் புரிந்து கொண்டு மாடசாமிக்கு ஒரு எத்து விட்டான். வலியில் கதறித் திரும்பி படுத்தவனின் தொடையில் மாட்டின் திருப்பாதச் சுவடுகளைக் கண்டும், அந்த இடத்தில் மாட்டைக் காணாததாலும், நடந்த சம்பவத்தை யூகித்துக் கொண்டு, மாடசாமியை தர்மாஸ்பத்திரிக்கு தூக்கிச் சென்று உயிர் கொடுத்தான்.

ஆஸ்பத்திரியில் கண் விழித்த மாடசாமி கேட்ட முதல் கேள்வி "குப்பிய முழுசும் முடிச்சிட்டியா?" என்பதுதான்.

வயிற்றில் கட்டோடு வீடு வந்து சேர்ந்த மாடசாமிக்கு மாட்டின் நிமித்தம் மறுபடியும் மண்டையில் பிளாஸ்திரி போடப்பட்டது.

"மாட்ட அவுத்து உட்டதும் இல்லாம மேலுக்கு போலிக் கெட்டு போட்டுகிட்டு வந்து நடிக்கியா?" என்று சொல்லி சொல்லி வெளுத்தாள் ராசாத்தி.

நிகழ்ந்த உண்மை தெரிந்த பின்னர், மாட்டுக்கு தினமும் கூடுதல் புண்ணாக்கு வழங்கப் பட்டது. மாடு முட்டிய அன்னம்மாக் கிழவி ஒருபக்கமாக சரிந்து, கிந்தி கிந்தி நடந்ததைக் கண்ட ராசாத்தி எகத்தாளத்தோடு கேட்டாள்,

“என்னத்தே! வாய்க்காங்கரைல மாட்டுக்கொம்புல ஏறி எஞ்ச போனீய?”

அதற்கு அன்னம்மா கிழவி கூறியதாவது,

“நானா விரும்பித்தேன் அது மேல ஏறியாந்தேண்டி’ செத்த சிறுக்கி... உங்கொம்மய மாறி சூவ முண்டைன்னு என்னய நெனச்சியாட்டீ?”

அங்கு ஒரு பெகளம் தொடங்கியது...

9

பர்மா கிறிஸ்டோபரின் பராக்கிரமங்கள்

"மதுபானத்தில் மருத்துவ குணமா?" என்று வாயைப் பிளப்போரின் வாயில் ஒரு சொட்டு பாலிடாயிலை ஊற்றுவதோடு இக்கதை துவங்குகிறது. *Regular Using Medicine* அல்லது *Roughly understood by Men* என்பதாய் வைத்துக் கொண்டாலும் கூட அதன் சுருக்கம் *RUM* என்பதாய் அமைந்து விடும் அபாயம் இருக்கிறது.

'ஒரு மடக்கோடு நிறுத்தி விட்டால் அது உன்னை விட்டுவிடும்... இல்லாவிட்டால் அது உன்னைக் குடித்து விடும்' என்பதுதான் பெரும்பாலான மருத்துவர்களின் அறிவுரை.

அதைக் கேட்கும் பானவிரும்பிகள், அந்த மருத்துவர்களின் அறிவுரைகளை எண்ணி மனதுக்குள் எள்ளி நகையாடுவதுதான் சிறுநீரகச் சாவின் முதல் கட்டம். "உண்மைதான்! சிறுநீரகம் என்பது பெருஞ்சீரகத்தைப் போன்ற ஒரு சிறிய பொருள்தானே?"

"தண்ணியடிச்சா நல்ல புரோட்டாவும், சிக்கனும் வச்சி சாப்டறனும்... இல்லைனாதான் கேடு... என்னைப் பாத்தியா? ராத்திரி டோஸ் போட்டாலும், காலைல கிரவுண்டுல ரெண்டு ரவுண்டு ஓடிருவேன்'னு" சொல்லும் புத்திஜீவிகள் சிறுநீரகத்தோடு சேர்த்து இரண்டு முட்டிகளிலும் கீறல் விழக் காண்பார்கள்.

மதுபானத்தின் நன்மைகளை எடுத்துரைக்கும் இக்கதையினால் ஆபத்து என்றோ விபத்து என்றோ அதிகப் பிரசங்கித்தனமான அச்சம் அவசியமற்றது என்பதை ஆல்பர்ட் ஐன்ஸ்டீனின் கொள்கை மூலம் அறிந்து கொள்வோம்.

‘கோட்பாட்டு இயற்பியலின் தந்தை’ என்று கருதப்படும் ஐன்ஸ்டீனின் ‘ஜெனரல் தியரி ஆஃப் ரிலேட்டிவிடி’ (பொது சார்பு கோட்பாடு) இயற்பியல் குறித்த நமது அறிவைப் புரட்டிப் போடும். நிறைக்கும், ஆற்றலுக்கும் உள்ள தொடர்பு குறித்து இவர் உருவாக்கிய சூத்திரமான E = mc2 தான் இதுவரை உலகிலேயே மிகச் சிறந்த சமன்பாடாகக் கருதப்படுகிறது. இந்த பார்முலாதான் அணுகுண்டின் அடிப்படையாகும்.

இந்த வாக்கியங்களை உட்கொள்ளும் போது என்ன தோன்றுகிறது? நிறைக்கும், ஆற்றலுக்கும் உள்ள தொடர்பு புரிகிறதல்லவா? முதல் லார்ஜின் நிறையானது ஆற்றல் குறைவு என்று எண்ணும்போது, அது இரண்டாவது லார்ஜுக்கு கொண்டு செல்லும், இப்படியே ஐந்து அல்லது ஆறு ஆகும் போது ஆற்றல் ஒரு உன்னத நிலைக்கு சென்று மீண்டும் குறைந்து போகும் அல்லது உட்கொண்டவரை பூமி தன்னை நோக்கி ஈர்க்கும் அல்லது லாக் அப்பை நோக்கி இழுக்கும். இதுவும் புவி ஈர்ப்பு விசை சம்பந்தப்பட்ட விஷயம்தான் என்றால் அது மிகையில்லை.

அதாவது, “E = mc2 என்பது Earth is equal to Two Mcdowell’s quarter.”

மது பானங்கள் என்பது மருத்துவ குணம் மட்டும் அல்லாது இயற்பியல்,வேதியியல் மற்றும் புவியியல் சார்ந்தது என்பதை ஆதார பூர்வமாக நிரூபிக்க முடியும் என்றால் அதுதான் உண்மை. அதாவது ‘அப்சார்ப்டிவ் பவர்’ - உறிஞ்சு திறன் மூலம் உறிஞ்சப் பட்ட ஒரு திரவம், பானமுற்றோரின் உடலுக்குள் ஊடுருவி முடுக்கப் பட்டு (ஆக்சிலரேஷன்) வினை புரிந்து (ஆக்சன்) பல வேதியியல் மாற்றங்களை (கெமிக்கல் ரியாக்சன்) உண்டாக்கி, அவர்தம் பூதவுடலை புவியை நோக்கி ஈர்க்கும் (கிராவிட்டி) நிகழ்வை நீங்கள் எப்படி மறுக்க முடியும்?

மேலும் ‘அணுகுண்டின் பார்முலா’ என்று வேறு சொல்லியிருக்கிறார் திருவாளர் ஆல்பிரட் ஐன்ஸ்ட்டின். இதை நிரூபிக்க வேண்டிய கட்டாயமும் நமக்கு இருக்கிறது. ஆகையால் அறிவியல் பாடத்தை நிறுத்தி விட்டு கதைக்குள் வழுக்குவோம்.

எபிநேசரின் தகப்பன் லாசர் தனது தகப்பனாரின் எழுபத்தைந்தாவது திருமணநாளையொட்டி ஒரு உற்சாக பானக்கொண்டாட்டத்தை ஏற்பாடு செய்திருந்தார். டாக்டரான எபிநேசர் தனது தாத்தாவின் இந்த நிகழ்வை சிறப்பாக கொண்டாட எண்ணி தன்னுடைய சக மருத்துவ நண்பர்களையும் அழைத்திருந்தான்.

தாத்தா ரொம்ப பேமஸான ஆள். 'பர்மா கிறிஸ்டோபர்' என்றால் தெரியாத ஆளே இல்லை. 30 வருடங்களாக பர்மாவில் தடி பிசினெஸ் செய்தவர். பாட்டி எமிலி விண்ணுல வாழ்வை அடைந்திருந்ததால் தாத்தா மட்டும் சக்கர நாற்காலியில் தனித்திருந்தார்.

அப்போதெல்லாம் பர்மாவுக்குக் கப்பலில்தான் செல்ல வேண்டும். கிறிஸ்டோபர் ஒரு தடித்த சரீரத்தைக் கண்ட மென்மையான மனிதர். பெண்கள் என்றால் உருகிவிடும் மனம் அவருக்கு உண்டு. அவரது மனைவி மருத்துவர் எமிலி, ஒரு மெல்லிய சரீரத்தைக் கொண்ட தடித்த மனம் படைத்தவள்.

கிறிஸ்டோபர் ஒரு தடவை பர்மா சென்றாரென்றால் திரும்பி வர ஆறுமாதங்கள் ஆகும். அவரோடு கூடவே அவரது நெருங்கிய நண்பன் தீப்பெட்டி கணேசனும் செல்வான்.

அப்படி ஒருமுறை பர்மா சென்றபோதுதான் அங்கு ஒரு பெண்ணைக் கண்டார். அவளது பெயர் கைல்நி. அவளது அழகில் மயங்கிய கிறிஸ்டோபர் தன்னுடைய மனைவி எமிலியை மறந்தார். 'அவளோடு எப்படியாவது பேசிவிட வேண்டும்' என்ற அவருடைய ஆவலைப் பார்த்த கணேசன் சொன்னான்,

"எண்ணே! நாம இங்க தடிக் கச்சோடத்துக்கு வந்துருக்கோம். வந்த எடத்துல தடிய தூக்கீட்டு அலையப்புடாது!" சொல்லிப்புட்டேன்.

"கணேசா! எப்புடியாவது இந்தப் புள்ளைக்கிட்ட பேசி மடக்கிறணும் கேட்டியா? எவ்வளவு செலவானாலும் பரவால்ல! என்ன சொல்லுக?"

"அது நடக்குற காரியமா? ஒனக்கு இங்கிலீசே அரகொற! இதுல பர்மீசுக்கு எங்க போறதுக்கு?"

"யாரையாவது வச்சி பேசிப் பாத்தாலோ?"

"என்னத்த கெடந்து ஔறிட்டு கெடக்கண்ணே? ஆளு வச்சி பேசதுக்கு நாம என்ன தேக்கந்தடியவா வெல பேசப்போறோம்? ஒரு பொண்ணுணே? செவிக்குருத்து வாக்குல வச்சிட்டான்னா அம்புடுதான்!"

"இல்ல கணேசா! எப்புடியாவது இந்த காரியத்த சாதிச்சிரணும்! இரு இந்தா வாரேன்..."

அப்போது அந்தப்பெண் ஒரு கடைக்குள் நின்று கொண்டிருந்தாள். கிறிஸ்டோபர் சாலையைக் கடந்து அவளிடம் போய், "என்னோடு ஒரு தேநீர் அருந்த வருகிறாயா?" என்று ஆங்கிலத்தில் கேட்டார்.

அவள் சம்மதம் தெரிவித்து கிறிஸ்டோபரோடு சேர்ந்து கொண்டாள். ஒரு உயர்ரக உணவு விடுதியை நோக்கி நடந்தார்கள். கிறிஸ்டோபர் கணேசனைப் பார்த்து கண்ணடித்தவாறே, "எலேய் தீப்பெட்டி! வா குடிப்போம்!" என்றார்.

"ம்க்கும்! தேக்கந்தடின்னு நெனச்சா இது முருங்கந் தடியால்லா இருந்துருக்கு... செவம் சடார்னு முறிஞ்சிட்டே?" என்றாவாறே கணேசன் பின்னால் நடந்தான்.

கணேசனுக்கு 'தீப்பெட்டி' என்ற பெயர்க்காரணி வந்ததற்குப் பின்னணியில் ஒரு அசாத்திய கதை இருந்தது. கணேசனின் சொந்த ஊர் ஈசாந்திமங்கலம். அங்கு ஒரு வெல்டிங் கடை வைத்திருந்தான். பெண்களின் பின்னழகை வர்ணிக்க "பெட்டி" என்ற வார்த்தையை உபயோகிப்பது கணேசனின் வழக்கம்.

யாராவது பெண்கள் அவனது கடையை கடந்து சென்றார்களானால் "என்னடே பெட்டி தகர்ந்து கெடக்கு!" என்று சொல்லி பரிகாசம் செய்வது வழக்கம். "சின்னப் பெட்டி, பெரிய பெட்டி, ஊசிப்பெட்டி, கூம்புபெட்டி, சவப்பெட்டி' என்றெல்லாம் ஒவ்வொரு பெண்களையும் பெயர்வைத்து சிரிப்பது அவனது பொழுது போக்காய் இருந்தது. கணேசனின் நண்பர்கள் அவனைப் "பெட்டி கணேசன்" என்று அழைத்தார்கள்.

அப்படியொருநாள் கணேசன் தன்னுடைய கடையில் வேலை செய்த நாராயணனின் முன்பாக ஒரு பெண்ணைக் கேலி செய்து விட்டு, அந்த சமயம் பார்த்து அவள் கடையைக் கடந்து செல்லவும் வெல்டிங் மிஷினைப் போட்டுவிட்டு வெளியில் போய் வாய்பார்த்தவாறே இவ்வாறு சொன்னான்,

"மூஞ்சி மாட்டுவண்டி மாதிரி இருந்தாலும் அம்பிகாளுக்க அழகே அழகு. அவ நாவக்காட்டுல போனான்னா பெட்டி மாங்கொளத்துல போகும்!"

இரண்டு ஊர்களுக்கும் இடையில் ஒரு கிலோமீட்டர் தூரம் இருந்தது. அதைக் கற்பனை செய்து பார்த்த நாராயணன் மெதுவாகச் சிரித்தான்.

“என்னல கெடந்து இளிக்கா! வேலைய செய்யி! பல்ல காட்டுகது!” என்றவாறே உட்கார்ந்த கணேசன் அலறினான். அவன் அமர்ந்தது பழுத்துப் போன வெல்டிங் ராடின் மீது! கணேசனின் பெட்டியில் குறுக்குவாட்டில் ஒரு கோடு விழுந்தது.

ஊரில் உள்ள பெண்களையெல்லாம் பரிகாசம் செய்த கணேசனால் ஒருவாரம் வரைக்கும் உட்காரமுடியாமல், நிற்கமுடியாமல், நடக்க முடியாமல், படுக்க முடியாமல் நீந்திக் கொண்டே திரிய வேண்டிய சூழ்நிலை.

மேலும் அவனது பெட்டியில் ‘தீ’ சுட்டதால் அன்றுமுதல் பெட்டி கணேசன், “தீப்பெட்டி கணேசன்” என்று அழைக்கப்பட்டான். அன்றிலிருந்து அவன் பெண்களை நையாண்டி செய்வதில்லை.

முன்னால் நடந்து சென்று கொண்டிருந்த கிறிஸ்டோபரையும், அந்த பர்மாக்காரியையும் பின்தொடர்ந்து நடந்து கொண்டிருந்தான் கணேசன். அவர்கள் இருவரும் ஒரு மதுபான விடுதியின் முன்போய் நின்றார்கள்.

‘காப்பித்தானே குடிக்கணும்னு சொன்னான்?’ கணேசனுக்கு ஒரே குழப்பம். மூவரும் சென்று உட்கார்ந்தார்கள்.

‘ஒன்று, இரண்டு, மூன்று, நான்கு’ என்று பெக்குகளின் எண்ணிக்கை அதிகரித்ததால் கைல்நிக்கு கண்கள் தளர்ந்து போனது. கிறிஸ்டோபரின் கண்களுக்கு அவள் இன்னமும் பேரழகியாய்த் தெரிந்தாள்.

கிறிஸ்டோபர் உருகிப் போனார். அவரது கண்களில் ஒரு யாசகம் கேட்கும் குழந்தையின் தொனி தெரிந்ததால் கைல்நி கிறிஸ்டோபரை அணைத்துக் கொண்டாள்.

கிறிஸ்டோபர் கேட்டார், “உன்னுடைய பெயருக்கு என்ன அர்த்தம்?”

அதற்கு அவள், “கைல்நி என்றால் ‘இனிப்பான நறுமணம்’ என்று அர்த்தம்! உன்னுடைய கிறிஸ்டோபர் என்ற பெயருக்கான அர்த்தம் என்ன?”

கணேசன், “ம்க்கும், வெளங்கிரும்!”

“அது... வந்து... அதாவது... கிறிஸ்டோபர்னா... கிறிஸ்து... கிகி! டோபர்’னா என்னான்னு தெரியலை...”

கைல்நி சிரித்தாள், "என்ன? உன்னுடைய பெயருக்கான அர்த்தம் உனக்கே தெரியலையா? பிளடி இண்டியன்! ஹூ! ஹூ! ஹூ!" (பர்மிய மொழியில் சிரித்தாள்)

கிறிஸ்டோபருக்கு அவமானமாகப் போனது.

கைல்நி கணேசனிடம் கேட்டாள், "உன்னுடைய கணேசன் என்ற பெயருக்கான அர்த்தமாவது என்னன்னு தெரியுமா?"

"தெரியும்! தமிழ்க்கடவுள் விநாயகனின் பெயர்தான் கணேசன். எம்பெருமான் சிவனின் மகன், தமிழ்க்கடவுள் முருகனின் சகோதரன்!"

"ஓ! உன்னுடைய அப்பா பெயர் சிவனா?"

"இல்ல எங்க அப்பன் பேரு ஐயப்பேன்!"

"சிவன்'னு சொன்ன?"

"அதெல்லாம் பெரிய கதை! வெளிய சொன்னா! அதுவும் தண்ணிய அடிச்சிக்கிட்டு சொன்னா தெய்வ குத்தம் ஆயிரும்!"

"ஓஹோ! அப்போ தீப்பெட்டி'னா என்ன அர்த்தம்?" என்று கைல்நி கேட்கவே கிறிஸ்டோபருக்கு சிரிப்பு அள்ளியது. சிரித்துக் கொண்டே கணேசனிடம், "கேக்காள்லா! சொல்லாங் கூய்மோன! எண்ணயப் பாத்து இளிச்ச?"

கணேசன் கடுப்பானான், "எவளோ ஒரு சப்ப மூக்கிக்க முன்னால வச்சி எகத்தாளம் செய்யிதியா? நீயெல்லா ஒரு அண்ணன்?"

"கோவப்படாதலே! சரி இன்னொரு கப்பு குடிச்சா நல்லாருக்கும்!" என்று குடித்தார்கள், கைல்நி மறுத்துவிட்டாள்.

அன்று இரவு மூவரும் கைல்நியின் வீட்டில்தான் ராத்தங்கல். ஓரிரு மாதங்களில் கைல்நியோடு கிறிஸ்டோபருக்கு திருமணம் நடந்தது. கணேசன் எவ்வளவோ சொல்லியும் கேட்கவில்லை. இம்முறை பர்மாவில் பதிமூன்று மாதங்கள் தங்கினார்கள்.

கைல்நிக்கு ஒரு மகன் பிறந்தான். அவனுக்கு 'லைலி' என்று பெயர் வைத்தார்கள். லைலி என்றால் 'ஒளியில் பிறந்தவன்' என்று அர்த்தம். இப்படியாக லைலி என்ற பொருள் உடைய பெயரையும், கிறிஸ்டோபர் என்ற பொருளற்ற பெயரைத் தன்னுடைய பெயரின் பின்னாலும் சுமந்த லைலி கிறிஸ்டோபருக்கு மூன்று மாதங்கள்

நிறைவடையும்போது கிறிஸ்டோபர் கைல்நிக்குப் பிரியாவிடை கொடுத்துவிட்டு கப்பல் ஏறினார்.

ஓராண்டுகள் சுத்தமான தொடர்பே இல்லாமல் இருந்த கிறிஸ்டோபர் தன்னுடைய வீட்டுக்கு வந்த போது ஒரு மிகப்பெரிய அதிர்ச்சி காத்திருந்தது. அங்கு எமிலி ஒரு ஆண்பிள்ளையைப் பெற்றெடுத்து அக்குழந்தைக்கு ‘லாசர் கிறிஸ்டோபர்’ என்று பெயர் வைத்திருந்தாள்.

கிறிஸ்டோபருக்கு மிகப்பெரிய குழப்பம், ‘எப்படி இது நடந்தது?’

கணேசன் கேட்டான், “எண்ணே! ஒரு வருசத்துக்கு முன்னால தண்ணி ஊத்துன மாங்கொட்டை ஒரு வருசங்கழிச்சி மொளைக்குமா? என்னானு மைனிக்கிட்ட ஒருவார்த்த கேட்டுரு!”

“நீ சும்ம இரிடே! ஒரு வருசம் எங்க சூப்பப் போனீரு’ன்னு கேட்டான்னு வையி? நா என்ன வெவரத்த சொல்லுவேன்?”

“இல்லண்ணே! ஒருவேள... நாமதான் மாசக் கணக்குல கோட்டை விட்டுட்டமா?”

“ஆமா கணேசா! நாம பர்மாவுக்கு பொறப்பட்டுபோயி எட்டு மாசந்தான் ஆவுகு!”

“அப்போ லைலி எத்தன மாசத்துல பொறந்தாம்ணே?”

“அது கொறமாசத்துல பொறந்த கூய்வுள்ளை!” என்று தங்களைத் தாங்களே நம்ப ஆரம்பித்ததில் கணக்கு நேராகிப் போனது.

அதற்குப்பின் இருவரும் பர்மா பக்கமே செல்லவில்லை. ‘கைல்நி என்ன ஆனாள்?’ என்று தெரியாது. எமிலி ரேபிஸ்நோய் கண்டு மரித்தாள். மிகுந்த வெள்ளத்தின் பிடியில் சிக்கிய தீப்பெட்டி கணேசன் குடல் கரிந்து தீக்குடலோனாய் மரித்தான். கிறிஸ்டோபர் தனிமையில் தவித்தார். இதோ விழாநாயகனாக சக்கர நாற்காலியில் அமர்ந்திருந்த கிறிஸ்டோபரின் வயது ‘தொண்ணூற்று ஐந்து.’

வீட்டின் வெளியே உள்ள நீச்சல் குளத்தைச் சுற்றி இருக்கைகள் போடப் பட்டிருந்தன. அத்தனை இருக்கைகளும் சற்று நேரத்தில் படுக்கைகளாக மாறும் விந்தை அங்கு நிகழவிருந்தது.

‘ஸ்டெதாஸ்கோப் வைத்திருக்கும் மேதகு மருத்துவர்களை உற்சாக பானம் ஆக்கிரமித்தால் என்னவாகும்?’ என்பதை அங்குள்ளவர்கள் கண்டபோது எமன் கிறிஸ்டோபரின் பக்கத்தில் போவதும்,

வருவதுமாக இருந்தான். ஒருவர்மாறி ஒருவர் ஒவ்வொரு பெக்குக்கு ஒருமுறை அவருக்கு முத்தங்களை வழங்கினர்.

“என்ஜாய் மைடியர் ஃப்ரென்ஸ்!”

லாசர் உற்சாக பானத்தின் துணையில் ஒரு இடியாக மாறி முழங்கினார். பானத்தின் கரங்கள் அவரை முழுவதுமாக பீடித்திருந்தது.

மருத்துவர்களின் மனைவிகள் வேறு, “பீர்” எனப்படும் இந்திரலோகத்து பானத்தின் பிடியில் சிக்கி, ஒரு நாணல் செடியினைப் போல அசைந்தார்கள். லாசரும் மருத்துவர், எபிநேசரும் மருத்துவர் என்பதால் அந்தப் பிரதேசம் முழுமைக்கும் அறுவைகளும், கடிகளுமாய் நிரம்பியிருந்தது.

எபிநேசரின் நண்பர்கள் அனைவரும் வயதில் சிறியவர்கள் என்பதாலும் அங்கு லாசரின் நண்பர்கள் அனைவரும் சீனியர் சர்ஜன்கள் என்பதால் கொஞ்சம் மரியாதையின் நிமித்தம் எபிநேசரின் நண்பர்கள் அடக்கி வாசித்தனர். ரெண்டு லார்ஜ் உள்ளே போனவுடன் ‘மரியாதை என்ன மண்ணாங்கட்டி’ என்பதுபோல நடந்து கொள்ளத் துவங்கியிருந்தார்கள். ஒரு பெண் டாக்டரிடம் சென்று ஒருவன் கேட்டான்,

“மேடம்! நல்லாறிக்கிதீயளா?”

“நல்லா இர்க்கேன்!”

“வாயில யா ரெத்தம் வடிஞ்சிருக்கு மேடத்துக்கு?”

“ஸ்டூப்பிட்! அது லிப் ஸ்டிக்!”

“காலம்போன காலத்துல சுண்டு சாயம் அவசியமா?”

அந்த அம்மணி முறைக்கவே அகன்று போக முயலும் போது அருகிலிருந்த பூந்தோட்டி ஒன்று அவனது கால்களை வருடி முகம் குப்புறத் தள்ளியதில் அவனது வாய் நிஜமாகவே ரத்தச் சாயம் பூசிக் கொண்டது.

“பொம்பளைங்களை அனாவசியமா எகத்தாளம் செஞ்சா இப்புடித்தான்... புரிஞ்சாப்போ? எழும்பிப் போ அந்தால!”

இப்படி அங்கொன்றும், இங்கொன்றுமாக சிறு சிறு சம்பவங்களாக நிகழ்ந்தது. ஜோடி ஜோடிகளாகப் பிரிந்து காதலை மேற்கோள் காட்டியவண்ணம் திரிந்தார்கள்.

அப்போதுதான் யாரும் எதிர்பார்க்காத வண்ணம், ஒரு இளம்அறுவை சிகிச்சை நிபுணர் உற்சாக மிகுதியில் ஓடிவந்து, கிறிஸ்டோபரை வீல்சேரில் இருந்து தூக்கி நடனம் ஆடினார். ஒரு ரங்கராட்டின சுற்று சுற்றும் போது அறுவை சிகிச்சை நிபுணரின் கால்கள் புவிஈர்ப்பு விசையால் கவரப் பட்டு, தவறி விழவே தாத்தாவின் கபாலம் பூமியை ஓங்கித் தாக்கிற்று. கூடவே அறுவை சிகிச்சை நிபுணரும், தனக்கென ஒரு அறுவை சிகிச்சைக்குத் தயாரானார். அவர்கள் வீழ்ந்தது அங்குள்ள செயற்கை நீரூற்றில்... அதிலுள்ள நீர்பாய்ச்சும் கம்பியானது மருத்துவரின் வலது தொடையில் ஒரு ஓட்டையைப் போட்டிருந்தது.

கிறிஸ்டோபர் நீரூற்றின் சுற்றுச் சுவற்றில் தலை வைத்துப் படுத்திருந்தார். கிறிஸ்டோபர் மூப்பின் காரணமாகவும், டாக்டர் மப்பின் காரணமாகவும் கதறக் கூட திராணியில்லாமல் தரையில் படுத்திருந்தனர்.

அப்போதுதான் அது நிகழ்ந்தது. எபிநேசரின் அப்பா லாசர் "தன் அப்பாவுக்கு நிகழ்ந்த இந்த விபத்து தன் மகனின் மோசமான சேர்க்கைகளால்தான்" என்று எண்ணி எபிநேசரின் பள்ளையில் கைத்தடம் பதித்தார். பதித்ததோடு நில்லாமல் "உன்னைப் பெத்ததுக்கு பதில் ஒரு பன்னியைப் பெத்துருக்கலாம். ஓங்கம்மா 'ஹாட் டாக்' ஆவது செஞ்சிக் குடுத்துருப்பா! இல்லைனா அன்னிக்கு ராத்திரி செகண்ட் ஷோ படத்துக்கு போயிருக்கலாம்!" என்று கடுமையான உரையை நிகழ்த்திக் கொண்டிருந்தார்.

பயங்கர ஆவேசமான எபிநேசர் தகப்பன் என்றும் பாராமல் அந்த வாக்கியத்தை உதிர்த்தான். அதைக் கேட்ட பின்தான் அதுவரை மயக்கத்தில் படுத்திருந்த தாத்தா நுரையீரலைச் சுருக்கி, காற்றை வெளியேற்றி செயற்கையான பூங்காவில் இயற்கை எய்தினார்.

அவரது இந்தத் திடீர் அகால மரணமானது, அவரை மகிழ்விக்க வேண்டி தூக்கிச் சுமந்து கொண்டே உற்சாக நடனம் ஆடி, தன்னுடைய தொடையில் எலிப்பொந்து சைஸில் ஓட்டை விழுந்து, குப்புறக் கிடந்த அந்த அறுவை சிகிச்சை நிபுணர் சிறைக்கு செல்ல வித்திட்டார். அந்த அறுவை சிகிச்சை நிபுணரின் பெயர் "அகிலாண்ட ஜெக ஜால பூபதி."

லாசரும் மயங்கிச் சரிந்தார். அந்த இடமே போர்க்களமாகி விட்டது. விருந்துக்கு வந்திருந்த பாதிபேர் புற்களின் மீதும், பாதிபேர் வாந்தி மீதும் வாய் வைத்துப் படுத்திருந்தனர். முக்கால் போதையில் இருந்த

ஒருவர் ‘100’ என்ற எண்ணுக்கு போன் செய்ததால் கொஞ்சம் பேர் நடந்ததை பிறர் வாய்வழியாகத் தெரிந்து கொண்டனர்.

இப்படியாக மனைவியை இழந்து, தனிமையில் வாடிய கிறிஸ்டோபரின் ஆத்மா சாந்தி அடைந்து, அவரது மனைவி எமிலியோடு பரலோக வாழ்வு அடைய அந்த மது விருந்தே காரணமாயிருந்தது என்றால் அது மிகையாகாது.

அந்த அறுவை சிகிச்சை நிபுணரும், சிறையில் வைத்து குடல் அறுவை சிகிச்சை தொடர்பான மூன்று சிறந்த புத்தகங்களை, ஆறு மாதத்தில் எழுதி விட்டு விடுதலை பெற்றார்.

நீதிமன்றத் தீர்ப்பு இவ்வாறு இருந்தது,

“போதையில் தள்ளாடி நீரூற்றில் விழுந்த பர்மா.கிறிஸ்டோபரின் மரணம் சாதாரணமான விபத்துதான் எனவும், காவலர்கள் சம்பவ இடத்திற்குச் சென்று பார்த்த போது குற்றம் சாட்டப்பட்ட மருத்துவர்.அகிலாண்ட ஜெகஜால பூபதியின் கால்கள், இறந்து கிடந்த பர்மா கிறிஸ்டோபரின் வலதுகால் பெருவிரல் மீது அழுத்தியிருந்ததால், அதுதான் கிறிஸ்டோபரின் மரணத்துக் காரணம் என்று தவறுதலாக அவர்மீது கொலை வழக்கு பதிவு செய்யப் பட்டது. இப்போது இந்த வழக்கில் குற்றம் சாட்டப் பட்டவரின் குற்றத்தை நிரூபிக்க போதுமான ஆதாரங்கள் இல்லை என்பதால் இந்த நீதி மன்றம் குற்றம் சாட்டப் பட்ட மருத்துவர். அகிலாண்ட ஜெக ஜால பூபதியை நிரபராதி என்று கருதி, மேற்படியாரை இந்த வழக்கில் இருந்து விடுவிக்கிறது.”

ஒருவேளை அன்று யாராவது பானம் அருந்தாமல், ஸ்டெடியாக இருந்திருந்தாலும் டாக்டருக்கு விடுதலை சாத்தியப் பட்டிருக்காது. ஆகையால் ‘மது செய்யும் நன்மைக்கு எல்லையே இல்லை’ என்பதை இம்மாதிரியான சம்பவங்களிலிருந்து அறியலாம். இத்தனைக்கும் காரணமான எபிநேசர் உதிர்த்த வார்த்தை அல்லது போட்ட அணுகுண்டு என்னவென்றால்,

“ஒங்க அப்பன்! இந்தா கெடக்கானே? செத்த செவத்துப் பய பர்மா கிறிஸ்டோபர் நாயி... இவம் மட்டும் பர்மாக்கு போகாம இங்க கெடந்துருந்தாம்னா... நீ பொறந்துருக்கவே மாட்ட... யூ பிளடி பாஸ்...டு!”

(‘பாஸ்வர்டு என்று எண்ணுபவர்கள் ரெபிடெக்ஸ் புத்தகம் வாங்கி ரெஃபர் செய்யவும்’)

கிறிஸ்டோபருக்கு தன்னுடைய மகன் லாசர், எதிர் வீட்டில் குடியிருந்த சுந்தரத்தின் சாயலில் இருந்தது மட்டும்தான் தெரியும். ஆனால் பர்மாவில் கிறிஸ்டோபருக்கும், கைல்நிக்கும் பிறந்த மகன் லைலி, தீப்பெட்டி கணேசனின் சாயலில் இருந்தது சத்தியமாக கிறிஸ்டோபருக்குத் தெரிந்திருக்க வாய்ப்பு கிடைக்கவில்லை.

"நீரின்றி அமையாது உலகு..."

10

ஜெட்டு பாக்கிரியின் செத்த பாம்பு

“எட்டீ முருகு! அந்த வெறவையெல்லாம் அள்ளி பெறைக்குள்ள போடு! வானம் நசநச’ன்னுகெடக்கு! மழ வருமுன்னு நெனைக்கேன்... ங்கொப்பன் வேற இன்னிக்கி நேரத்த வந்துருவா! இந்த பழனி மண்டச்சி எங்க தொலஞ்சா? துப்புன குழிக்கி மண்ணள்ளிப் போடாத காஞ்சாள பெத்து வச்சிருக்கேனே? சவத்துமூதியோட கெடந்து ஒரே ஒபத்திரவம்!” என்று தன்னுடைய மகளிடம் கனைத்தாள் விசாலம்.

அன்று கணவனுக்கு சம்பள நாள். ஒண்ணாம் தேதியானால் போதும், வாயெல்லாம் பல்லாக வீட்டுக்கு வருவான் ஜெட்டு பாக்கிரி. ‘அம்புஜம் அரிசி அரவை ஆலை’யில் பணி செய்து வந்த பாஸ்கரனை ஊருக்குள் ‘ஜெட்டு பாக்கிரி’ என்று சொன்னால்தான் தெரியும். வானில் பறக்கும் ஜெட் ரக விமானத்தில் எப்போதும் பின்னால் இருந்து புகை வந்து கொண்டேயிருப்பது போல பாக்கிரிக்கு சதாசர்வகாலமும் போய்க் கொண்டேயிருக்கும். சத்தமும் ஜெட் எஞ்சினைப் போலவே கேட்கும். ‘பாஸ்கரன்’ என்ற பெயரை ‘பாக்கிரி’யாய் வழங்கினார்கள்.

அரிசி ஆலையின் புகைமண்டலமும், திரிக்கப்பட்ட மாவும் சேர்ந்து அவனை ஆஸ்துமாவால் அணைத்துக்கொண்டு வாயு ஆத்துமாவாய் மாற்றியிருந்ததில் பாக்கிரியின் வாய் லேசாகத் திக்கும்.

சம்பள நாளானதால் வழக்கம்போல மல்லிகைப்பூவும், ஜாங்கிரியும் வாழை இலையில் பொதிந்து பாக்கிரியின் பைக்குள் கிடந்தன. வீடு வந்து சேரும்போது மழை லேசாகத் தூறிக்கொண்டிருந்தது.

“எ ஏ எளா! விஸ் விஸ் விசாலோ! ம்ம மழத் தூத்துகுல்லா! இ... இ... இந்த து... த்து... துணிய எடுத்து, உ... உ... உள்ளாற போடப்... பு... பு... புடாதா? வூ... வூட்டுல மூணு அண்ணம்... ஏ ஏ ஏவலு மாதிரி இருக்கு... ஒ ஒரு வேலயிம் ஒழுங்கா செய்யத் த்து... துப்புக் கெடையாது!”

உள்ளேயிருந்து விசாலத்தின் குரல் கேட்டது,

“த்து தூ’னு கெடந்து என்னத்த துப்பிட்டு கெடக்கீரு? ஓமக்க வேட்டியுங் கோமணமுந்தான் வெளிய கெடக்கு... வேணும்னா நீரு எடுத்து உள்ளார போடும்...”

வாங்கி வந்த பூவும் ஜாங்கிரியும் வீணாகக் குப்பையில் சென்றுவிடுவதைத் தவிர்க்க நினைத்த பாக்கிரி வாய் திறக்கவில்லை... நேரம் வேறு இருட்டிவிட்டது. கொடியில் கிடந்த துணிமணிகளை அள்ளி முன் வீட்டில் போட்டான்.

‘விசாலம்’ என்றொரு விசாலமான ஒரு மனைவியும், முருகேஸ்வரி, பழனியம்மாள் என்று தலா ஆறும், ஐந்து வயதிலும் இரண்டு பிள்ளைகளையும் பெற்று பெருவாழ்வு வாழ்ந்த பாக்கிரிக்கு ஒரே ஒரு குறை... ‘தனக்குப் பின் ஆண் வாரிசுகள் இல்லை’ என்பதே அது...

அதிலும் ஒரு பெரும் சிக்கல் இருந்தது. ஒருநாள் பாக்கிரி ரைஸ் மில்லில் ஓடிக்கொண்டிருந்த மாவு என்ஜின் திடீரென்று நின்று போகவே, கரண்டு போய்விட்டதென எண்ணி சுவிட்சைத் தொட, சுவிட்ச் பாக்கிரியைத் தூக்கி தூர விட்டெறிந்தது.

அரைமணிநேரம் கழித்து திரிக்கக் கொடுத்த மாவை வாங்க வந்த கோமளம்தான் தலைகுப்புறக் கிடந்த பாக்கிரியைத் தூக்கி, வேறொரு புறம் கிடந்த வேட்டியை எடுத்து இடுப்பில் கட்டி விட்டு, முகத்தில் நீர் தெளித்து எழுப்பினாள். பாக்கிரியைக் கரண்டு அடித்த சத்தம் எமதர்மனின் காதுகளுக்கு எட்டாததால் விசாலத்தின் மாங்கல்யம் மயிரிழையில் தப்பிப் பிழைத்தது.

மின்சாரம் தூக்கி எறிந்ததில் கழுத்தில் அடிபட்டு நரம்புக் கோளாறு அவனைத் தாக்கியது. பணியில் இருக்கும்போது வெக்கையின் தாக்கத்தால் உள்ளாடை அணியாத பாக்கிரியின் பூதவுடல் கோமளத்தின் கண்களில் பட்டதில் இருந்து பாக்கிரியின் பாலியல் இச்சை கேள்விக்குறியானது.

மனைவியோடான கூடலின் ஸ்கலித முடிவில் பாக்கிரியின் கழுத்து ஏதாவது ஒரு பக்கம் திரும்பிக் கொள்ளும். அப்புறம் நட்ட நடுராத்திரியில் ஆஸ்பத்திரிக்குத் தூக்கிச் செல்ல வேண்டிய சூழல் உருவாகும்.

பிள்ளைகள் வேறு வளர்ந்துவிட்ட அந்த சிறிய அறையில் மனைவியோடு ஒரு வார்த்தை பேசவே இயலாத சூழலில் காமத்துப் பாலை சட்டியில் ஊற்றி, தேயிலையும், சர்க்கரையும் கலந்து மட்டுமே பருக வேண்டிய துன்பநிலை. வழக்கமாக மாதத்தில் ஒருநாள், அதுவும் சம்பளநாளில் மட்டுமே பிள்ளைகளைத் தன்னுடைய பெற்றோர் வீட்டில் விட்டுவிட்டு வருவாள் விசாலம். அப்புறம்தான் பாக்கிரியின் காதல் கிணற்றில் வாளி விழும். கோரிக் கோரிக் குடிப்பான்.

பாக்கிரிக்கும், மின்சாரத்துக்கும் நிகழ்ந்த ஒப்பந்தத்திற்குப் பின் சம்பள நாளும், பூவும், ஜாங்கிரியும் விசாலத்துக்கு ஒரு கொடும் சொப்பனத்தைப் போல மாறிப் போயின. இந்த லட்சணத்தில் ஆஸ்பத்திரி பண்டுகச் செலவுவேறு தன்னைக் கிடப்பாட்டில் கிடத்தியதால் இப்போதெல்லாம் மாதத்தின் முதல்நாள் பிள்ளைகளைத் தன் பக்கத்தில் கிடத்திக் கொள்ளுவாள். பூக்களின் நறுமணத்தை வாயு பகவானும், ஜாங்கிரியைப் பிள்ளைகளும் தின்றார்கள். பாக்கிரி தன்னுடைய நாயைக் கட்டிப்பிடித்தபடியே திண்ணையில் தூங்குவான்.

கதை இப்படி இருக்க, இன்றும் பாக்கிரியின் கொள்முதல் பட்டியலில் மல்லிகைப் பூவும், ஜாங்கிரியும் இருந்ததை விசாலம் அறிந்து கொள்ளாதபடிக்கு அதை ரகசியமாகப் பாதுகாத்து கட்டிலுக்கு அடியில் ஒளித்து வைத்தான்.

அடுப்படியில் இருந்த விசாலத்திடம் வந்து, “எ...எ...எம்மாளு விசாலம்! இன்னிக்கி ரா...ரா...ராத்திரி புள்ளையள ஒங்கம்ம வூட்டுல கொண்டோயி உ உ உட்டுட்டு வந்துறாம்ளா?”

“எதுக்கு? நடுராத்திரில இங்கேருந்து ஆயிபித்திரிக்கி தூக்கிட்டு ஓடுகதுக்கா? பேசாம மூடிக்கிட்டு கெடயுமா ஓய்! ஆபத்துக்காத்தான் வேற பூதப்பாண்டிக்கி போயிருக்காம்... நாளைக்கித்தான் வருவாம்... இந்த சமயத்துல எதாவது ஒண்ணுண்ணா நா யார போயி கூப்புடுவேன்...? ஆபத்துக்காத்தான் வேற ரெண்டு மூணு தடவ கேட்டாச்சி! மச்சானுக்கு ஏன் ஒண்ணாந்தேதி மட்டும் கழுத்துல

சுளுக்கு வுழுகுன்னு... நா அவங்கிட்ட சொல்ல முடியிமா...? ஓமக்கு கொலயில கொள்ளையின்னு!”

ஆபத்துக்காத்தான் விசாலத்தின் இளைய தம்பி. பெயருக்கேற்றாற்போல ஆபத்துக் காலத்தில் பாக்கிரியை அவன்தான் காத்து வந்தான். இது பத்தாவது முறை.

முதல் தடவை எல்லாம் மிரண்டு போய்விட்டார்கள். கழுத்து திரும்பிய நிலையில் பாக்கிரி போட்ட கூச்சலால் மக்கள் கூட்டம் திரண்டு வந்து, முற்றும் துறந்த நிலையில் பாக்கிரியைத் தூக்கிக் கொண்டு போனார்கள். அப்புறம் இதுதான் காரணம் என்று விசாலத்துக்குத் தெரிந்தபின் இரண்டாவது தடவை ஆபத்துக் காத்தான்தான் தன்னுடைய மச்சானை, தனது மிதிவண்டியின் கேரியரில் உட்காரவைத்து, தலையில் துண்டைப் போட்டு மூடியபடியே ஆஸ்பத்திரிக்குக் கூட்டிக் கொண்டு போனான்.

ஒருநாள் ராத்திரி தலையில் முக்காடிட்ட உருவத்தைச் சுமந்து சென்ற ஆபத்துக்காத்தானையும், பாக்கிரியையும் இரவு ரோந்து போலீஸ்காரர்கள் வந்து பிடித்துக் கொண்டார்கள்.

“யாருலே நீ? பின்னாடி உக்காந்துருக்கது யாரு?”

“அது வந்து! எங்க மச்சான் சார்!”

“உங்க மச்சான் என்ன சடங்காயிட்டானா? தலைல மூடாக்கு போட்டுருக்கு?” என்றவாறே பாக்கிரியின் தலையில் கிடந்த துணியை உருவி, சைக்கிளின் பின்பக்கமாகத் திரும்பியிருந்த பாக்கிரியின் தலையைக் கண்ட ஏட்டைய்யா அரண்டு போனார்.

“ஏல! இது என்னது... பேயாடே? எம்மா!”

பாக்கிரி உட்கார்ந்திருந்த கோலம் அப்படி... ஆபத்துக்காத்தான் பாக்கிரியின் கழுத்தில் சுளுக்கு ஏற்பட்ட கதையைச் சொன்னவுடன் விட்டுவிட்டார்கள். இப்படியாக ஒவ்வொரு மாதத்தின் துவக்கமும் பாக்கிரிக்குக் கழுத்து சுளுக்கும், விசாலத்துக்கு மன சலிப்பும், ஆபத்துக்காத்தானுக்கு கண் விழிப்பும், டாக்டருக்கு வருமானமுமாக மாறிப் போனது.

ஆஸ்பத்திரியில் டோக்கன் கொடுக்கும் பணி செய்துவந்த கனகத்திடம் டாக்டர் கேட்டிருக்கிறார்,

“எடே கனகு! உங்கூர்க்காரன்... அந்த பாஸ்கரன் இருக்கானே? அவனுக்கு என்ன சோக்கேடு’னு ஒனக்குத் தெரியுமா? அவனுக்கு

நரம்புல கோளாறு! ஒரு போடு போட்டு சூடு தணிஞ்சவொடனே கழுத்து சோலி முடிஞ்சிரும்! இங்க வந்து ஒடம்பு சூட்ட ஏத்துக ஊசிய போட்டாத்தான் செரியாவும்... ஊருக்குள்ள யாருகிட்டயும் சொல்லிட்டு நிக்காத! என்னா?"

"அப்படியே ஆகட்டும் ஐயா!"

ராத்திரி ஷிஃப்ட் முடிந்து வீட்டுக்கு வந்து சேரும்போது 'ஐம்பத்தி ஒன்பது' வீடுகளுக்கு பாக்கிரியின் மெடிக்கல் கேஸ் ரிப்போர்ட்டை அறிவித்திருந்தான் கனகம். அறுபதாவது வீடு பாக்கிரியின் வீடென்பதால் ஊரறிந்த ரகசியத்தை பாக்கிரி மட்டும் அறியவில்லை.

ஊருக்குள் எல்லாரும் பேசிக்கொண்டார்கள்.

"யப்போ ஒனக்கு விசியந்தெரியிமா? நம்ம ஜெட்டு இருக்காம்லா?"

"ஆமா! அவனுக்கு என்ன?"

"அவனுக்கு மாணி சுருங்கி தரையப் பாத்தவொடனே, கழுத்து திரும்பித் வடக்க பாக்குமாம்! அப்புடி ஒரு சுகவீனம்?"

"இது என்னடே புதுசால்லா இருக்கு?"

இப்படியாகச் சுற்றி இறுதியில் விசாலத்தின் காதுகளுக்கு வந்தது. கிணற்றடியில் நீர் பிடித்துக் கொண்டிருந்தபோது, வடக்குத் தெரு மல்லிகா கேட்டாள்,

"ஏ விசாலம் மைனியோ! அண்ணனுக்கு ஒண்ணாந்தேதியானா கழுத்து சுளுக்கிருமாமே! என்ன காரியம்? யாரோ செய்வென கிய்வென வச்சிருக்காவளான்னு ஒண்ணு பாத்துகிடுங்க! புள்ளைகள் வேற வளரும் பிராயம்!"

விசாலம் தண்ணீர் பிடிக்காமலே வீடு வந்து சேர்ந்தாள்.

குளத்துக்குக் குளிக்கப் ஆபத்துக்காத்தானிடம் கீழத்தெரு முத்தையா கேட்ட அடுத்த நொடி முத்தையா வயலுக்குள் கிடந்தான். அவன் கேட்டது இதுதான்,

"எலே ஆபத்து! ஓம் மச்சானுக்கு புடுக்குல நடுக்கமாமே?"

அப்போதிருந்துதான் ஆபத்துக்காத்தான் இந்த விஷயத்தை உன்னிப்பாகக் கவனிக்கத் துவங்கினான். 'குறிப்பிட்ட அந்த நாளில் மட்டும் எப்படி மச்சானுக்கு சுளுக்கு பிடிக்கிறது?' கூடப் பிறந்த

அக்காளிடம் போய் இதை எப்படிக் கேட்பது என்ற தயக்கம் வேறு தடுத்தது.

சில குசும்புக்காரர்கள் ஒண்ணாம் தேதியானால் தங்கள் வீட்டுத் திண்ணையில் ஒளிந்து கொண்டு, பாக்கிரியின் சைக்கிள் பின்சீட் பவனிக்காகக் காத்துக்கிடந்து அவன் வரும்போது ஊளையிட்டார்கள். சிலர் கூவவும் செய்தார்கள்.

"ஊ...ய் பம்பி மாமா!"

யாரென்று திரும்பிப் பார்க்க தன்னுடைய கழுத்து ஒத்துழைக்காததால் பாக்கிரி அவர்களை சட்டை செய்வதில்லை. ஆனால் வாய் சும்மா இருக்காது,

"போ...போ... போங்கல புண்... புண்...டா மக்களா!"

ஆபத்துக்காத்தானுக்குக் கோபம் பொத்துக் கொண்டு வரும். ஆனாலும் வாய் திறக்க மாட்டான்.

ஜாங்கிரி வாங்கும் கடையில் பொட்டலம் கட்டித் தரும் மாரிமுத்து முதற்கொண்டு பூ கட்டித் தரும் கிழவி வரைக்கும் பாக்கிரியைக் கண்டு எகத்தாளமாகச் சிரித்ததால் பார்வதிபுரம் வரைக்கும் சென்று ஜாங்கிரியும், பூவும் கொள்முதல் செய்ய வேண்டிய சூழ்நிலை. பாக்கிரியின் மாதத் துவக்க நாட்கள் இப்படியாகப் பரிகாசமும், பல்லிளிப்புமாகக் கழிந்தன...

அன்று மழைக் கொந்தல் வேறு சூழலை ரம்மியமாக்கியது. பாக்கிரி எழுந்து மொட்டை மாடிக்குப் போனான். லேசாக தூரல் விழுந்த மழையின் நடுவில் பக்கத்து வீட்டிலிருந்து ஒரே சிரிப்பும், ரகசியச் சிணுங்கல்களும் கேட்டுக் கொண்டிருந்ததைக் கண்ட பாக்கிரிக்கு ஆச்சர்யமும், இயலாமையும் எழுந்தது.

"சத்தம் ஆனந்தத்துக்க சத்தம் மாதிரி கேக்கு! பொம்பள சத்தம் வேற மாதிரி இருக்கே... சித்தி வேற ஊருல இல்ல... இந்த நாயி யாரையோ வூட்டுல எவளோ ஒரு காவடிய ஏத்திட்டான்..."

பக்கத்து வீட்டில் இருந்தது பாக்கிரியின் சித்தப்பா ஆனந்தன். வயது ஐம்பது. அவருக்கும் அவரது மனைவி குஞ்சம்மாளுக்கும் ஒன்பது மாதங்களுக்கு ஒன்று என்ற கணக்கில் பெற்றுக் குவித்ததில் மொத்தம் பன்னிரெண்டு பிள்ளைகள். தற்போது பதின்மூன்றாவது பிள்ளையைப் பெற்றெடுக்க குஞ்சம்மாள் தன்னுடைய தாய் வீடான சுசீந்திரத்துக்கு தன்னுடைய பன்னிரெண்டு

படைபரிவாரங்களோடு சென்றிருந்தாள். ஆனந்தத்தின் மூத்த அண்ணனின் மகன்தான் பாக்கிரி, ஒரு சின்ன சொத்து பிரச்சினையில் இரு வீட்டாருக்கும் கொஞ்சம் மனஸ்தாபம். பேச்சு வார்த்தை கிடையாது என்றாலும் கூட பிள்ளைகள் பரஸ்பரம் போகவும் வரவும் செய்து கொண்டார்கள்.

இந்த வேளையில்தான் ஆனந்தம் வீட்டிலிருந்து முனகல் சட்டம் கேட்டது. அப்போதுதான் அந்த வார்த்தை பாக்கிரியின் செவிகளில் விழுந்தது,

"எத்தான்! அடுத்த வூட்டுல ஒம்ம மொவேன் பாஸ்கரம் பய இருக்காம்லா! அவங் கண்டாம்னா அக்காகிட்ட சொல்லீருவான்! பாத்துகிடுங்க!"

"அவங்கெடக்கான்! பாம்பு செத்த பெய!" என்று ஆனந்தம் அளித்த பதில் பாக்கிரியைக் கடும் கோபத்துக்குள்ளாக்கியது.

'தா...ளி மொவன! சாவப் போற காலத்துல ஒனக்கு ஒரு தொடுப்பு? அதும் பத்தாது'ன்னு என்னயவே எகத்தாளமா பேசுகியா? இரு வாரேன்!' என்று எண்ணியவாறே, மெதுவாக படியில் இறங்கி கீழே வந்து, கதவில் கிடந்த பூட்டையும், சாவியையும் எடுத்துக் கொண்டு போய் ஆனந்தத்தின் வீட்டுக்கதவை வெளிப்பக்கமாகத் தாளிட்டுவிட்டு சத்தம் போடாமல் வந்து வீட்டில் வந்து உட்கார்ந்து கொண்டான். வேப்பமூட்டில் முனிசிபாலிட்டி சங்கு எட்டு மணி சங்கை ஊதியது.

விசாலம் சொன்னாள்,

"வோய்! அங்க என்னவே குத்தி புடிச்சிக்கிட்டு ஒக்காந்துருக்கீரு? கருவேப்புல தீந்துட்டு! தோட்டத்துல போயி நாலு இணுக்கு பறிச்சிட்டு வாரும்! கறி வச்சி வச்சமானா நல்லா நாக்க நீட்டி துண்ணத் தெரியும்! அடுப்பாங்கரைல கெடந்து ஒருத்தி சாவுகாளே! போயி என்னான்னு பாப்போம்'னு ஒரு எண்ணமில்லையே? செவத்துக்காஞ்சான்! ஊரான ஊருல கிட்டாத வேம்புன்னு இந்த ஒமுடிவானுக்கு கெட்டுப்பட்டு வந்தம்லா? என்னய சொல்லணும்! புள்ள பெத்து வச்சிருக்கா புள்ள! ஒலகத்துல இல்லாத ஒந்தான் கணக்கா! பாழடஞ்ச முண்ட!"

தன்னுடைய பரம்பரையே ஒரு கறிவேப்பிலையின் முன்பாக வந்து குத்த வைத்து அமரும் சூழல் உருவானபோது பாக்கிரி முன்னெச்சரிக்கை நடவடிக்கையாக விசாலத்தைக் கையமர்த்தி,

"ஏ... ஏ... எட்டீ! கறுவப்புல போ...போ... போயி பறிச்சிட்டு வான்னா வர்...வர்... வரப் போறேன்! அதுக்கு போ...போ...போயி எனக்க த...த... தள்ளைக்கி விளிக்கிதியே? அந்த பேட்டரிக் கட்டய எ...எ... எங்க?" என்றவாறே எழுந்து டார்ச் லைட்டை எடுத்துக் கொண்டு தலையில் துண்டைப் போட்டவாறே தோட்டத்திற்குப் போனான்.

"தெருவுல ஒரு காக்காகுஞ்ச கூட காணல! மழைன்னவொடனே அவ்வளவு பயலுவளும் கவட்டைக்குள்ள சுருண்டு படுத்துக்கிடுவானுவ? நம்ம நெலம இப்புடி மலத்தீப் போட்ட ஆம கணக்கா ஆயிப் போச்சே?"

என்றவாறே தெருவில் நடந்து வந்து கொண்டிருந்தான். அப்போதுதான் தெருவின் அற்றத்தில் இருந்த அமுதாவின் வீட்டு கூரையில் ஒரு உருவம் அந்தரத்தில் அலைந்து கொண்டிருந்தது. பாக்கிரியின் நெஞ்சு பயத்தில் அடைத்துப் போனது,

'யம்மா இந்த ராக்கப்பம் பயல் பேயா வந்துட்டானே? காஞ்சரங் கம்ப வேற கைல எடுத்துட்டு வரலயே? இப்ப என்ன செய்யதுக்கு?' அப்படியே ஒரு வீட்டின் திண்ணையில் கண்ணை மூடிக்கொண்டு அமர்ந்து கொண்டான்.

அமுதாவின் கணவன்தான் ராக்கப்பன், ஒருநாள் அமுதாவின் நன்னடத்தையை நேரில் கண்டதால் தூக்கிட்டு செத்துப் போனான். அமுதாதான் அவ்வூர் காளைகளின் தாகம் தீர்க்கும் அமுத சுரபி! 'புதிதாய் கல்யாணம் ஆகப் போகும் இளைஞர்களுக்கு இவ்விடம் மேய்ச்சல் பயிற்சி அளிக்கப்படும்' என்ற போர்டு வைக்காத குறைதான். பல்லு போன கிழவன்களையும் விட்டு வைக்க மாட்டாள். அப்படி ஒரு ஆகிருதியான ஆள்.

ராக்கப்பனின் அகால மரணத்தை அடுத்து ராக்கப்பன் ஆவியாக வந்து அமுதாவைக் கண்காணிப்பதாக உலாவிய செய்திகள் பாக்கிரியின் காதுகளுக்கும் வந்திருந்தன. அந்த நியாபகம் இல்லாததால் இந்த சமயம் தனியே வந்துவிட்டான்.

அப்பொழுதுதான் அந்த மழைத்தெருவின் ஆளரவமற்ற மயான அமைதி பாக்கிரியை பெரும் அச்சத்துக்குள்ளாக்கியது. ஊரின் கிழக்குப் பகுதியில் இருந்தது பாக்கிரியின் தோப்பு. இரண்டு கொய்யா மரங்களும், ஒரு பெரிய பலாமரமும், மாமரங்கள் இரண்டுமாக, காய்கறிச் செடிகளும், கறிவேப்பிலை மரமும் ஒரு கிணறும் அடங்கிய அந்த நிலம்தான் பாக்கிரியின் தகப்பனார் அவனுக்கு சம்பாதித்து வைத்திருந்த வஸ்து. தோப்பையடுத்து ஒரு

நீண்ட வயல்வெளியும், அதன் மறுகரையில் நின்று கொண்டிருந்த பெரியஆலமரத்தின் அடியில் சுடுகாடும் அமைந்திருந்தது. இந்தத் தோட்டத்தில் வந்து செடிகளைப் பராமரித்து வளர்ப்பதுதான் விசாலத்தின் பொழுதுபோக்கு.

"கொள்ளிமுடிவா! இந்த நேரத்துல கருவேப்புல பறிக்க அனுப்பி இப்புடி பேய்க்க முன்னால வந்து குத்த வைக்க வச்சிட்டாளே? நா இப்ப என்ன செய்வேங் கடவுளே?"

அப்போதுதான் கவனித்தான். தான் உட்கார்ந்திருந்த திண்ணை தன்னுடைய விரோதி சப்பானின் வீடு. மெதுவாக நகர்ந்து அடுத்த வீட்டுத் திண்ணையில் போய் குத்த வைத்தான். லேசாக தலையை உயர்த்தி பார்த்தான். ராக்கப்பனின் ஆவி கூரையின் மேல் அமர்ந்திருந்தது. பாக்கிரிக்கு அயர்ச்சியாக்கிப் போனது.

'இந்த பேயி எப்போ போயி, நா எப்போ வீட்டுக்கு போக? ஜாங்கிரியையும், பூவையும் நாய்க்கித்தான் போடணுமா இறைவா?' கண்ணை மூடிக்கொண்டு ஒற்றை ஓட்டம் பிடித்தால் வீட்டுக்குப் போய்விடலாம் என்று எண்ணிக்கொண்டிருந்த போதே அமுதாவின் வீட்டுக்குள் ஏதோவொன்று உருளும் சத்தமும், அமுதாவின் அலறலும் கேட்டு திடுக்கிட்டான்.

"சரிதான்... பேயி தன்னோட வேலையக் காட்டத் தொடங்கிட்டு!"

அப்போதுதான் பார்த்தான், அமுதா வீட்டில் விளக்கு எரிந்ததும் கூரையில் இருந்த ராக்கப்பனின் ஆவி படுத்துக் கொண்டது. அமுதாவின் வீட்டுக் கதவைத் திறந்து கொண்டு தலையில் முக்காடிட்ட ஒரு உருவம் ஒன்று கிழக்கு நோக்கி ஓடியது. படாரென டார்ச் லைட்டை எரியவிட்ட பாக்கிரி, ராக்கப்பனின் ஆவி மீது வெளிச்சத்தைப் பாய்ச்சினான். மேலே படுத்துக் கிடந்த உருவத்துக்குச் சொந்தக்காரன் 'வடிவேல் என்ற வடிவான்.' அமுதாவின் வீட்டுக்கு அடுத்த வீட்டுக்காரன்.

"ஓ ஓ ஓய் வடிவா! மேல எஎஎன்னத்த வோய் செஞ்சிட்டு கெடக்கீரு? நா...நா... நாம் பேயின்னுல்லா நெனச்சி பயந்து போனேன்!" பதட்டம் தெளியாமல் கேட்டான் பாக்கிரி. வடிவான் நிறைந்த போதையில் அமுதா வீட்டுக்கூரையில் தவழ்ந்த படியே சொன்னான்.

"அமுழா இழுக்காள்'லா! ஓழு ஒளஞ்சி வீழு ஒழுக்குன்னு சொன்னாழா! அதா ஓழு மாத்திக்கி...ட்டிருந்தேழ்ன்... யாம்

பாஷ்கழா?" (மொழிபெயர்ப்பு - அமுதா இருக்காள்லா! ஓடு ஒடஞ்சி வீடு ஒழுகுதுன்னு சொன்னாளா! அதான் ஓடு மாத்திக்கிட்டிருந்தேன்! ஏன் பாஸ்கரா?)

"ஓ... ஓ... ஓடு ஒடஞ்சிருந்தா அத மா...மா... மாத்துக நே நே நேரமா இது?" என்று கேட்டான் பாக்கிரி.

வடிவான் ஒரு கையை தலைக்கு அடை கொடுத்து சரிந்து படுத்திருந்தான். அதற்குள் சத்தம் கேட்டு மக்கள் வீடுகளைத் திறந்து கூடி விட்டார்கள். ஆளாளுக்கு சிரிப்பாகச் சிரித்தார்கள்.

"இந்த தலதெறிப்பான் யாம்ட்டீ ஒசக்க போயி படுத்துக் கெடக்கான்! கோந்தையன்! மனசுக்குள்ள பெரிய பெருமாளுன்னு நெனப்பு! கண்டேளா ? எப்புடி படுத்துக்கெடக்கு செவம்!"

"எப்பவும் வூட்டுக்குள்ளதான் அடைவானுவோ! இன்னைக்கு ஓட்டுமேல அடஞ்சிருக்கானுவ!"

"உள்ள ஹவுஸ் புல் ஆயிட்டோ என்னமோ?" என்று ஆளாளுக்கு பேசிக்கொண்டார்கள்.

"அமுதா ஒரு அசாத்தியமான ஆளுதாம்டே! ஒரச்ச கட்ட!" என்று சாமிநாதன் சொன்னதுதான் தாமதம் எங்கிருந்தோ பறந்து வந்த சொம்பு சரியாக சாமிநாதனின் மண்டையில் பட்டு தெறித்தது.

'இந்த இருட்டுக்குள்ளயும் எப்படித்தான் குறி பாத்து எறிவாளுவளுவோ இந்த பொண்டாட்டிமாரு?' என்றவாறே தலையைத் தடவிக் கொண்டே சொம்பை எடுத்துக் கொண்டு வீட்டுக்குள் போனான் சாமிநாதன்.

பாக்கியம் கேட்டான், "எண்ணே! நீ யாம்ணே அவ வூட்டுக் கூரைல ஏறி படுத்துக் கெடக்க?"

"நா அவழ காதழிக்கம்லா! இழ்ழ... அமுதா ஒழு ஒழுக்குன்னு சொன்னா... அதா ழிப்பேழ் பண்ணிக்கிருந்தே..."

(நான் அவளைக் காதலிக்கம்லா! இல்ல... அமுதா ஓடு ஒழுகுதுன்னு சொன்னா! அதான் ரிப்பேர் பண்ணிக்கிட்டிருந்தேன்)

"என்னாது? ஒழு ஒழுக்கா?" பாக்கியம் பம்மினான். அவனிடம் பாக்கிரி சொன்னான்,

“கூ.கூ...கூரைல இருக்குல்லா ஓடு! அதச் சொல்லுகான்! செ... செ... செத்த பய!”

உண்மையில் அமுதாவின் வீட்டுக்குள் ஓட்டைப் பிரித்து இறங்கி சல்லாபிக்க எண்ணிதான் வடிவான் தன்னுடைய வீட்டின் வழியாக அமுதாவின் வீட்டு மேற்கூரையில் ஏறி ஓட்டைப் பிரித்திருக்கிறான். கழன்று வந்த ஓடு வீட்டினுள் இருந்த மரப்படியில் விழுந்து உருண்டிருக்கிறது, அந்த சத்தம் கேட்டு பயந்த அமுதாவும், அவளது வீட்டில் அப்போது இருந்த ‘ஆயிரத்தில் ஒருவனும்’ அலறியிருக்கிறார்கள். இப்போது கீழே இறங்க முடியாத அளவுக்கு போதையில் வடிவானின் நிலை ஆகிப்போனது. வடிவான் எழுந்தானென்றால் உருண்டு கீழே விழுந்து மண்டை உடைவது நிச்சயம். அதனால்தான் அலுங்காமல் படுத்திருந்தான்.

“சரிதான்... வடிவானுக்க பொண்டாட்டிய கூப்புட்டாதான் சரியாவும்...” என்று பாக்கியம் சொல்லிவிட்டு குரல் கொடுத்தான்.

“எக்கோ! நீலாக்கா! ஓடியா! ஒம்மாப்ள படுத்துருக்க எடத்தப் பாத்தியா!” என்றவாறே சத்தம் கொடுத்தார்கள். வீட்டிற்குள் இருந்து அனக்கம் இல்லை.

“மைனி நீலா மைனி! எங்க போனா?”, “தண்ணி எடுக்கப் போயிருப்பாளோ!” என்று பலவாறு குரல் கொடுத்தார்கள்.

‘மைனி மைனி என்று கத்தினால் நீலா எங்கே வருவாள்?’ பாக்கிரி சென்று ஆனந்தம் வீட்டுக் கதவைத் திறந்தால் மட்டுமே நீலா வெளியே வருவாள் என்பது பாக்கிரிக்கே தெரியாது.

ஆனந்தத்தோடு ஆனந்தமாகப் படுத்துக் கிடந்த நீலா, அந்த ராத்திரியில் யாரோ தன்னுடைய பெயரைச் சொல்லி அழைப்பதை அறிந்து திடுக்கிட்டு எழுந்து ஆனந்தத்தை எழுப்பினாள்.

“எத்தான்! ஏத்தான்! எந்திரிங்க!”

“இனி எந்திரிக்காது! பேசாம படுட்டி!”

“ஓய் எந்திரிக்கிறீரா என்ன? வெளிய ஒரே சத்தக் காடா கெடக்கு! யாரோ எனக்க பேரச் சொல்லிக் கூப்புடுகா!”

திடுக்கிட்டு எழுந்து மாடியில் இருந்து இறங்கிக் கதவைத் திறக்க முயற்சிக்கவே கதவு வெளிப்பக்கமாகத் தாளிடப்பட்டதை அறிந்த ஆனந்தத்துக்கு சங்கு பொட்டியது.

"எட்டி. கதவ வெளீல கொண்டி (தாழ்ப்பாழ்) போட்ருக்கானுவ! ஓம்மாப்ளைக்க வேலையா இருக்குமோ? தொரவாலு (திறவுகோல்) வச்சி கூட தொறக்கமுடியாது."

தன்னுடைய கணவன் வடிவான் கண்கள் நிறைய காதலுடன் அமுதாவின் வீட்டு மேற்கூரையில் அனந்த சயனத்தில் கிடப்பதையறியாத நீலா இப்படிச் சொன்னாள்,

"சீச்சீ! அவங்கும்பி நெறச்சிக் குடிச்சீட்டு வூட்டுல கெடக்கான்! கண்ணு முழிக்கவே வெள்ளன ஆயிரும்! வேற யாரோ பாத்த வேலதான் இது! அய்யோ! யாரு என்னய கூப்புடுகான்னே தெரியிலயே?"

வீட்டின் பக்கத்தில் சத்தம் கேட்டது,

"மைனியேய்... யோ நீலா மைனீ..."

ஆனந்தமும், நீலாவும் விக்கித்துப் போய் நின்றார்கள்.

"காலையில விடிஞ்சிதுன்னா அவ்ளோதா! கத கந்தலு!"

அங்கே இரண்டு பேர் கூரைமீதேறி வடிவானைத் தூக்கிக் கொண்டுபோய் வீட்டில் போட்டார்கள். நீலாவைக் காணாததால் ஆளாளுக்கு ஏதோ பேசிக்கொண்டார்கள்.

பாக்கிரி கோபத்தில் பூ... பூ... என்று ஏதோ சொல்ல முயற்சிக்கும்போதே அவனைத் தேடி வந்த விசாலம் பாக்கிரியைக் கையமர்த்தினாள்,

"என்னவே! கருவப்பில பறிக்க போனவரு இங்க கெடந்து பூ... பூ... ன்னு பூ வித்துக்கிட்டு நிக்கீரு? என்ன காரியம்?"

"ஓ...ஓ...ஒண்ணுமில்ல!" என்று நடந்த கதையைத் திக்கித் திக்கி சொல்லி முடித்தான் பாக்கிரி.

"ஊருல எவன் எங்க கெடந்தா ஒமக்கென்ன? கூரைல நிக்கான், கூடையில கெடக்காம்னு வளம வித்துக்கிட்டு நடக்கீரு... செரி செரி வாரும்!" என்று பாக்கிரியை அழைத்துக் கொண்டு நடந்தாள் விசாலம். ரெண்டு பேரும் நடந்து வீட்டுக்கு வந்தார்கள்.

பக்கத்து வீட்டில் நடந்த கிளுகிளு உரையாடலில் இடம்பெற்ற முகமறியா பெண்ணும், அமுதாவின் வீட்டிலிருந்து தலையில் வேட்டியைச் சுற்றிக் கொண்டோடிய முகமறியாத ஆணும்

யாரெனத் தெரிந்து கொள்ள ஆவல் ஏற்பட்டாலும் கூட, அவர்கள் இருவரும் ஏற்படுத்திய கதகதப்பு கட்டிலில் அமர்ந்த பாக்கிரிக்கு ஒருவித மயக்கத்தை உண்டாக்கிவிட்டிருந்தது. கட்டிலுக்குக் கீழே ஒளிந்திருந்த சாதனங்களை ஓரக்கண்ணில் பார்த்தபடியே விசாலத்திடம் கெஞ்சினான்,

"எட்டி! வெ...வெ...வெளிய நல்ல த...த... தணுப்பா இருக்கு... சொன்னா கேளு! இன்னிக்கி மட்டும் ஓ... ஓ... ஒரே ஒரு தடவ!"

"நாஞ்சொல்லுகத நீரு கேளும்! சாப்பாடு போட்டு வைக்கேன்! சாப்டுட்டுத் தூங்கும்! சீவன வாங்காதீயும்!"

"எட்டி... எட்டீ... விசாலம்!"

விசாலம் வாயே திறக்கவில்லை... கொட்டக்கொட்ட விழித்திருந்த பிள்ளைகள் பார்த்துக் கொண்டேயிருந்தார்கள். 'தங்களுடைய தகப்பன் தங்களுக்கொரு தம்பியைக் கொடுத்துவிடப் போராடுகிறான்' என்பதை அவர்களால் புரிந்து கொள்ள முடியவில்லை.

ஒருவழியாக விசாலம் சம்மதித்தாள்,

"சரி! புள்ளைகள கொண்டு எங்கம்மைக்க வூட்டுல உட்டுருகேன்... ராத்திரில எதாவது ஒண்ணு கெடக்க ஒண்ணு ஆச்சின்னா எப்புடி ஆசுபத்திரிக்கி போவீரு? ஆபத்துக்காத்தான் வேற ஊருல இல்ல!"

"நா நா நடந்தே போயிருவம்ட்டீ!" நாராயணனுக்கு கிளுகிளுப்பு தாளவில்லை.

சாப்பிட்டுவிட்டு படுத்துக் கிடந்தான். விசாலம் அடுத்த தெருவில் இருக்கும் தன்னுடைய தாய்வீட்டில் பிள்ளைகளைக் கொண்டு விடச்சென்றாள். திடீரென்று வெளியில் யாரோ ஓடுவதைப் போன்ற சப்தம் கேட்கவே வெளியில் கிடந்த பல்பின் சுவிட்சைப் போட்டு விட்டு கதவைத் திறந்த பாக்கிரி, வீட்டு முற்றம் இருட்டாக இருப்பதைக் கண்டு பல்பின் ஹோல்டரில் உள்ள பல்பைக் கழற்ற முயன்றபோது படாரென கரண்டடித்தது. தூக்கி வீசப்பட்டு கட்டிலில் கிடந்தான் பாக்கிரி.

கொஞ்சநேரத்தில் கதவைத் திறந்து உள்ளே வந்த விசாலம் சொன்னாள்,

"வெளிய கெடந்த பெல்பு ஃபியூஸ் போயிட்டு! கழத்தி தூரப் போட்டுட்டேன். நாளைக்கி வரும்போது மறக்காம ஒரு அறுவது

வாட்சு பெல்பு வாங்கிட்டு வாரும்! அதுக்குள்ள என்ன தூக்கம் ஒமக்கு?" என்றாவாறே தூங்கிப் போயிருந்த கணவனை எழுப்பி அணைத்துக் கொண்டாள்.

'எல்லாம் முடிந்தது!' என்ன ஆச்சர்யம்? நாராயணனின் கழுத்து திரும்பவில்லை. விசாலம் அதிசயித்துப் போனாள்.

"என்னாச்சி? கழுத்துக்கு ஒண்ணும் ஆவல்லியே? எப்புடி?"

கடவுள் கரண்டை கரண்டால் சரி செய்திருந்தார்.

வெளியில் நாய் குரைக்கும் சத்தம் கேட்டதில் கதவைத் திறந்தார்கள். நாய் ஆனந்தத்தின் வீட்டுக் கூரையைப் பார்த்துக் குரைத்துக் கொண்டிருந்தது. டார்ச் அடித்து பார்த்தான் பாக்கிரி, மேலே கையில் ஒரு ஏணியோடு நீலா நின்று கொண்டிருந்தாள். ஓட்டைப்பிரித்து கீழே இறங்கி விட திட்டம். பாக்கிரி நீலாவிடம் கேட்டான்,

"ஆ... ஆ... ஆனந்தஞ் சித்தப்பனுக்க ஓ...ஓ...ஓடு ஒடஞ்சிருக்குன்னு சொல்லிருப்பான்... நீ ஓடு மாத்திக்கிட்டிருக்க! ச...ச...சரிதானே?"

நீலாவுக்கு வெட்கம் தாளவில்லை,

"ஆச்சிக்கும், அய்யருக்கும் மோட்டுப் பணியேறி ஓடுமாத்துக யாவாரம் கொள்ளாம்! எறங்கிப் போம்மாளு! ஓம்மாப்புள அங்க அமுதாக்க வூட்டுல ஓடு மாத்திக்கிட்டு கெடக்கான்... நீ இங்க வேற ஒருத்திக்க பனங்கம்புல ஓடு மாட்டிக்கிட்டு நிக்க?"

சாவியை எடுத்து வந்து ஆனந்தத்தின் வீட்டு பூட்டைத் திறந்துவிட்டு கேட்டான்,

"அட காவக்கார கழிவெட்ட நாய! நீயெல்லா ஒரு சித்தப்பன்? பதிமூணண்ணம் குஞ்சம்ம பெத்தது பத்தாதுன்னு, பதினாலாவதுக்கு நீலாகிட்ட அடிபோடுக இல்லியா? கனத்த பூணுதான் ஒனக்கு..."

ஆனந்தன் ஒன்றுமே சொல்லவில்லை. பாக்கிரி சொன்னான்.

"யாருக்குவே பாம்பு செத்துருக்குன்னு சொன்ன? வரட்டும்... குஞ்சம்ம காஞ்சா வருவாள்லா? ஓம்பாம்ப கொல்லுகதுக்கு தடி ஏற்பாடு பண்ணித் தாரேன்..."

“மக்கா! மக்கா! நாஞ்சொல்லுகத கேளுடே! ஒஞ்சித்திக்கிட்ட சொல்லிராதடே! அந்த தெக்கு மனைய ஒம்பேருக்கு எழுதித் தாரேன்...” என்று சத்தியம் செய்தார்.

தன்னுடைய தகப்பனின் வகையில் ரொம்ப காலமாக இழுபறியில் கிடந்த ஐம்பது செண்டு மனை ஒரே இரவில், ஆனந்தத்தின் வாயிலிருந்து வெளிவந்த “செத்தபாம்பு” என்ற ஒற்றை வார்த்தையின் நிமித்தம் பாக்கிரியின் பெயரில் மாற்றிக் கொடுக்கப்பட்டது.

ஆனாலும் கடவுள் ஒரு ஓரவஞ்சனைக்காரர். முருகேஸ்வரிக்கும், பழனியம்மாளுக்கும் அடுத்தடுத்ததாக இரண்டு தங்கைகள் பிறந்தார்கள். விசாலத்துக்குக் ‘காப்பர்-டி’ பொருத்தப்பட்டு மக்கள்தொகை மட்டுப்படுத்தப் பட்டது. ஒண்ணாந்தேதி ராத்திரிகளில் பாக்கிரியின் ரகசிய வருகைக்காகத் திண்ணைகளில் காத்துக் கிடந்தவர்கள் கொசுக்கடி வாங்கி மலேரியாவும், சீதபேதியும் வந்து மருத்துவமனைகளில் கிடந்தார்கள்.

மாதத்தின் துவக்க நாளின் இரவுகளில் தன்னுடைய அக்காவின் வேதாளத்தைத் தூக்கிச் சுமந்ததால் தூக்கமின்றி துவண்டு கிடந்த ஆபத்துக்காத்தான் அடுத்தடுத்து வந்த மாதத் துவக்கங்களில் தூக்கத்தால் தாக்கப்பட்டான்.

11
அக்னிராஜனின் அந்தாதி

"அந்த கலெக்டர் மயிராண்டிக்கிட்ட போயி அக்கினி அனுப்புனாம்னு சொல்லு! கையெழுத்து போடலைன்னா அவனுக்க கையி பாரோதிவொரம் (பார்வதிபுரம்) சானல்ல மெதக்கும்னு சொல்லுடே!" என்றுதான் பாலாண்டியிடம் சொல்லி அனுப்பினான் அக்கினிராஜன்.

அன்று மாலையில் வீட்டில் படுத்துக் கிடந்த அக்கினியை போலீஸ் வந்து படுக்கையில் இருந்து அள்ளிக்கொண்டு போனது. அங்கே பாலாண்டியைத் தலைகீழாகக் கட்டித் தூக்கியிருந்தார்கள். அக்கினிக்கு குழப்பமும், பயமும் ஏற்பட்டது. அக்கினியைக் கண்ட பாலாண்டி கதறினான்.

"எண்ணே அக்கினியண்ணே! காப்பாத்துண்ணே! இந்தத் தொட்டிப் பயலுவ என்னய தொவச்சி தொங்கவுட்டுடானுவ? ஓய் எங்கண்ணன் வந்துட்டான்! இனி எம்மேலே கைய வச்சிப் பாருங்கவோய்!" எனவும் பாலாண்டியின் மண்டையில் பேப்பர் வெயிட் பறந்து வந்து தாக்கியது.

அக்கினியை பாலாண்டி கண்முன்னால் போட்டு வெளுத்தார்கள். அக்கினி அணைந்து திரி மட்டும் தரையில் கிடந்தது. பாலாண்டியைக் கீழே இறக்கி, ரெண்டு பேரையும் லாக்- அப்பில் ஜட்டியோடு போட்டார்கள். அக்கினிக்கு மயக்கம் தெளிய ஒரு மணிநேரம் ஆனது. பாலாண்டி துவண்டு கிடந்தான்.

"என்னலே செஞ்சா? என்னய கொண்டாந்து எதுக்குடே அடிக்கானுவோ?" அக்கினியின் குரலில் அழுதுவிடும் தோரணை இருந்தது.

“எண்ணே! நீதானே சொன்னா! கலெக்டருக்க கைய வெட்டி சானல்ல உட்டுருவம்னு... இப்ப ஒண்ணுந்தெரியாத மாறி நடிக்க?”

‘அட தம்மாக்காரப் பயல! நா எப்பம்டே சொன்னேன்...?’

அக்கினியின் மண்டைக்குள் பிளாஷ்பேக் ஓடியது. அன்று காலை முதலே கோமானின் தோப்புக்குள்தான் வடிப்பதும், குடிப்பதுமாக இருந்தார்கள். அக்கினிராஜ் ஒரு பிரமாதமான ஆள். ‘அவன் மனது வைத்தால்தான் மழை பெய்யும்’ என்ற எண்ணம் அவனுக்குள் உறைந்து கிடந்ததால் தனக்குள்ளே அவனொரு மிகப்பெரிய ஆத்துமாவாக உருவெடுத்திருந்தான்.

குடிப்பதும், யாரிடமாவது வம்பிழுப்பதுமாக அவனது பொழுதுகள் கழிந்தன. அந்த பிரதேசங்களில் அவன் அடிவாங்காத தெருவோ, அவனை அடிக்காத ஆட்களோ இல்லை.

அன்றும் காலையில் அப்படித்தான்... ‘தன்னுடைய தகப்பனின் ஏதோவொரு பத்திரத்தில் கலெக்டர் கையெழுத்திட மறுத்த’தாகக் கூறிக்கொண்டு தன்னுடைய வீட்டிற்கு வந்த பாலாண்டியைக் கூட்டிக் கொண்டு கோமானின் தோட்டத்துக்குள் புகுந்தார்கள் அக்கினிராஜனின் சகாக்கள். அன்று சிக்கிய ஆடுதான் பாலாண்டி!

சூடான சாராயம் தொண்டையைக் கீறிக் கொண்டு நுழைந்து வயிற்றுக்குள் போய் தன்னுடைய புத்தியைக் காட்டத் துவங்கியதில் அக்கினியின் உள்ளம் கலெக்டருக்கெதிராக உழன்றது.

“லே பாலா! கையெழுத்து போட மாட்டேங்கான்னா ஒருவேள அந்தக் கலெக்டருக்கு எழுதப் படிக்க வராதோ என்னமோ? இல்லியா?” என்ற ஒரு குழப்பத்தை முன்வைத்தான்.

“என்னண்ணே சொல்லுக? கையெழுத்து போடத் தெரியாதவன் எப்புடி கலெக்டராவ முடியும்?”

“இல்லடே! நாம பல்வேறு கோணத்துல சிந்திக்கணும்லா?”

“என்னது கோணத்துல போயி சிந்திக்கணுமா? இங்க இருந்தே சிந்திச்சா என்ன? கோணம் ராஜாக்கமங்கலத்துகிட்டக்கல்லா இருக்கு? அவ்ளோ தூரம் எப்புடி?”

“எடே ! நாஞ்சொன்ன கோணம்னா ரீதி’ன்னு அர்த்தம்!”

“எலேய்! அக்கினிக்கி தெரியாத காரியங்கள் எதுவுமே நம்மூருல கெடையாது... மனசிலாச்சா?” சாராய வடிப்பாளர் கோமான் இந்த தேனினுமினிய வார்த்தைகளை உதிர்த்தார்.

அதைக்கேட்டதும் அக்கினியின் மனம் குளிரவே, கூட ஒரு கப்பு குடித்து மனதைச் சூடாக்க எத்தனித்தான். அப்படியாக நான்கு கப்புகள் வயிற்றுக்குள் போன பிற்பாடுதான் மேற்கூறிய வார்த்தைகளை பாலாண்டியிடம் கூறி, அவனைக் கலெக்டர் அலுவலகத்துக்கு அனுப்பி வைத்தான் அக்கினி. மூன்று கப்புகள் குடித்திருந்த பாலாண்டியும் நேராக கலெக்டர் அலுவலகத்தில் வந்து வாசலில் நின்ற படியே,

“எலேய்... தவாலி தாயோளி! எங்கண்ணன் இன்னிக்கி கலெக்டருக்க கைய வெட்டி பாரதியாபொரம் (பார்வதிபுரம்) சானல்ல உடப் போறாம்டோ!” என்று கூப்பாடு போட்டான்.

அடுத்த ஐந்து வினாடிகளில் பாலாண்டியைப் பார்சல் செய்து ஸ்டேசனுக்குக் கொண்டு போய் பொளந்தார்கள். பாலாண்டி வாக்குமூலம் கொடுத்ததில் அந்த வழக்கில் முக்கிய குற்றவாளியாக அக்கினியும் சேர்க்கப்பட்டு காவல் நிலையத்துக்கு தூக்கி வரப்பட்டு கிடத்தப் பட்டான். அக்கினியும், பாலாண்டியும் வெடிகுண்டு வழக்கில் சிறை சென்றதாக ஊருக்குள் பேசிக்கொண்டார்கள்.

கூடுதல் கற்பனையாக அந்த இருவரும் கற்பழிப்பு வழக்கில் சிக்கிக் கொண்டதாக பிச்சைமுத்து ஊருக்குள் சொல்லி வைத்தான். தொண்ணூறுகளில் தொலைபேசிகள் மட்டுமே இருந்தது, அதுவும் ஊருக்கு ஒன்றுதான் இருந்ததால் அவர்களின் கதை அழகியபாண்டிபுரம் ஊருக்குள் வந்து சேர முப்பது மணிநேரங்கள் பிடித்தன.

அக்கினியின் வீட்டிலும் டெலிபோன் இருந்தது. ஆனால் ஊரிலுள்ள யாருக்கும் நம்பர் தெரியாது. அக்கினியின் தகப்பன் சுந்தரம் ஓய்வு பெற்ற மின்வாரிய ஊழியர். வெட்டுபட்ட கைக்கு சுண்ணாம்பு தடவ மாட்டார். இப்படியொரு தாராள மனதும், மகனை நல்லபடியாக வளர்த்து வைத்திருந்தமையாலும் ஊருக்குள் அவருக்கு இப்படி ஒரு பெயர் இருந்தது.

‘கம்புகாலன்’

கூடுதலாக நிறைய வாக்கியங்களும் அவரைச் சுற்றி திரிந்தன...

“புள்ள மயிறு வளத்து வச்சிருக்கான்!”

“புள்ளய பெறச் சொன்னா தெண்டல (ஓணான்) பெத்து உட்டுருக்கு செவத்து நாயி!”

“ஈப்பி சுந்தரம் ஒரு காட்டுமுட்டாளு!”

சுந்தரத்துக்கு ‘போலீஸ்’ என்றாலே பயம். ‘எப்படி காவல் நிலையத்துக்குப் போய் மகனை மீட்பது?’ என்ற கவலை வேறு அவரை ஆட்கொண்டது. ஊருக்குள் யாரிடமும் சென்று ஒத்தாசை கேட்க மனமில்லை... ‘கேட்டாலும் ஒருபயலும் செய்ய மாட்டான்’ என்பது தெரியும். குழம்பினார். முள்ளை முள்ளால்தான் எடுக்க வேண்டும்... ஒரே ஒருவன் இருக்கிறான்... அவன்தான் சரி!

‘சவடால் முள்ளன்.’

முள்ளன் அந்த நாட்களில் வாழ்ந்து வந்த மிகப்பெரிய வாய்ச்சவடால் பேர்வழி. ‘சுட்ட காகம் பறந்தது’ என்று சொல்லிவிடுவான். அப்படி ஒரு நா நயம். சுந்தரம் முள்ளனின் வீட்டை நோக்கி நடந்து கொண்டிருந்தார். இசக்கியப்பனின் டீக்கடை ரேடியோ கீழ்க்கண்டவாறு அறிவித்துக் கொண்டிருந்தது.

“வங்கக்கடலில் ஏற்பட்டுள்ள காற்றழுத்தத் தாழ்வு மண்டலம் படிப்படியாக நகர்ந்து கன்னியாகுமரி மாவட்டத்தை நோக்கி நகர்ந்து கொண்டிருப்பதால் தாழ்வான பகுதியில் குடியிருக்கும் மக்களை அப்புறப்படுத்துமாறு மாவட்டக் கலெக்டர் உத்தரவிட்டார்!”

சுந்தரம் சொன்னார். “இந்தக் கலக்டரால பெரிய எழவு! கடசீல புயல வரத்திட்டானே?”

லாக்கப்பில் அக்கினியும், பாலாண்டியும் பசியில் கிடந்தார்கள். “நல்ல வயிறு பசிக்கிண்ணே! கடைல போயி எதையாவது தின்னுட்டு வருவமா?” என்று பாலாந்தி கேட்கவே அக்கினிக்கு கோபம் பொத்துக் கொண்டு வந்தது, “நாம என்ன மாமியா வூட்டுக்கு விருந்துக்கா வந்துருக்கோம்? பேசாம கெட! கோவத்த வரத்திராத!”

ரைட்டர் கேட்டார், “அங்க என்னல கசகசப்பு? பேசாம இருக்க மாட்டீயளா?”

“சார் இவனுக்கு பசிக்காம்!” அக்கினி படாரென பதில் சொல்லவே ரைட்டர் சொன்னார், “கொஞ்சம் பொறுங்கடே! கான்ஸ்டபிள் வந்துரட்டும்... எல்லாருக்கும் புரோட்டாவும், சால்னாவும் வாங்கிட்டு வரச் சொல்லுகேன்... கையில சக்கரம் வச்சிருக்கீயளா?”

பாலாண்டி சந்தோஷத்தில், "சார் எனக்க சட்டப்பையில முன்னூர் ரூவா இருக்கு..."

அக்கினி, "காலையில எங்கிட்ட அம்பது ரூவாத்தான் இருக்குனு சொன்ன? தெம்மாடி நாய!"

பாலாண்டி ஒன்றும் சொல்லவில்லை. வெளியில் மழை சோ'வென ஊற்றியது. கான்ஸ்டபிள் நான்கு பேட்டரி செல்களை வாங்கி வந்து ரேடியோவில் திணித்தார். ரேடியோ பேசத் துவங்கியது.

"புயல் இன்னும் சற்று நேரத்தில் கரையைக் கடக்கவிருப்பதால் கரையோரங்களில் வசிக்கும் மக்கள் வெளியேறி பாதுகாப்பான பகுதிகளில் தஞ்சம் புகுமாறு மாவட்ட கலெக்டர் அறிக்கை வெளியிட்டிருக்கிறார்"

பாலாண்டி சொன்னான், "எண்ணே! நீ மட்டும் காலையிலேயே எங்கூட வந்து இந்த கலெக்டருக்க கைய வெட்டி வீசிருந்தன்னா இந்த கலெக்டரு அறிக்கையெல்லாம் வெளியிட்டிருப்பானா?"

அக்கினி நடுங்கிப் போனான். "எலே செத்த செவமே! வாய வச்சிக்கிட்டு சும்மா கெடயாம்டே! ஏற்கனவே வாங்குனது பத்தாதா? இதுக்கே ஓந்தான் ரெத்தங் குடிச்சாத்தான் வர்மம் மாறும்... இதுல என்னய இழுத்து உட்டுராத... ஒன்னய கெஞ்சி கேக்கேன் நல்லாருப்ப... பேசாம இரிடே!"

ஏட்டையா வந்தார்.

"ரைட்டர் சார்! பின்னாடி பழையாத்துல தண்ணி திகுதிகுன்னு ஏறிக்கிட்டே வருகு! இன்னும் அஞ்சடி ஏறுனா நம்ம ஸ்டேசன் போக்கும் மொதலும்... கன்னியாமரி அத்தத்துல போயிதான் தேடணும்... என்ன செய்யலாம்?"

"அதுக்குன்னு பில்டிங்க தூக்கியா மாத்த முடியும்? நடக்கது நடக்கும்! இந்த சர்க்கிளு எழவுடுப்பானையும் காணல... புதுப்பெயக்களோட கெடந்து ஒரே உபத்திரவம்... டிரெய்னிங்க முடிச்சிக்கிட்டு ஆட்டிக்கிட்டு வந்துருவானுவோ! நம்ம அவனுவளுக்குப் பாடம் எடுக்கணும்! அப்பறம் நம்மகிட்ட வந்து, கீழ வூடுன்னா கெழவி வூடுன்னு சொல்லிக்கிட்டு நடப்பானுவோ!"

ஏட்டைய்யா கேட்டார், "மாம்பட்ட ரெய்டு போனவன இன்னுங் காணலியே! ஆத்தோட போய்ட்டானா?"

“விருதுநகர்க்காரம்லா... ஆயுசுலயும் தண்ணியப் பாத்துருக்க மாட்டாம்... இங்க வந்து மழையப் பாத்ததும், காணாதவங் கஞ்சியக் கண்டா, ஓயாம ஊத்திக் குடிப்பானாம்'ங்குற கதையா எங்கயாவது நின்னு வாயப் பாத்துக்கிட்டு நிப்பானாயிருக்கும்...”

வெளியில் புல்லட் சவுண்டு கேட்டது. ‘ஸ்டேசனுக்குள் கப் சிப்’

அங்கே சுந்தரமும், சவடால் முள்ளனும் நடந்தே திட்டுவிளைக்கு வந்தார்கள். நல்ல மழை பெய்துகொண்டிருந்தது. எஸ்.டி.டி பூத் ஒன்று திறந்திருந்ததைக் கண்ட முள்ளனுக்கு ஒரு யோசனை உதித்தது. கடைக்குள்ளே அமர்ந்திருந்த பெரியவரிடம் போய், “அந்த மஞ்ச புக்க தாங்க தாத்தா!” என்றான்.

அவர் கோபத்தில், “எலே நா ஒனக்கு தாத்தாவாலே?”

“சரி அண்ணாச்சி! டைரக்டுரு டைரிய தாரும்!” என்றான் கோவிந்தன்.

அவர் டெலிபோன் டைரக்டரியை எடுத்துத் தந்தார். அவ்வளவு பெரிய புத்தகத்தை ஊதித்தள்ளிவிடும் லாவகத்தில் கையாண்டதில் முழுப்புத்தகமும் கோயிந்தனின் கட்டுப்பாட்டுக்குள் வந்தது.

முதல் போன் டயல் செய்தான்... ரிங் அடித்தது,

எதிர்முனையில் ‘ஹலோ’ என்று கேட்டதுதான் தாமதம், முள்ளன் பேசினான், “ஹலோ சுசீந்திரம் போலி டேஷன் ! நா டி.எஸ்.பி பேசுதேன்...”

“சார்! இது சுசீலா ரைஸ்மில்லு சார்!”

அடுத்தகால், “ஹலோ சுசீந்திரம் போலி டேஷன்! நா டி.எஸ்.பி பேசுதேன்... அங்க கொல கேசுல பாலாண்டி, அக்கினி ராஜின்னு ரெண்டு பெயலுவள புடிச்சி வச்சிரிக்கிதீயள்ளா?”

எதிர்முனையில், “என்னது எம்மொவன் கொல செஞ்சானா? ஐயோ... ஏசப்பா!” என்ற கூப்பாடு கேட்டது.

“ஹலோ! இது எந்த இடமுங்க?” என்ற முள்ளனிடம்,

“இது ஈ.பி லைன்மேனு சுந்தரத்துக்க வீடு சார்... எம்மொவன வுட்டுருங்கய்யா...”

வெளியில் நின்ற சுந்தரம் சத்தம் போட்டார், “அடப்பாவிச் சண்டாளா! இருந்து, இருந்து எனக்க வீட்டுக்கா ஃபோனப்

போட்டு சொன்ன? அவளுக்கு விசியந்தெரியதுக்கு முன்னால காரியத்த முடிச்சிரலாம்னு பாத்தா நீயே எடுத்து வெளம்பிட்டியே? செத்தமுடிவான்! இனி அவ வீட்டுல கெடந்து பெகளம் வெப்பாளே! இங்கிலீசு தெரியாதுன்னா சொல்லித் தொலைய வேண்டியதானே?"

இந்தக் களேபரத்தைக் கண்ட பூத் ஓனர் எழுந்து வந்து விசாரித்தார். சுசீந்திரம் போலீஸ் ஸ்டேஷன் நம்பர் வேண்டுமென சுந்தரம் சொன்னதும், அவர் முள்ளனை மேலும் கீழுமாகப் பார்த்துவிட்டு சொன்னார்,

"டைரக்டிரிய கேட்ட லெச்சனத்துலயே தெரிஞ்சிது! பெரிய படிப்பாளின்னு... வாயத் தொறந்து கேட்டா வாய்க்க கெடக்குற முத்து கீழ சிந்திருமா? மூதேவி!"

முள்ளன் அனக்கம் காட்டவில்லை. ஸ்டேஷன் நம்பரை பேப்பரில் எழுதி கொடுக்கப்பட்டது. டயல் செய்தான் முள்ளன்... மறுமுனையில் ஃபோனை எடுத்து பேசியவர் ரைட்டர், கழுத்தளவு நீரில் நின்று கொண்டு பதில் சொன்னார்.

"ஹளோ! சுயிந்திரம் பொலீஸ் டேசன்!"

முள்ளன் பதட்டமடைந்தான். "சார் அதுவந்து, சுந்தரம் ரைஸ் மில்லா சார்!"

ரைட்டர் கடுப்பானார், "யாருல அது வெளையாட்டு மயித்த அடிக்கது? கொப்ப...ளி! இங்கயே மனுசங்கெடந்து வெள்ளத்துல தத்தளிச்சிட்டு கெடக்கான்... வந்தமுன்னா கரண்டைக்க கீழ ஒடிச்சிப்பூடுவேன் பாத்துக்கா! போன வைல தாயளி!"

முள்ளன் போனைக் கட் செய்து விட்டான்.

பீரோவின் மேலிருந்த போனைக் கட் செய்த ரைட்டர், "செவத்துப் பயெலுவோ! சாயங்காலம் ஆனா கு...ணமுட்ட தண்ணியப் போடுகது... சிக்கு ஏறுனாவோடனே ஏதாவது பூத்துல போயி நின்னுக்கிட்டு எவளுக்காவது போன போட்டு நாக்க நாக்க நீட்டுவானுவோ! செவங்கள்!"

மின்விசிறியில் தொங்கிக் கொண்டிருந்த புதிய சர்க்கிள் கேட்டார். "ஏட்டையா! இப்புடி பொசுக்குன்னு வெள்ளம் வருமுன்னு முன்னமே தெரிஞ்சிருக்கே... ஒரு வார்த்த சொல்லிருக்கலாம்லா! இனி இந்த இருட்டுக்குள்ள எப்புடி நீந்தி கதவ கண்டுபுடிச்சி வெளிய போறது? இன்னுங்கலியாணங்கூட ஆவலையே எனக்கு...

வம்படியா சாவப் போறேனே! யம்மோ!" என கண்ணீரில் கரைந்தார்.

ஏட்டையா சொன்னார், "இதுக்குத்தான் சொல்லுகது...மூத்தோர் சொல்லும், முனிநெல்லிக்கனியும் முன்னாலே கசக்கும், பின்னாலே இனிக்கும்'னு... நாந்தாஞ்சொன்னம்லா! வெள்ளம் வந்தா ஓடமுடியாதுன்னு... நீங்கதான சார் சொன்னிய நாங்கடல்லயே நீந்துவம்னு... வாங்க! நீந்தி கடலுக்குப் போவலாம்..."

லாக்கப்புக்குள் நீந்திக் கொண்டிருந்த பாலாண்டியும், அக்கினியும் சிரித்தார்கள். தங்கள் தலைக்கு மேலிருந்த ஓட்டுக் கூரையில் அவர்களின் எதிர்காலம் இருந்தது.

ஏட்டையா சொன்னது உண்மைதான். புல்லட்டை ஸ்டாண்டு போட்டுவிட்டு ஸ்டேசனுக்குள் நுழைந்த சர்க்கிள் வந்தவுடன் கேட்ட கேள்வி, "யோவ் ஏட்டைய்யா! என்ன மயித்தப் புடுங்குன வேல மயித்த பாக்குறிய... வெளிய பூரா தண்ணி தேங்கி நிக்கு... ஒரு மம்பட்டிய எடுத்து வெட்டிவுட்டா என்ன கொள்ளையோ?"

ஏட்டையா சொன்னார், "இன்னிக்கி ராத்திரி பூரா மழைன்னு சொல்லிருக்கு, பக்கத்துல ஆறு ஓடஞ்சிட்டுனா பூரா தண்ணியும் உள்ள வந்துரும், அதுனாலதான் எல்லா ரெக்கார்டுகளையும் தூக்கி ஒயரமான எடத்துல அடுக்கிட்டு இருக்கோம்."

"ம்க்கும்... எல்லாத்துக்கும் ஏதாவது காரணம் வச்சிக்காரும்... வயிசுதான் ஆச்சி... புத்தி பூஜியம்... ஸ்டேசனுக்குள்ள தண்ணி வந்தா எப்புடி தப்பிக்கணும்னு தெரியாமத்தான் போலீசு வேலக்கி வந்தீயளா?"

புது சர்க்கிளுக்கு இருபத்து ஐந்து வயது, ஏட்டையாவுக்கு இன்னும் ஆறு வருடங்களில் ரிட்டயர்மெண்ட்...

"இது எவம்ல? ரெண்டு பேரு உள்ள கெடக்கான்?" பாலாண்டியும், அக்கினியும் பசியில் உறங்கிக் கொண்டிருந்தார்கள். ஏட்டைய்யா விஷயத்தைச் சொன்னார்.

"இந்தா வந்து ரெண்டு பேரையும் உறிக்கேன்!" என்றவாறே சர்க்கிள் கக்கூசுக்குள் போனார்,

ஸ்டேஷனின் பக்கத்தில் இருந்த டிரான்ஸ்ஃபார்மர் வெடி தீர்ந்ததில் 'டமார்' என்ற சப்தத்தோடு கரண்டு கட்டாகிப் போனது. கக்கூசிலிருந்து "அய்யோ ஆத்தா!" என்றொரு சத்தம்...

ஓடிப்போய் டார்ச்லைட் அடித்துப் பார்த்தார்கள். சர்க்கிள் தரை சறுக்கித் தலைகீழாகக் கிடந்தார். பக்கத்தில் ஒரு சிலந்திப்பூச்சி ஓடிக்கொண்டிருந்தது. அந்த ஸ்டேஷன் இருந்தது ஒரு பழைய ஓட்டுக்கட்டிடம்... பழையாற்றின் படுகையில் அமைந்திருந்ததால் பாம்புகளும், தேளும், தெம்மாடிகளும் ஓய்வெடுக்கும் ஒரு பிரதேசமாக அது இருந்தது.

தூக்கிக் கொண்டு வந்து முன்னறையில் கிடத்தினார்கள், சர்க்கிள் கண்விழித்துப் பார்த்துவிட்டு அதிர்ந்தார்... "ஆ போலீசு! எதுக்கு சார்! என்னயப் புடிச்சிட்டு வந்தீங்க? அய்யோ! எனக்கு எதுக்கு சார் போலீஸ் உடுப்பு போட்டு வுட்டீங்க?"

சர்த்தான்... எழவுடுப்பான் பொறமண்டையில அடிவாங்கிருப்பாம்'னு நெனைக்கேன்... செவத்துக்கு ஓரும போயிட்டு....!" என்று ரைட்டர் சொன்னார்.

ஏட்டைய்யா மகிழ்ந்து போனார், "அதானே... என்னா கெடகெடந்தான்? இப்ப பாத்தேளா? வெங்கப்பெயல்... இப்ப பாருங்க..." என்றவாறே ஓடிப்போய் லத்திக்கம்பை எடுத்து வந்து, "தாய...ளி போலீஸ் ட்ரெஸ்ஸ போட்டுகிட்டு ஆளுவள மெரட்டி காசா வசூல் பண்ணுத...? இந்தா வாங்கிக்க!" என்று உடம்பு முழுவதும் வெளுத்தார்... "அய்யோ அம்மா!" என சர்க்கிளின் கதறல் விண்ணைப் பிளந்தது.

ஸ்டேஷனில் இருந்த யாரும் அசையவேயில்லை. ரைட்டர் சொன்னார், "ஏட்டைய்யா! போதும்... விசியம் வெளிய தெரிஞ்சின்னா அப்புறம் கஷ்டம்..."

"எப்பிடி தெரியும்? நீரு வெளிய சொல்லுவீரா?"

ரைட்டர், "நாஞ் சொல்ல மாட்டம்ப்பா!"

ஏட்டைய்யா வாசலுக்குத் திரும்பி, "ஓய் பாரா! நீரு சொல்லுவீரா?"

பாரா பின்னால் திரும்பாமலே சொன்னார், "நாந்தான் எதையும்பாக்கலியே?"

ஏட்டைய்யா லாக்கப் நோக்கிக் கேட்டார், "எலேய்... நீங்க சொல்லுவேளா?"

"கொர்ர்ர்ர்..."

"எலே அக்கினி! கோந்தன்!" ஏட்டையா சத்தம் போட்டார்.

அக்கினி சொன்னான், "சர்க்கிளு சார் ஏன் தரைல கெடக்காரு? நாங்க தூங்கிட்டமே! என்ன நடந்துது சார்?"

பாலாண்டி முத்தாய்ப்பாக, "சர்க்கிள் ஐயா ரெஸ்டுதானே எடுக்காரு?" என்று சொல்லி வைத்தான்.

வலியில் கதறிய சர்க்கிள் மீண்டும் மயக்கமடைந்தார். ரைட்டர் கடைக்குப் போய் புரோட்டாவும், சால்னாவும் வாங்கி வந்து எல்லாரும் சாப்பிட்டார்கள். அப்போது இரவு பத்துமணி. வெளியில் பேய்க்காற்றும், பலத்த மழையும் பலத்த சப்தத்தோடு பெய்து கொண்டிருந்தது. வெளியில் ஆம்புலன்சுகளும், தீயணைப்பு வண்டிகளும் போய்க் கொண்டிருந்தன. அடித்த குளிரில் போலீஸ்காரர்களின் கண்கள் தூக்கத்தில் சொருகின...

'மணி ஒன்று...' திடீரென்று ஒரு சத்தம், பழையாற்றின் மதகுகளில் ஒன்று உடைந்து ஸ்டேசனுக்குள் வெள்ளம் அலைபோலப் பாயவே ஸ்டேசனுக்குள் இருந்த அனைவரும் அந்தரத்தில் எழும்பி மிதந்தார்கள். ஒருநொடி என்ன நடக்கிறது எனத் தெரியாமல் குழம்பிய அனைவரும் ஆளுக்கொரு திசையில் நீந்திக் கொண்டிருந்தார்கள். அப்போதுதான் சர்க்கிள் ஃபேனில் தொங்கிக் கொண்டிருந்தார்.

சர்க்கிள் கேட்டார், "ஏட்டைய்யா! என்னாச்சி? ஒரே இருட்டா இருக்கு... மேலல்லாம் ஒரே வலியா இருக்கே... என்னாச்சி எனக்கு?"

'செவத்துக்கு நினைவு வந்துட்டு...' "அது ஒண்ணும் இல்ல சார்! கக்கூசுல போன எடத்துல மண்ட அடிக்க வழுக்கி விழுந்திட்டிய! தூக்கிட்டு வந்து படுக்க வச்சிருந்தோம்... எல்லாரும் கண்ணசந்த நேரத்துல வெள்ளம் வந்துட்டு... நல்லா புடிச்சிக்காங்க வுட்டுராதீங்க!"

இருட்டுக்குள் அவரவர் குரல்களை வைத்து மட்டுமே அவர்கள் இருக்கும் திசையை கணிக்க முடிந்தது.

ஏட்டைய்யா சத்தமாகச் சொன்னார், "எலேய் பயல்களா! லாக்கப்ப தொறக்க முடியாது... சாவி எங்க இருக்குன்னு கண்டுபுடிக்க முடியாதே... எப்பூடி வெளிய வருவிய?"

அக்கினி சொன்னான், "பரவால்ல சார்! தண்ணீயெல்லாம் வடிஞ்சி, கோர்ட்டு தொறந்தப்புறம் ஜாமீனு எடுத்து வெளிய வந்துருவோம் சார்..."

“தா...ளி... இந்த சீரழிவுலயும் ஒனக்கு எகத்தாளம்... இல்லியாடே?”

“என்ன சார் கெடந்து சலம்புதிய ? எல்லாருஞ் சாவப் போறோம்... அப்புறமென்ன சார் போலீசு மயிராண்டின்னு மெரட்டிட்டு இருக்கீங்க?” - இது பாலாண்டி.

ஏட்டைய்யா சொன்னார், “இரு மகனே! விடியட்டும்... ஒனக்கு இருக்கு ஒத்தடம்...” அப்போதுதான் ஃபோன் பெல் அடித்தது. எடுத்துப் பேசியதில் மறுமுனையில் முள்ளன்.

சுந்தரமும், முள்ளனும் நடந்து வந்ததில் புத்தேரி குளத்துக்கரையில் வந்து கொண்டிருந்தார்கள். பேய்க்காற்று பிடித்து தள்ளியது. மழைவேறு... குளத்தில் தண்ணீர் சாலையின் மட்டத்துக்கு வந்து எப்போது வேண்டுமானாலும் மறுகால் பாயலாம் அல்லது குளம் உடையலாம் என்னும் சூழலில் இருந்தது.

என்ன செய்வதேன்றே இருவருக்கும் தெரியவில்லை. திரும்ப வீட்டுக்குப் போக வேண்டுமானால் இன்னும் பத்து கிலோ மீட்டர்கள் எதிர்த்திசையில் நடக்க வேண்டும் என்றதால் ‘புத்தேரி ஆஸ்பத்திரியில் ராத்திரிக்கு தங்கி விட்டு காலையில் போலீஸ் ஸ்டேசனுக்குப் போகலாம்’ என்று முடிவு செய்து சி.பி.ஹெச் மருத்துவமனைக்குள் நுழைந்தார்கள்.

அங்கே ஏற்கனவே தாழ்வான பகுதிகளில் வசித்து வந்த பொதுமக்கள், பாதுகாப்பு காரணமாக தங்க வைக்கப் பட்டிருந்தார்கள். அவர்களோடு இவர்களும் இணைந்து கொண்டு மருத்துவமனை சார்பில் தயார் செய்யப்பட்ட சூடான கஞ்சியையும், சுண்டல் கறியும் தின்று விட்டுப் படுத்துக் கொண்டார்கள்.

போலீஸ் ஸ்டேஷன் நீருக்குள் மூழ்கிய விஷயமறிந்து கரையில் ஆட்கள் கூடினார்கள். தீயணைப்பு வண்டிக்கு தகவல் கொடுத்து வழியில் மரம் விழுந்து கிடந்ததால் தீயணைப்பு வண்டி வர வழியில்லாமல் ஆஸ்ராமத்தில் கிடந்தது. ஸ்டேசனுக்குள் நீர் மட்டம் அதிகரித்ததில் அபாயம் அதிகரித்துக் கொண்டே போனது.

அக்கினியும், பாலாண்டியும் சேர்ந்து ஓட்டைப் பிரித்தார்கள்.

ஏட்டைய்யா சத்தம் போட்டார். “லேய்! தப்பிக்கவா பாக்குதிய?”

பாலாண்டி, “சார் நீங்க தப்பிக்கணுமுன்னா எங்ககூட சேந்து நாலு ஓட்ட எளக்குங்க! உள்ள கெடந்து சாவவா போறியா? வாங்க ஏட்டைய்யா!” என்றான்.

ஏட்டைய்யா ஒத்தாசைக்கு வந்தார், "எமகாலனுவடே நீங்க..."

ஏட்டைய்யா, ரைட்டர், பாரா, சர்க்கிள், அக்கினி, பாஸ்கரன் என ஆறுபேரும் வெளியேறி ஸ்டேசனின் மேற்கூரையில் அமர்ந்தார்கள், இருட்டில் ஆட்கள் அசைவதைக் கண்ட மக்கள், போலீஸ்காரர்கள் உயிரோடிருப்பதை டார்ச் வெளிச்சத்தில் பார்த்து ஆர்ப்பரித்தார்கள். சர்க்கிள் என்னவோ பெரிய கதாநாயகன் மாதிரி கூட்டத்தை நோக்கி கையசைத்தார். கையைத் தூக்க முடியவில்லை... 'அப்படியொரு வலி!'

'கை யாம் இப்புடி கெடந்து நோவுகு?' என்ற குழப்பம் சர்க்கிளைச் சுழற்றியடித்தது.

அப்போது வழியில் கிடந்த மரம் அகற்றப்பட்டு தீயணைப்பு வண்டி வந்து சேர்ந்தது. இங்கிருந்து பெரிய வடத்தைப் போட்டார்கள். ஏட்டைய்யா அதைக் கையில் பற்றிக் கொண்டார். அந்த நேரம் பார்த்து தூரத்தில் ஒரு கூப்பாடு கேட்டது. அங்கே டார்ச் லைட் அடித்துப் பார்த்ததில் ஆற்றின் மறுகரையில் ஒரு குடும்பம் கைக்குழந்தைகளோடு தங்கள் வீட்டின் மேற்கூரையில் அமர்ந்துகொண்டு தங்களைக் காப்பாற்ற வேண்டிக் கதறிக்கொண்டிருந்தது.

இந்தக்காட்சியைக் கண்ட மக்கள்கூட்டம் ஸ்தம்பித்து நின்றது. தீயணைப்புப்படை வீரர்கள் செய்வதறியாது திகைத்து நின்றார்கள். ஆற்றில் ஓடிய வெள்ளத்தின் வேகத்தை யாராலும் கற்பனை செய்தே பார்க்க முடியவில்லை. மீனவர்களின் படகுகளைக் கொண்டு வந்தாலும் கூட அவர்களைக் காப்பாற்ற முடியாது என்பது எல்லாருக்கும் தெரிந்திருந்தாலும் அந்தக் குடும்பத்தைக் கைவிட யாருக்கும் மனமில்லை. அதே சமயம் 'அவர்களைக் காப்பாற்ற எடுக்கும் முடிவு தங்களுடைய முடிவு' என்பது தீயணைப்பு படை வீர்ர்களுக்கும் தெரியும்.

ஏட்டையா சர்க்கிளிடம் கேட்டார், "சார்! நீங்கதான் கடல்லயே நீந்துரவரு ஆச்சே! நீங்க போய்க் காப்பாத்தலாமே!"

சர்க்கிள் வாயே திறக்கவில்லை. கூட்டமே பரிதாபத்தோடு பார்த்துக் கொண்டு நின்றது. இப்போது அவர்களின் கவலையெல்லாம் போலீஸ்காரர்களிடமிருந்து திரும்பி அந்தக் குடும்பத்தின் மீது இருந்தது.

இத்தனைக்கும் ஒரு இருபது மீட்டர் நீந்தினால் அந்த மறுகரையை அடைந்து விடலாம் என்றாலும் ஆற்றில் குதித்த மறுநொடியே

ஆற்றின் போக்கில் நூறு மீட்டர் இழுத்துக் கொண்டு போய் விடும் அபாயம் இருந்தது.

மேல்கரையில் நின்ற ஆட்கள், தீயணைப்பு வீரர்கள் என்று யாரும் எதிர்பாராத தருணத்தில் ஏட்டைய்யாவின் கையிலிருந்த வடத்தைத் தன்னுடைய இடுப்பில் கட்டிக் கொண்டு ஆற்றுக்குள் பாய்ந்தான் அக்கினி. அத்தனை பேரும் திகைத்தார்கள். ஏட்டைய்யா உட்பட அக்கினியோடு அமர்ந்திருந்த அத்தனை பேரும் மிரண்டு போனார்கள்.

பாலாண்டி கதறினான், "எண்ணே...!"

ஆற்றுக்குள் வெளிச்சம் பாய்ச்சப்பட்டது. அக்கினியைக் காணவில்லை. சர்க்கிள் உட்பட அத்தனை பேரும் அழுதார்கள். கரையிலிருந்த அனைவரும் கடவுளை வேண்டினார்கள். அந்த மழையிலும் கூட தீயணைப்பு வீரர்களின் கண்ணில் நீர் வழிந்தது. 'பயிற்சி பெற்ற தங்களாலேயே இயலாத ஒன்று எப்படி ஒரு சாமானியனுக்குக் கைகூடும்? எந்த நம்பிக்கையில் அவன் இந்தக் கொடூரமான நீரோட்டத்தில் பாய்ந்தான்?' என்ற எண்ணங்கள் அவர்களின் மனதைப் பிசைந்தது.

தன் மகனைக் காப்பாற்ற வேண்டி நடைபயணம் மேற்கொண்டு, கஞ்சி குடித்த அசதியில் சுந்தரம் தூங்கிக் கொண்டிருந்தார். முள்ளன் அந்த வேளையிலும்கூட ஐந்தாறு பேரை பக்கத்தில் அமர்த்திக்கொண்டு வியாக்கியானம் பேசிக்கொண்டிருந்தான்.

"இப்புடித்தான் ஒரு தடவ முக்கடல் அணைக்க மல உச்சியில நின்னுகிட்டிருந்தேன்... அப்போ பாத்து ஒரு பெரிய மொதலை, ஒரு ஆள இழுத்துகிட்டு நீந்திக்கிட்டிருந்து... உச்சியிலிருந்து ஒத்த சாட்டம்... டபீர்'னு அணைல வந்து வுழுந்தேன்... நீந்திப் போயி மொதலைக்க வாயிலயே ஒத்த சவுட்டு... மொதல எம்மோன்னு வாயப் பொளந்துட்டு! அப்புறம் அந்த ஆள தூக்கி தோள்ள போட்டுகிட்டு நீந்தி கரைக்கி வந்தேன்..."

அந்த ஆட்கள் முள்ளனின் கதையை, அந்த முதலையின் இறுதி முடிவைப்போல வாயைப் பிளந்தவாறே கேட்டுக் கொண்டிருந்தார்கள்.

அங்கே கதை வேறுமாதிரி இருந்தது. ஆற்றின் மறுகரையில் தத்தளித்துக் கொண்டிருந்த குடும்பம் ஆற்றின் நீரளவு அதிகரிக்கவே செய்வதறியாது அலறியது...

அப்போது கூட்டத்தில் ஒரு குரல், "எலே! அந்தா ஒரு தலை தெரியி..."

அந்தப் பகுதியில் வெளிச்சம் பாய்ச்சப்பட்டு கூட்டமே அங்கு திரும்பிப் பார்த்தது. மறுகரையில் ஒரு செடியின் கிளையைப் பிடித்தவாறே அக்கினி நீந்திக் கொண்டிருந்தான். கூட்டமே ஆர்ப்பரித்து மகிழ்ந்தது. நாளைய செய்தித் தலைப்புகளின் நாயகனாகப் போவது தெரியாமல் அக்கினி அந்த வீட்டின் கூரையை நோக்கி மெதுவாக முன்னேறினான்.

அவனது இடுப்பில் கட்டியிருந்த கயிறு இந்த முனையில் இழுக்கப்பட்டது கண்ட ஏட்டைய்யா தன்னையறியாமல் கத்தினார், "லே மக்கா அக்கினி... தூள் கௌப்பிட்ட!"

கரையில் எஸ்.பி நிற்பதையறியாத சர்க்கிள் துள்ளிக்குதித்து விசிலடித்தார்.

அந்த வீட்டின் கூரையில் ஏறினான் அக்கினி! அந்தக் குடும்பம் மகிழ்ந்து போனது. கணவனும், மனைவியும், இரண்டு பிள்ளைகளும், ஒருபாட்டியுமாக மொத்தம் ஐந்து பேர். மழை கொஞ்சம் கொஞ்சமாகக் குறைந்ததையடுத்து மணக்குடியில் சென்று இரண்டு படகுகளை வண்டியில் ஏற்றிக் கொண்டு வந்தார்கள். அக்கினி தன் இடுப்பில் கட்டியிருந்த வடத்தை அவிழ்த்து, பக்கத்தில் நின்று கொண்டிருந்த தென்னை மரத்தைச் சுற்றி இழுத்து அந்த வீட்டின் கூரையில் இருந்த இரண்டு ஓடுகளை உடைத்து அந்த மர உத்திரத்தில் நான்கு முடிச்சுகளைப் போட்டு இறுகக் கட்டினான். ஆற்றின் இந்தப் பகுதியில் இருந்து கூடுதல் கயிறை தன்னுடைய பக்கம் இருக்கும் வடத்தின் அந்த முனையில் கட்டி தன்பக்கம் விடச் சொன்னான். தீயணைப்பு படை வீரர்களும் தீயாய் வேலை செய்தார்கள்.

அக்கினி ஒரு ராணுவத் தளபதியைப் போல உத்தரவுகளை பிறப்பித்து இயங்குவதை மாவட்ட எஸ்.பி வைத்த கண் வாங்காமல் பார்த்துக் கொண்டிருந்தார். கூடவே பாலாண்டியும், 'நம்ம அக்கினிராஜன் அண்ணனா இது?' அதிசயித்துப் போனான்.

கூடுதலாக வந்த வடத்தை தென்னை மரத்தில் கொஞ்சம் உயரமாகச் சுற்றிக் கட்டி விட்டு மறுகரையில் இருந்த யாராவது ஒரு தீயணைப்பு படை வீர்ரைக் கயிற்றைப் பிடித்து கொண்டே ஆற்றைக் கடக்க உத்தரவிட்டான். துணிச்சலான ஒரு வீரன் முன்வந்தான்.

அவனது இடுப்பில் இன்னொரு வடத்தைக் கட்டி, பாதுகாப்பாகப் பிடித்துக் கொண்டு, அந்தக் கயிற்றைப் பிடித்துக்கொண்டே அவன் ஆற்றைக் கடப்பதை கூட்டம் பதைபதைப்போடு பார்த்துக் கொண்டு நின்றது. அவன் மறுகரையை எட்டினான். ஏற்கனவே தென்னைமரத்தில் தான் கட்டிய கயிற்றை அவிழ்த்து அவனது கையில் கொடுத்த அக்கினி, வீரன் கொண்டு வந்த கயிற்றை வாங்கி அந்தத் தென்னை மரத்தில் கட்டிவிட்டு, வீரனிடம் 'இந்த முனையை அந்தப்பக்கத்தில் இருக்கும் தீயணைப்பு வண்டியின் பின்பக்கத்தில் கட்டு'மாறு சொன்னான்.

வீரன் மறுபடி ஆற்றைக் கடந்தான். இப்போது ஒரே ஒரு வடம் ஆற்றின் கரையிலிருந்து அக்கினி கட்டி வைத்திருந்த தென்னை மரத்தைச் சுற்றிக் கொண்டு மீண்டும் ஆற்றின் மறுகரையில் நின்ற தீயணைப்பு வீரர்களின் கையில் இருந்தது. அதைக்கொண்டு போய் தீயணைப்பு வண்டியில் பின்பக்கமாகக் கட்டினார்கள்.

'கயிற்றைப் பிடித்துத் தொங்குபவர், தீயணைப்பு வண்டி முன்னோக்கிப் போகும்போது ஆற்றைக் கடக்கலாம்' என்பது ஏற்பாடு. கயிற்றின் மறுமுனையை இன்னொரு தீயணைப்பு வண்டியில் கட்டி அது தானியங்கி இழுவை இயந்திரத்தில் மாட்டப்பட்டு கயிற்றைக் கொஞ்சம் கொஞ்சமாக விடுவிக்கும். முதலில் இரண்டு வீரர்கள் அந்தப்பக்கம் சென்று இரண்டு குழந்தைகளைக் கொண்டு வந்தார்கள். அப்புறம் அந்தக் கணவனும் மனைவியுமாக இரண்டு பேர் பெரும் சிரமத்துக்கிடையே கடந்தார்கள். பாட்டியை முதுகில் தூக்கிக் கொண்ட அக்கினி சொன்னான்.

"ஆச்சி! ஒனக்கு ஆயுசு கெட்டியா இருக்கணும்னா, எம்முதுக கெட்டியாப் புடிச்சிக்கா! இல்லைன்னா கன்னியாமரி கடற்கரைலதான் போயி கெடப்ப! வெளங்கிச்சா?"

பாட்டி ஆமோதித்ததையடுத்து கிழவி சுமக்கும் படலம் ஆரம்பித்தது. கிழவி கனத்துக் கிடந்தாள். அக்கினி கேட்டான், "ஆச்சி டெய்லி புரோட்டா திம்பியா? எந்தாக் கனங் கனக்கா பெயமொவ?" ஆச்சி சிரித்தாள், கயிறு குலுங்கியது.

ஒருவழியாக கரையை அடையும்போது அக்கினி குனிந்து கீழே பார்த்தான், சர்க்கிள், ஏட்டைய்யா மற்றும் பலரை டாப் ஆங்கிளில் கண்டான். அவர்கள் இன்னும் ஸ்டேஷன் கூரையிலேயே

அமர்ந்திருந்தார்கள். பாலாண்டி ஒரு ஓரத்தில் படுத்துத் தூங்கிக் கொண்டிருந்தான். விடிந்து விட்டது.

அக்கினி கரையை அடைந்ததுதான் தாமதம். மக்கள் ஓடிவந்து அவனைத் தூக்கிக் கொண்டாடினார்கள். எஸ்.பி வந்து கைகுலுக்கி வாழ்த்தினார். கலெக்டரும் வந்துவிட்டார்.

"நான் கேல்விப் பற்றேன்... அக்கினியைப் பற்றி...' ரெம்ப சந்தேசம்! என்னோட காடிலே உங்கலே டிராப் பன்றேன்!" என்றார் கலெக்டர். கலெக்டர் ஒரு இந்தியாக்காரர். தமிழ்நாட்டுக்கு வந்து இரண்டாண்டுகள் ஆகிவிட்டிருந்தது. தமிழ்தான் கொஞ்சம் ததிங்கினத்தோம்!

அப்போது ஒரு குரல் கேட்டது, "சார்! அவன் ஒரு அக்கியுஸ்டு!" ரைட்டர் கதறினார்.

கலெக்டர் எஸ்.பி.யிடம் கேட்டார். "அவங்கே ஏன் அங்கே ஒக்காண்டிருக்காங்கோ! இங்கே இடமில்லே? அங்கேதானே முன்னாடி போ்லீஸ் ஸ்டேசன் இருந்திச்சு?"

தீயணைப்புப்படை வீரர்கள் பதறிப்போய் ஏணியைப் போட்டு போலீஸ்காரர்களை மீட்டார்கள். சர்க்கிளின் முகம் வெளிறியிருந்தது.

ஏட்டைய்யா போய் கலெக்டரிடம் சொன்னார், "ஐய்யா! நேத்து ஓங்காபீசுல வந்து பெகளம் வச்சது இவுனுவதான்!"

கலெக்டர் பார்த்தார், "யாரு அக்கினியா? இல்லியே! நேத்தி வந்தவனோட மூஞ்சி ஊசி மாதிரி இருந்திச்சு!"

பாலாண்டி அழைத்து வரப்பட்டு தலைகுனிந்து நின்றான்.

கலெக்டர், "ஆ! இவன்தான் நேத்தி வந்து கூச்சல் போட்டான்!"

ஏட்டைய்யா நடந்த கதைகளைச் சொன்னார்.

கலெக்டர் வாய்விட்டுச் சிரித்தார். "அரே அக்கினி பைய்யா! இனிமேல் அப்டியெல்லாம் பன்னூக்கூடாது! நோ வரீஸ்! லீவ் தெம் ஃப்ரீ!" என்று எஸ்.பி.யிடம் சொல்லிவிட்டு அக்கினியின் கழுத்தில் மாலை ஒன்றைப் போட்டுவிட்டு தன்னை அலுவலகத்தில் வந்து சந்திக்குமாறு சொல்லிவிட்டுப் போனார்.

எஸ்.பி அக்கினியின் கைகளைப் பிடித்து சொன்னார், "தம்பி! அரசாங்க சம்பளம் வாங்குற நாங்களே கையக்கட்டி நின்னப்போ இத்தனை பயங்கரமான வெள்ளத்துல குதிச்சி ஒரு குடும்பத்த காப்பாத்துன! உனக்கு எப்டி நன்றி சொல்றதுன்னே தெரியலை! நீ எத்தனாவது படிச்சிருக்க?"

"பதினோண்ணாப்பு சார்!"

"சரி! வரும் திங்கள்கிழமை என்னை வந்து அலுவலத்தில் பார்!" என்று சொல்லிவிட்டு மற்றொரு போலீஸ் ஜீப்பில் அக்கினியையும், பாலாண்டியையும் ஏற்றி வீட்டுக்கு அனுப்பி விட்டு கிளம்பினார் எஸ்.பி.

அக்கினியும், பாலாண்டியும் ஜாலியாக ஜீப்பில் அழகியபாண்டியபுரம் நோக்கிப் பயணித்தார்கள்.

புத்தேரி ஆஸ்பத்திரியில் கண்விழித்த சுந்தரமும், முள்ளனும் வானொலியில் செய்தி ஒன்றைக் கேட்டார்கள். அதில் செய்தி இவ்வாறு ஒலி பரப்பப் பட்டது.

"அழகியபாண்டியபுரம் ஊரைச் சேர்ந்த ஓய்வுபெற்ற மின்வாரிய ஊழியர் .சுந்தரத்தின் மகன் அக்கினிராஜன், கலெக்டரின் கையால்... கீ... டப்!"

பேட்டரிக் கட்டைகள் தீர்ந்து ரேடியோ மண்டையைப் போட்டது.

'அய்யோ! இறைவா! கலெக்டரின் கையால் அடித்துக் கொல்லப்பட்டானா?' பாதியில் நின்றுபோன செய்தி வாக்கியம் பல்வேறு சந்தேகங்களை சுந்தரத்தின் தலைக்குள் புகுத்தியது.

'கக்கூசில் வழுக்கி விழுந்த தன்னுடைய முதுகில் லத்திக் கோடுகள் எப்படி வந்தன?' என்று சர்க்கிளுக்கு எப்படித் தெரியாதோ, அதுபோலவே 'தன்னுடைய மகன் அக்கினிக்கு அடுத்த வாரம் போலீசில் சேர அழைப்பு வரும்' என்பது சுந்தரத்துக்குத் தெரியாது.

ஏட்டையா வீட்டில் தன்னுடைய மனைவியிடம் பேசிக் கொண்டிருந்தார்.

"ஒம்மொவன் வயசுதானிருக்கும் அந்த சர்க்கிளு பெயலுக்கு... என்னா எகத்தாளம்? எங்கிட்ட அடாபுடான்னான்! போட்டு வெளுத்துட்டேன்! சர்க்கிளுன்னா என்ன? ரெண்டு மாணியவா தூக்கிட்டு நடக்கான்? எனக்க அனுபவந்தான் அவனுக்க வயிசு! நாம்போலீசுல சேரும்போது அவனுக்க அப்பனுக்கே கலியாணம்

ஆயிருக்காது! மொண்ணப்பெயல்! வயசுக்குத் தகுந்த பேச்சு பேசிருந்தா அந்த சின்னப் பயலை நா ஏன் அடிக்கப்போறேன்?"

"பெய்யெனப் பெய்யும் அடிமழை!"

12
எண்ணெய்ச் செக்கு பரந்தாமனின் திருக்கல்யாணம்

'மதம் மாறி திருமணம் செய்தல்' என்பது மதத்துக்கு விரோதமானதோ இல்லையோ மனிதர்களுக்கு விரோதமானது. சாதாரணமாக மக்களை இப்படிப் பிரித்துவிடலாம். பொதுமக்கள், மதுமக்கள். பொதுமக்களில் ஆண், பெண், குழந்தைகள், பாசகவினர், முதுமக்கள், திருநங்கையர் என்று பரவலாக இருந்தாலும் கூட 'மதுமக்கள்' எனப்படுவோரை 'மண்ணின் மைந்தர்கள்' என்றழைப்பதுதான் தர்மமாகும்.

பரந்தாமனும் அப்படியான ஒரு மண்ணின் மைந்தன்தான். அருமநல்லூரில் எண்ணைச்செக்கு வைத்திருந்தான். அவனிடம் மட்டும்தான் நல்லெண்ணை நல்ல எண்ணையாகவும், தேங்காய் எண்ணெய் திண்ணமாகவும் இருக்கும் என்று மக்கள் நம்பியதில் வியாபாரம் பிய்த்துக் கொண்டு போனது. இப்போது போல அந்தக் காலத்தில் வி.வி.டி, பாராசூட் எண்ணையெல்லாம் புழக்கத்தில் இல்லை.

வேலையாட்கள் ஆறு பேர் இருந்தார்கள். நான்கு பேர் செக்கை ஆட்டுவதும், இரண்டு பேர் எண்ணெய் அளந்து கொடுக்கவும் அமர்த்தப் பட்டிருந்தார்கள். கடையின் மேற்கு மூலையில் தெற்கு பார்த்து போடப்பட்ட கல்லாவில் உட்கார்ந்து கொண்டு காசை வாங்கி போடுவதும், மிச்சக்காசு எடுத்துக் கொடுப்பது தவிர்த்து இன்னொரு வேலையும் அவனுக்கு இருந்தது. கடையின் பின்னால்தான் பழங்காலத்து 'அங்கணம்' என்று அழைக்கப்படும் சுற்றுக்கட்டு வீடு.

வீட்டின் நடுமுற்றத்தில் சதுரமாக திறந்த வெளிக்கூரையும், அடுக்காளைக்குப் பின்புறம் வீட்டினுள்ளே கிணறும், வீட்டின் புழக்கடையில் இருந்த பத்தாயப் பிரையில் இரண்டு செக்குகள் கிடந்தன. அதில்தான் எண்ணெய் ஆட்டுவார்கள். புழக்கடையிலிருந்து வீட்டின் முன்முற்றத்துக்கு வர பக்க வாட்டில் நீண்ட பாதையுண்டு.

பரந்தாமனின் தாய் வடிவழகி. தந்தையார் சிதம்பரநாதன். சிதம்பரநாதன் ஒரு சிறிய அளவிலான சிலுவை. அவரது பாரம் தாளாமல் பரந்தாமனின் மூத்த சகோதரன் ஏகாம்பரம், இந்த இம்சைக்கு அதுவே மேல் என்று ராணுவத்தில் சேர்ந்து நாட்டிற்காக உயிரை ஈன்றதில் பரந்தாமனே அந்த முழு சொத்துக்கும் ஏக போக அதிபதி ஆகிப்போனான். 'தன்மகன் நாட்டுக்காகச் சாகவில்லை என்றும், தன்னால்தான் செத்தான்' என்று நம்பிய சிதம்பரநாதன் யாரிடமும் சொல்லாமல் காசிக்குப் போனார்.

கணவனைக் காணாமல் இரண்டொரு நாட்கள் தேடிய வடிவழகி அவர் திரும்ப வந்துவிடாமல் இருக்க இறைவனை வேண்டிக் கொண்டாள். வடிவழகியும் ஒரு சிலுவைதான்.

பரந்தாமன் அந்த இரண்டு எண்ணைச் செக்குகளை உருட்டியதில் நாட்கள் ஆண்டுகளாக உருண்டு சிதம்பரநாதன் காணாமல் போய் ஆண்டுகள் பத்து ஆகிவிட்டன. பரந்தாமன் எழுந்து, குளித்து முடித்து காலையில் பட்டறையைத் திறந்தானானால் மாலை ஆறு மணிக்கு பூட்டிவிடுவது வழக்கம். அதன் பின்புதான் பரந்தாமனின் அந்த நாள் துவங்கும்.

எண்ணெய் அளக்கும் உண்டையனின் கால்கள் தானாக நகர்ந்து ஞாலம் ஆற்றைக்கடந்து மகாதேவனின் சாராய காய்ச்சகத்துக்கு வந்துவிடும். தனக்கு ஒரு குப்பியும், முதலாளி பரந்தாமனுக்கு இரண்டு குப்பியுமாக வாங்கிக் கொண்டு, கையில் ஒரு லாந்தர் விளக்கோடு வயல்வரப்பு வழியாக நடந்து வருவான். விளக்கின் வெளிச்சம் தெரிவதைக்கண்ட பரந்தாமன் வீட்டின் மாடியில் உள்ள லைட்டைப் போடுவான். இருவருமாக சேர்ந்து குடியமர்வில் உட்கார்ந்து விடுவார்கள்.

அப்போது பரந்தாமனின் வீட்டில் மட்டும்தான் மின்சார இணைப்பு உண்டு. குண்டுபல்பு எரிந்தாலும்கூட வடிவழகிக்கு அறுபது வருடப் பழமையான கண்கள் வெளிச்சத்தைக் காணும் சக்தியை இழந்திருந்தது. அதுபோக முன்பொரு தடவை இவளின்

விரிவுரையைக் கேட்க சகிக்காத சிதம்பரநாதன், கீழே கிடந்த ஒரு அரை செங்கல்லை எடுத்து மண்டையில் வீசியதும் பார்வைக் குறைபாட்டுக்கு ஒரு காரணம். கண்கள் மங்கலாகவே தெரியும். பரந்தாமன் மாதிரி ஒரு பெரும்பேறுபெற்ற பிள்ளையைப் பெற்ற வடிவழகியின் வாய் தூங்கும்போது மட்டுமே மூடியிருக்கும். அன்றும் அப்படித்தான், மாடிக்குப் போன பரந்தாமனை அழைத்து,

“ஏல! பறந்தான்! வயசு இருவத்தொம்பது! இன்னும் வூட்டுல வெளக்கேத்த ஒரு பொண்ணடி வரல! இந்த லெச்சனத்துல நெதம் குடிச்சீட்டு, பண்ணி மாறி ஊதிகிட்டு நடக்கியே!”

மேலேயிருந்து பரந்தாமன் குரல் கொடுப்பான்,

“வெளக்கேத்துனா மட்டும் அப்புடியே கண்ணுவெளிச்சத்துல நடந்து மலந்துருவா? போயாம்மா! கெடந்து ஊள உடாத! இப்ப ஒனக்கு வெளக்குத்தானே ஏத்தணும்? இந்தா உண்டையன் ஏத்துவான்!” எலே உண்டையா! அந்த வெளக்க லேசா பத்த வச்சிட்டு வாடே!”

அதற்கு வடிவழகி, “இருக்க இருப்ப பாத்தா கடசீ வரைலும் உண்டயன மட்டுந்தான் ஏத்துவாம்னு நெனைக்கேன்! கெட்டுனவனும் பெசகு! பெத்ததுவளும் பெசகு! என்னய இந்த ஆண்டவேன் சீக்கிரமா எடுத்துகிட மாட்டக்கானே!” என்று கண்ணீர் சிந்துவாள். மாடியில் இருவரும் உற்சாக பானத்தை வயிற்றுக்குள் சிந்திக் கொண்டிருப்பார்கள். மணி எட்டு, எட்டரை ஆகும்போது வெளியே ரமணியின் வில்வண்டி காத்திருக்கும். எட்டாமடையில் இருந்த சபாபதி உணவகத்தில்தான் இரவு உணவு.

இருவரும் மாடியிலிருந்து தட்டுத் தடுமாறி கீழே ஏறி, வில்வண்டியின் மேலே கஷ்டப்பட்டு இறங்குவார்கள். உண்டையன் தன்னுடைய முதலாளியை ரொம்ப கவனமாகப் பார்த்துக் கொண்டதில் பரந்தாமன் தினமும் வில்வண்டியில் இருந்து இறங்கும்போது மூக்கு தரையில் படுமளவு கீழே வீழ்வதை வழக்கமாகக் கொண்டிருந்தான்.

சபாபதியின் கடையினுள்ளே சென்று அமர்வதே ஒரு வித்தையைப் போல காட்சியளிக்கும். அன்றும் அப்படித்தான். பரந்தாமனாவது பரவாயில்லை எனுமளவுக்கு உண்டையன் நடந்து கொண்டான். கட்டுமரத்தில் செல்லும் மீன்பிடிக்காரனின் தோரணையில் அவன் நடந்து சென்று பெஞ்சில் அமர்ந்தது கடையில் உட்கார்ந்திருந்தவர்களுக்கு ஒரு பரிகாசம் நிறைந்த சிரிப்பை வரவழைத்தது.

“எண்ணே! மொத ஆளுக்கு ரெண்டு தோசையக் கொண்டா!” என்றான் பரந்தாமன்.

இருவருக்கும் இலை போடப்பட்டது.

“தோசைய மேசைல போட்டுருக்கீரு? தோச வேற பச்ச நெறத்துல இருக்கு?” என்றவாறே உண்டையன் இலையைப் பிய்த்துத் தின்னத் துவங்கினான். பரந்தாமன் உண்டையனைக் கையமர்த்தி, “இருடே! தோச வருகுல்லா!” என்றான். பரந்தாமனுக்கு ஒரு சந்தேகம் எழுந்தது.

‘ரெண்டு குப்பிய குடிச்ச நாமளே செவனேன்னு இருக்கோம்! ஒண்ண குடிச்சிக்கிட்டு இந்த நாயி ஏங்கெடந்து சளம்புகு?’

இலையையும், தோசையையும் சேர்த்துப் பிடித்துப் பிசைந்ததில் உண்டையனின் வாய் குப்பைத் தொட்டியைப் போலானது.

“உலகசரித்திரத்தில் இப்படி சாப்பிட்ட ஒருவனையும் இதுவரையில் கண்டதில்லை” என சபாபதி அதிசயித்தார். நாற்பத்தைந்து தோசைகள் மொத்தமாய் உண்டையனின் வயிற்றுக்குள் சென்றதில் அடுத்து சாப்பிடக் காத்திருந்தவர்களுக்கு காலியான மாவுச் சட்டியே காணக் கிடைத்தது.

சாப்பிட்டு முடிக்கவும் பரந்தாமனுக்கு போதை எக்குத்தப்பாக எகிறியது. அன்று வாங்கிய சாராயத்தில் எதுவோ ஒரு சூத்திரம் தப்பிப் பிழையானதால் பானத்தின் தன்மை மேன்மையடைந்து உண்டையனையும், பரந்தாமனையும் தூக்கி வீசியிருந்தது.

இரண்டு பேரும் கடையின் வெளியே வந்து பார்த்தபோது சாப்பிட்டு முடித்த ரமணி வில்வண்டியில் அசந்து தூங்கியிருந்தான். அப்போது தூரத்தில் இரண்டு உருவங்கள் வருவதைக் கண்டான் பரந்தாமன். உண்டையன் நான்கு உருவங்களைக் கண்டான். கரடிக்காரன் ஒருவன் அருகில் வந்தான். அவனோடு ஒரு கரடியும் வந்து நின்றது. அதன் வாயில் ஒரு பித்தளை டம்ளரை வைத்துக் கட்டியிருந்தது. அவனிடம் பரந்தாமன் கேட்டான்.

“இது என்னதுடே? இவ்ளோ பெரிய பண்ணியை நா இதுவரைக்கும் கண்டதில்ல...”

“இது கரடிங்க சாமியோ!” என்றான் கரடிக்காரன்.

“என்ன...து களடியா! எங்க... எங்க...? எந்தாந் தண்டியா இருக்கு?” அரண்டு போனான் உண்டையன்.

“பயப்புடாதீங்க சாமியோ! இது கடிக்காது! வாயி கட்டி வச்சிருக்கு... தாயத்து வேணுமா ஷாமி?”

“தாயத்தா?”

“ஆம்ங்க... வூட்டுல சின்ன புள்ளையளு இருந்தா இடுப்புல கட்டிவுட்டுட்டா கருக்கல்ல எச்சியளு, பேய்பிசாசு அண்டாதுங்க...”

“ப்ப்ப்ப்ப்ப்ர்ர்ர்ர்ர்... இன்னும் எந்த கதையையும் காணல்ல... புள்ளைக்கி நாங்க எங்க போவ?” உண்டையன் அந்த போதையிலும் எகத்தாளமாய்ச் சிரித்தான்.

அவனது ஏளனச் சிரிப்பு பரந்தாமனுக்கு கடுப்பை ஏற்படுத்தவே எட்டி ஒரே மிதி. உண்டையன் வயலுக்குள் உருண்டான். கரடி சிரித்தது. சத்தம் கேட்டு ரமணி எழுந்தான்.

“கொம்ம...ளி! பரியாச மயிரா அடிக்க? இனிமேலால் ஒன்னய இந்த ஊருக்குள்ளயே பாக்கப்புடாது... ஓடிரு கூய்மோன!”

நாலணா கொடுத்து ஒரு தாயத்து வாங்கிக் கொண்டு கரடிக்காரனையும், கரடியையும் அனுப்பி விட்டு வில்வண்டி புறப்பட்டது. பரந்தாமனுக்கு துக்கம் தாங்கவில்லை.

“எங்கிட்டயே சம்பளம் வாங்குக நாயி என்னையவே எக்காளம் பண்ணுகு! சரிக்கி சமமா உக்கார வச்சா இதுதாங் கதி!”

பரந்தாமன் ரமணியிடம் கேட்டான், “எண்ணே! எனக்கென்னண்ணே கொறச்சல்? எனக்கு யாம்ணே பொண்ணு தர மாட்டாங்காணுவோ? சக்கரம் இல்லியா? தோப்பு தொறவு இல்லியா? அந்தஸ்து இல்லியா?

கிட்டத்தட்ட அழாத குறை.

ரமணி திரும்பிப் பார்த்தான். வண்டியில் தொங்கிக் கொண்டிருந்த அரிக்கேன் விளக்கு வெளிச்சத்தில் தலைகவிழ்ந்து உட்கார்ந்திருந்த பரந்தாமனின் உருவத்துக்கும், அந்தக் கரடியின் உருவத்துக்கும் எந்த வேறுபாடுமில்லை.

‘திட்டுவெளைக்கி கெழக்க போனதில்ல... காலைலேர்ந்து கல்லாவுல கால நீட்டி ஒக்காந்துட்டு, ரெண்டு குப்பி சாராயத்தையும் குடிச்சீட்டு, கடைல வந்து நல்லா நாப்பது தோசையையும் உழுங்கிட்டு, இப்புடி செனையாடு மாதிரி ஊதிட்டு நடந்தா எந்தப் பொம்பள ஏத்துப் பாப்பா? பொண்ணு கெட்டுனாலும்

கெடந்து தள்ளிருவான்!' இப்படித்தான் சொல்ல நினைத்த ரமணி சற்றுமுன்னர் உண்டையன் வாங்கிய மிதி ஞாபகத்தில் வந்ததால் வாயே திறக்கவில்லை.

பின்னாலிருந்து விசும்பல் சத்தம் கேட்டது. ரமணி சொன்னான்.

"உடு பரந்தாமா! சின்ன புள்ளையளு மாதிரி அழுதுகிட்டு வாற?"

"இல்லண்ணே! எங்கம்மையும் வூட்டுல வெளக்கேத்த ஒரு பொண்ணு வேணுமுன்னு கேட்டுகிட்டு கெடக்கா!"

"வெளக்கேத்தத்தானே? நீ ஏத்து? அதுக்கு யாம்டே பொண்ணு வேணும்?"

பரந்தாமன் ரமணியை முறைத்தான். சுதாரித்துக் கொண்ட ரமணி,

"ஹிஹி... நா சும்ம வெளையாண்டாம்டே... பொண்ணுதானே பாத்துருவோம்... இதுக்கு போயி சங்கடப்பட்டுகிட்டு? அண்ணங்கிட்ட சொல்லிட்டால்லா? வுடு நாம்பாத்துகிடுகென்..."

மிதியையும் வாங்கிக்கொண்டு நடந்த உண்டையன் திசை தெரியாமல் அருமநல்லூருக்கு போவதற்கு பதிலாக கடுக்கரையை நோக்கி நடந்தான். இடையில் லேசாகத் தடுமாறியதில் இடதுபக்கமாக கால்கள் திரும்பி மலைப் பாதையில் ஏறத் துவங்கினான்.

'என்னடா இது? அருமநல்லூர என்னைக்கி கொண்டோயி பாறமேல வச்சானுவோ? ஒரே ஏத்தமால்லா கெடக்கு! இதுல ஏறுகதுக்கு முன்னாடி ஏத்துனது எறங்கிருமே இறைவா?' உண்டையனுக்கு சங்கடம் வந்து சேர்ந்தது.

'வாய வச்சிக்கிட்டு சும்மா கெடக்காம, இருவத்தொம்பது வயசுல ஊதி மொனமுறிஞ்சி நிக்கிற காஞ்சி போன மொதலாளிய பாத்துப் பல்ல இளிக்காம இருந்துருந்தா இந்நேரம் வில்லுவண்டியில வந்து பவுசா எறங்கிருக்கலாம்...' என்று சோர்ந்து போய் ஒரு மரத்தடியில் அமர்ந்தான் உண்டையன்.

மணி பன்னிரெண்டு இருக்கலாம். உண்டையன் மரத்தடியில் கண்ணயர்ந்தான். படுத்த சில நொடிகளில் மலையிலிருந்து ஏதோவொன்று உருண்டு வரும் சத்தம் கேட்டது. உண்டையன் துள்ளி எழுந்தான்.

"யம்மா கெடாரம் வருகு!"

‘கிடாரம் என்றால் பூதங்கள் கொண்டு வரும் புதையல்’ என்பதான ஒரு நம்பிக்கை மக்களிடையே இருந்தது. முன்னோர்கள் புதைத்து வைத்த புதையல்களை பாதாளத்தில் இருக்கும் பூதங்கள் எடுத்துக் கொண்டு மலைகளின் மீது சென்று ஒளிந்து கொள்ளுமாம். பூதங்களுக்கு தாகம் எடுக்கும்போது மனிதர்களின் ரத்தத்தைக் குடிக்க மலைகளின் மேலிருந்து ஒரு பெரிய வார்ப்பு பாத்திரத்தில் தங்க, வைர நகைகளை அள்ளிப்போட்டுக் கொண்டு உருண்டு வரும். அதிர்ஷ்டக்காரர்களின் கண்களில் மட்டுமே அந்த கடாரம் தென்படும். அப்போது குறிப்பிட்ட அந்த நபர் தங்கள் கைகளை கத்தியால் கீறி சிறிது ரத்தத்தைத் தெளித்து விட்டு, தங்கள் கைக்கொள்ளும் அளவுக்கு நகைகளை அள்ளிக்கொள்ளலாம். மாறாக புதையல் மீது கை வைத்தால் அதோகதிதான். அந்த பூதத்துக்கு அன்றைய இரவு உணவாக அந்த ஆள் ஆகிப்போய்விடுவார்.

உண்டையனின் கால்கள் தரையில் இல்லை. “அய்யோ கடாரம் வருகு! கையில கத்தி இல்லையே? இப்ப என்ன செய்வேன் இறைவா?”

கடாரம் அருகில் நெருங்கி விட்டது. உடனடியாக தன்னுடைய இடுப்பில் கட்டியிருந்த அரைஞாண் கயிற்றில் கிடந்த பித்தளை ஏலாசை உருவி பாறையில் தேய்த்து கூராக்கினான்.

‘பொத்’ என்ற சப்தத்தோடு கடாரம் உண்டையனின் கால்மாட்டில் வந்து கிடந்தது. உண்டையனுக்கு சந்தோஷம் பிடிபடவில்லை. கடாரத்தில் பச்சை நிறத்தில் இரண்டு மரகதக் கற்களும், நீலக்கற்கள் இரண்டும் தெரிந்ததைக் கண்ட உண்டையன் தன் கையைக் கீறி கடாரத்தின் மீது ஊற்றி அந்த பச்சை நிற மரகதக் கற்களை பிடுங்கப் போனான்.

“உர்ர்ர்ர்ர்ர்ர்ர்” என்ற இரைச்சலோடு கடாரத்திலுள்ள பூதம் உண்டையனின் மீது பாயவே, உண்டையன் அருகிலுள்ள பெரிய சரிவில் உருண்டான்.

“அய்யோ அம்மா பிலி...!”

உண்மையில் மலைமீது இருந்த காட்டிலுள்ள ஒரு சிறுத்தை வேட்டைக்குப் போன இடத்தில் பெரிய மிளா ஒன்றின் மீது பாய்ந்து, இரண்டும் கட்டிப்பிடித்து சண்டையிட்டதில், இரண்டும் மலையின் மீதிருந்து உருண்டு வந்து கீழே விழுந்து மூர்ச்சையாகிக் கிடந்தன.

உண்டையன் கையைக் கீறி தெளித்த ரத்தத்தின் வாடையில் கிறங்கிய அந்தச் சிறுத்தை தன் கண்களை யாரோ குடையப் பார்த்ததில் கடுப்பாகி, உண்டையனின் மீது பாயவே, சிறுத்தையிடமிருந்து விடுபட்ட மிளா, தன்னுடைய பறந்த குளம்புகளால் சிறுத்தையை ஒரே மிதி. எதிர்பாராமல் எத்து வாங்கிய சிறுத்தை அதிர்ச்சியில் வடக்கு நோக்கியும், சிறுத்தைக்கு மிதி கொடுத்த ஆனந்தத்தில் மிளா மேற்கு நோக்கியும் ஓடிப்போனது.

பயத்தில் மயங்கிய உண்டையன் ஒரு பள்ளத்தில் கிடந்தான்.

அங்கே வீட்டுக்குப் போக மனமின்றி வழியில் இருந்த அணைக்கட்டில் படுத்திருந்தான் பரந்தாமன். அவனது மனதை துக்கம் ஆக்கிரமித்திருந்தது. பரந்தாமனின் துக்கத்தைக் கண்டு மனமுடைந்த ரமணியை தூக்கம் ஆக்கிரமிக்கவே அவன் வில்வண்டியில் தூங்கிக் கொண்டிருந்தான்.

'இதற்காகத்தான் அழுகிறோம்' என்று அறியாமல் பரந்தாமன் அழுது கொண்டிருந்தான். போதையின் மிகுதியில் அவன் மிகுந்த பாரத்தோடு பெருங்குரலெடுத்து அழுதான்.

ரமணியின் கனவில் 'பாஞ்சாலி சபதம்' நாடகம் நடைபெற்றுக் கொண்டிருந்தது. பாழாய்ப்போன துச்சாதனன் பாவப்பட்ட பாஞ்சாலியின் சேலையைப்பிடித்து இழுத்துக் கொண்டிருந்தான். ரமணிக்குக் கோபம் பொத்துக் கொண்டு வந்தது.

"எலே... நீயெல்லாம் பொண்டு பொடிசுக கூட பொறக்கலியா? பிச்சக்கார தா...ளி! பொட்டப் புள்ளைக்க சீலய உரிஞ்சிட்டுத் திரியிதியே வெக்கமாயில்லியாடே?" என்றான்.

ரமணியின் கடிந்து கொள்ளலைக் கண்டுகொள்ளாத துச்சாதனன் துச்சமாய் நடந்து கொண்டான். பாஞ்சாலி கதறினாள்.

"அய்யோ...!"

ரமணிக்கு ஒரு விஷயம் மட்டும் பிடிபடவில்லை. 'பாஞ்சாலி ஒரு பெண், ஆனால் அழுகுரல் ஆண்குரலில் அல்லவா கேட்கிறது? என்ன எழவோ? சொப்பனத்துல இது எல்லாஞ் சகஜந்தானே?'

இறுதியில் துச்சாதனன் பாஞ்சாலியை எட்டி உதைத்தான். "தொப்" என்ற சப்தத்தோடு பாஞ்சாலி நீருக்குள் விழுந்தாள். ரமணி குழம்பினான்.

‘சொப்பனம்’னாலும் ஒரு நியாய தர்மம் வேண்டாமாய்யா? அரண்மனைல ஏதுய்யா குளம்? தண்ணில பாயிற சத்தமா கேக்கும்?’

அப்போதுதான் உரைத்தது, ‘ஊளையிட்டது பாஞ்சாலியல்ல! பரந்தாமன்!’ “எலேய்... தண்ணில சாடிட்டியா?” வண்டியில் இருந்து எழுந்து ஓடிப்போய் ஆற்றில் குதித்து பரந்தாமனைப் பிடித்து இழுத்து வந்து கரையில் கிடத்தினான்.

‘துக்கத்தில் அழும்போது லேசாகப் புரண்டு படுத்து, நிலாவைப் பார்த்தபடியே அழலாம்!’ என்று எண்ணிய பரந்தாமனை அணைக்கட்டு அணைத்துக் கொண்டதில் மல்லார்ந்து ஆற்றுக்குள் விழுந்திருந்தான். கரையில் கிடந்த பரந்தாமனிடம் ரமணி கேட்டான்.

“இந்த சின்ன விசயத்துக்கெல்லாமா சாவணும்? அதுவும் இந்த ஆத்துல? நாளைக்கி மத்த நாலு மனுசன் இங்க வந்து குளிக்கணுமா, வேண்டாமாடே?” தான் தவறி விழுந்த கதையை பரந்தாமன் சொல்லவே, இருவரும் நடந்து வந்து வண்டியில் ஏறினார்கள்.

பள்ளத்தில் கிடந்த உண்டையன் மெதுவாகக் கண்விழித்தான். உடம்பெல்லாம் வலித்தது. ‘தான் எப்படி இங்கு வந்தோம்?’ என்று குழம்பினான். ‘கடாரம் உருண்டு வந்ததும், பூதம் தன்னை விழுங்க வந்ததும்’ நினைவுக்கு வரவே மெதுவாக எழுந்து ஓட எத்தனித்தான். நல்ல நிலா வெளிச்சம். அப்போதுதான் கவனித்தான். ஒரு பாறை இடுக்கில் சிவப்பு நிறத்தில் ஒரு கண் தன்னைக் கவனித்துக் கொண்டேயிருந்தது.

‘எம்மா... இந்த எழவு பூதம் இன்னுமா போவலை? உண்டையா! நீ இன்னிக்கி செத்த!’ என்றவாறே மயங்கிச் சரிந்தான்.

ரமணியும், பரந்தாமனும் வீட்டை நெருங்கினார்கள். அப்போது மணி இரண்டு.

வீட்டுத்திண்ணையில் அமர்ந்திருந்த வடிவழகி, பக்கத்து வீட்டுக் கோசலையிடம் கேட்டாள்.

“எட்டீ கோசல! காரியந்தெரியுமா ஒனக்கு? வேலப்பனுக்க மொவளுக்கும், கீழத்தெரு கணேசனுக்க மொவனுக்கும் தொடுப்பாமே?”

“இருக்காதா பின்ன? தள்ளய மாதிரி பிள்ளை! மயில மாதிரி பீலி! அம்ம ஒரு சில்லாட்ட! அத மாதிரித்தானே மொவளும் இருப்பா?

வேலப்பனுக்கு அவ கெட்டுப்பட்டு வந்த லெச்சணந்தெரியாதா? செண்டைக்கி ஒரு பக்கம் அடி! நாய்க்கி அங்க அடி! இங்க அடி! த்தூ!" என்றவாறே தூரத்தில் வில்வண்டி வருவதைக் கண்ட கோசலை வடிவழகியிடம் சொன்னாள்.

"யே மைனி! அந்தா பரந்தான் வாரான்!"

இருவரையும் திண்ணையில் கண்ட ரமணி பரந்தாமனிடம் சொன்னான்.

"பாத்தியா மக்கா! புள்ளைய காணாம அன்னந்தண்ணியில்லாம திண்ணையில காத்துக்கெடக்கா ஒங்கம்ம! இப்புடி ஒரு தள்ளை யாருக்குடே கெடைப்பா?"

இதைக்கேட்ட வடிவழகி சொன்னாள், "நா ஒரு மயிறாண்டியயும் தேடலை! வீட்டுல ஒரே கொசுக்கடி! ஒறக்கம் வரல! அதாங் கோசலைய கூப்ட்டு பேசிக்கிட்டிருந்தேன்"

பரந்தாமன் ரமணியைப் பார்த்தான்.

கோசலை கேட்டாள், "யாம் மக்கா! உடுப்பெல்லாம் ஈரமா இருக்கு? குளிச்சியாப்போ?"

"போப்... ப்பு... ப்பு... ப்பு... ப்புண்..."

குளிரில் உதடுகள் உதறிய பரந்தாமனைக் கையமர்த்திய ரமணி கோசலைக்கு பதிலளித்தான் ,

"குளிக்கல... தெரிசனங்கோப்பு முக்குல மழ பெஞ்சில்லா! அதுல நனஞ்சிட்டான்!"

அதற்கு கோசலை, "என்னடே புளுவுக? தெரிசனங்கொப்புல மழ பெஞ்சிருக்கு! அருமநல்லூர்ல பெய்யல...? சரி! அப்போ நீ எப்புடி நனையாம வந்த? வண்டிக்க அடியில படுத்துக் கெடந்தியோ? கிகிகி!" என்று இளித்ததைக் கண்ட ரமணி,

"இப்போ என்ன? நா நனையணும்... அவ்ளோதானே? இந்தா இங்க மழ வந்துரும்... நம்ம ரெண்டுவேரும் சேந்து நனைவமா அத்தே?" என்றான்.

கோசலை, "ம்க்கும்... நெல்லு கிழிஞ்சி சண்டாச்சி, சீல கிழிஞ்சி ரெண்டாச்சி! போடே அங்கன!"

“ராத்திரி மணி ரெண்டாச்சி... சாவப்போற காலத்துல வூட்டுக்குள்ள போயிப் படுத்துத் தூங்காம ரெண்டு பேருஞ்சேந்து ஊர்ப்பாடு பேசுகேளே ஊரைகளா?”

இப்படிச் சொல்லிவிட்டு ரமணி கோசலையிடம் திரும்பி வடிவழகியை கைகாட்டி சொன்னான்.

“எத்தே! அவளுக்கு ஆளு இருந்தும் நாதியில்லாம ஒத்தையில கெடக்கா... ஒனக்குத்தான் மாமன் குத்துக்கல்லு மாதிரி வீட்டுக்குள்ள கெடக்காம்லா? கெட்டிப்புடிச்சிக்கிட்டு படுத்துத் தூங்கலாம்ளா?”

“ஆமா! ஓம்மாமன கெட்டிப்புடிச்சிட்டாலும் கெடந்து தள்ளிருவான்... எலி எவ்வளவு நீட்டும்'னு எங்களுக்குத் தெரியாதா? வந்துட்டான் கொண்டுகிட்டு! போங்களாம்டே அந்தால!”

ரமணி வண்டியை எடுத்துக் கொண்டு வீட்டுக்குப் போனான். பரந்தாமன் வீட்டுக்குள் நுழைந்து படுத்துக் கொண்டான். கோசலையும், வடிவழகியும் எப்போது தூங்கினார்களோ தெரியாது.

விடியப்போகும் இந்த நாளானது தன்னுடைய வாழ்க்கையையே மாற்றிப்போடும் என்பது வீட்டில் உறங்கிய பரந்தாமனுக்கோ, திண்ணையில் உறங்கிய ரமணிக்கோ, பள்ளத்தில் கிடந்த உண்டையனுக்கோ தெரியாமல் அந்த இரவானது ரகசியமாய் உறைந்து கிடந்தது.

காலையில் எழுந்து பார்த்த உண்டையன் அந்த பூதம் இருந்த திசையை நோக்கிப் பார்த்தான். அந்த பாறையிடுக்கில் லேசான மினுமினுப்போடு ‘கல்’ ஒன்று இருந்தது. ஓடிப்போய் அதை எடுத்துப் பார்த்தான். அது என்னவென்று தெரியாவிட்டாலும், அதன் பளபளப்பால் அதைத் தன்னுடைய மடியில் கட்டிக்கொண்டு, மலையிலிருந்து இறங்கத் துவங்கினான். அப்போதுதான் அவன் வழிமாறி வந்தது தெரிந்தது.

தடி ஏற்றி வந்த லாரி ஒன்று உண்டையனின் அருகே வந்து நின்று, அதன் ஓட்டுனர் உண்டையனை தாமாக முன்வந்து வண்டியில் ஏற்றிக் கொண்டு ஊரில் விட்டுவிடுவதாகச் சொன்னார். உண்டையனுக்கு ஆச்சரியமாகப் போனது.

‘என்னடா இது! வண்டிய நிறுத்தச் சொன்னாலும் நிறுத்த மாட்டானுவோ? இவுரு வலிய வந்து கூப்புடுகாரே? என்னான்னு வெளங்கலியே?’ என்று ஒருபக்கம் பயந்தாலும், ‘ஊர் போய்ச்

சேர்ந்தா சரிதான்' என்று நினைத்துக் கொண்டு அமைதியாக இருந்தான்.

வீட்டில் படுத்துக் கிடந்த பரந்தாமனை தெற்கே புல்லடிபுரத்திலிருந்து வந்திருந்த கோயில்பிள்ளை செவுத்தியான் எழுப்பி இவ்வாறு சொன்னார்.

“சாயந்திரம் கோயில்ல மூணு திருமுழுக்கு இருக்கு! ஒரு கொடம் எண்ணெ வேணும்! கோயிலுக்கு குடுத்தனுப்பணுமாம்! சாமியார் சொல்லச் சொன்னாரு! நாம் போறேன்!” என்றவாறே செவுத்தியான் இடத்தைக் காலி செய்தார்.

அப்போதுதான் முந்தின நாள் இரவு உண்டையனை பிருஷ்டத்தில் எத்தி துரத்தி விட்டது பரந்தாமனுக்கு நினைவுக்கு வந்தது.

“அய்யோ! எண்ணைய யாரு கொண்டு போவா?” என்று குழம்பினான் பரந்தாமன்.

அந்த ஊரில் சைக்கிள் மிதிக்கத் தெரிந்த ஒரே பிரகஸ்பதி உண்டையன்தான். பரந்தாமனின் உருவத்துக்கு சைக்கிள் தாங்காது. தாங்கினாலும் ஓட்டத் தெரியாது. ‘ஒரு குடம் எண்ணைக்காக வில்வண்டி பிடிப்பது நஷ்டம்' என்று பரந்தாமன் யோசித்தான். பின்பு வேறு வழியில்லாமல் ரமணியிடம் வில்வண்டி கொண்டு வரச் சொல்லி ஆளனுப்பினான்.

வண்டி வந்தது.

முந்தினநாள் ஆட்டிய எண்ணையை ஒரு குடத்தில் நிரப்பி வண்டியில் ஏற்றிவிட்டு அனுப்ப எத்தனித்தவன், ஒருகணம் யோசித்துவிட்டு வண்டியில் ஏறி கிளம்பச் சொன்னான்.

ரமணி கேட்டான், “என்ன பரந்தாமா! நீயும் வாறியா?”

பரந்தாமன் கடைக்குள் எட்டிப்பார்த்து, “லே மூக்காண்டி! கடைய பாத்துக்கா! தெக்க டவுனு வர போயிட்டு வந்துருகேன்... கல்லாவுல சக்கரம் கொறஞ்சின்னா கைய வெட்டி கக்கத்துல (அக்குள்) வச்சி அனுப்பி வுட்டுருவேன்... மனசிலாச்சா?”

“கைய வெட்டுனா கக்கம் எங்கடே இருக்கும்?” பக்கத்தில் நின்ற உப்பிலி மாமா கேட்டார். அதற்கு பரந்தாமன்,

“கக்கம் இல்லைன்னாலும் கவட்டை இருக்குல்லா?”

வண்டி புறப்பட்டது... ரமணி மறுபடியும் கேட்டான், "என்னடே நீயும் கௌம்பிட்ட?"

"ஆமண்ணே! மனசு ஒரே சஞ்சலமா இருக்குல்லா! அதான் கொஞ்சம் தெக்க டவுனு வரைக்கும் போயிட்டு வந்தா, நேத்து ராத்திரி நடந்த சங்கடம் கொஞ்சம் மாறும்லா? அப்புடியே சரசுதி டாக்கீசுல எதாம் படத்த கிடத்த பாத்துக்கிட்டு, ஒசந்த பிராந்தி ஒரு பாட்டுலு வாங்கிட்டம்னா இன்னிக்கி பாடு கொஞ்சம் ஏந்தலா இருக்கும்ணே!"

"அதுசரி! ஒரு பெரிய திட்டத்தோடதான் வண்டில ஏறிருக்க? சரி கைல சக்கரம் வச்சிருக்கியா?"

"ஆங்... அதெல்லாம் எடுத்தாச்சி! நூறு ரூவா எடுத்துருக்கேன்!"

"அடேயப்பா! அம்புட்டு பணம் எதுக்கு? சில்லற தர மாட்டானுவளே! எப்புடி மாத்துவ?"

"அதெல்லாம் பாத்துக்கிடலாம்... கோயில்ல சில்லற கெடைக்கும்! காணிக்க பெட்டி இருக்கும்லா? சே! இந்த உண்டையம் பயல வேற பத்தி வுட்டுட்டேன்... பாவம் இனி என்ன செய்வானோ?"

"அதெல்லாம் ஒண்ணுமில்லடே! கழுத எங்கவரைக்கும் போவும்! செவம் படித்தொற வர போயிட்டு வந்து நிக்கும்... நாளைக்கி வருவாம்பாரு..."

பரந்தாமன் ரமணியிடம் கேட்டான், "எண்ணே! மொவளுக்கு கலியாணம் நிச்சயம் பண்ணிருக்குல்லா! ஏற்பாடெல்லாம் நடக்கால்லியா? சக்கரத்துக்கு(காசு) என்ன பண்ணுவ!"

ரமணி அசந்து போய் பேசினான். "ஆமா மக்கா! அந்த எடம் நல்ல அமைஞ்சிட்டு... பையன் கிளார்க்கு ஆபீசுல குமஸ்தாவா இருக்கான்... செம்பராம்பூருகாரன்... நல்ல லெச்சனமா இருக்கான்... ஐயாயர் ரூவா ரொக்கமும், பைனஞ்சி பவுனு உருப்படியும் கேக்கா... இந்த வண்டியும் மாட்டையும் அடிச்சிக்கிட்டு நா அவ்வளவு சாதனத்துக்கு எங்க போவெம்டே... அதான் இன்னும் ரெண்டு வருசம் போட்டும்னு வுட்டுட்டேன்..."

"என்னண்ணே சொல்லுத? நல்ல எடம்னா பேசிப் பாப்போம்... நா என்னால முடிஞ்சத செய்யென்... எனக்கும் ஓடம்பொறப்புன்னு யாரு இருக்கா சொல்லு! நீ ஒருத்தந்தான் கூப்பூட்ட நேரமெல்லாம் ஓடியாற! அப்புறம் இந்த உண்டையம்பெய! நீங்க ரெண்டு

பேருந்தானே எனக்குத் தொணா?" இதைச் சொல்லி முடிக்கும் போது பரந்தாமனின் கண்களில் கண்ணீர்... அதைக்கவனித்த ரமணி அவனை ஆறுதல் படுத்தினார்.

"வுடு மக்கா! இதுக்கெல்லாமா அழுவா? எல்லாத்தையும் அந்த கடுக்கர எசக்கியம்ம பாத்துக்கிடுவா! நடக்கதுபோல நடக்கட்டும்!"

பேசிக்கொண்டே போகும் வழியில் உண்டையன் நடந்து எதிரில் வந்து கொண்டிருந்தான். வண்டியை நிறுத்திய ரமணி கேட்டான்...

"ஏல எங்க தூரமா?"

உள்ளே பரந்தாமன் இருந்ததைக் கவனிக்காத உண்டையன் சொன்னான், "நமக்கு வேற எங்க போக்கடி? மில்லுக்குதான் போறேன்..."

"லேய்! நேத்து ராத்திரிதானே பரந்தாமன் ஒன்னய கண்ணுல பாக்கப் புடாதுன்னு சொன்னான்...? நீ மறுவுடியும் அங்க நக்கவா போற...? திரும்பவும் அவங்கிட்டருந்து சவுட்டு வாங்குகதுக்கா?"

"சவுட்டிட்டு போவட்டும்... ஆயிரம் இருந்தாலும் அவென் எங்க அண்ணம்லா...? யா நீ அடிச்சா நா வாங்க மாட்டனா ரெமணியண்ணே? எங்க... என்னய தேடாம பரந்தாண்ணே இருக்கட்டும் பாப்பம்?"

"எலே பரந்தாமா கேட்டியா? இந்த மயிராண்டிய பாக்காம நீ கெடக்க மாட்டியாமே? செவம் சொல்லுகு? செத்த பேவுள்ளை!"

"எண்ணே... நீதான் இருக்கியா? நானும் கோட்டாத்துல கொண்டுபோயி பண்டுவம் பாக்க ரமணியண்ணே எண்ணசெக்கதான் எடுத்துட்டுப் போறானோன்னு நெனச்சேன்!"

"ஏல இந்த ஏடாம்புப் பேச்சிக்கித்தானே நேத்தக்கி வாங்குன? என்னையப் பாத்தா எண்ணச் செக்கு மாறியா தெரியி?" பரந்தாமன் சிரித்தான்.

"எணே! இந்த நாயி ஒன்னய வுட்டுகிட்டு எங்க போவும்? இந்த ஒடம்ப மண்ணு திங்கிற வரைக்கும் ஓங்காலச் சுத்தித்தான் திரிவேன்..."

"கேட்டியா! சாவுக வரைக்கும் ஒந்தாலிய அறுப்பேங்கான்! ஏறு செவமே! தெக்க வரைக்கும் போயிட்டு வருவோம்..." என்றவாறே ரமணி வண்டியைத் தட்டினான்.

பரந்தாமனைக் கண்ட உண்டையன், "எண்ணே என்ன மன்னிச்சிருணே! எல்லாம் அந்தக் கரடிக்கார தா...ளி பாத்த பார்வை!" என்று சொல்லி கண்கலங்கினான்.

பரந்தாமனும், உண்டையனும் கட்டிப் பிடித்து அழுதார்கள். ரமணி அதட்டினான்.

"லேய் உண்டையா! தொட்டிப் பெயல! நானே இப்பத்தான் அவன சமாதானப் படுத்திக் கூட்டியாறேன்... நீ வந்து புளுபுளு'ன்னு ஒப்பாரி வைக்க? பேசாம வாடே செவத்த!"

உண்டையனின் உண்மைப்பெயர் 'உத்தம பாண்டவன்'. ஊர்க்காரர்கள் உத்தமனை தூக்கிப் போட்டுவிட்டு, 'உ'வையும், பாண்டவனையும் சேர்த்துப் பிசைந்து விழுங்கியதில் உத்தமபாண்டவன் 'உண்டையன்' ஆனான்.

உண்டையனுக்கு தாய் தகப்பன் ரெண்டு பேருமே சிறுவயதில் அம்மை நோய் தாக்கி இறந்துவிட்டார்கள். அவனது பாட்டிதான் அவனை வளர்த்தாள். சின்ன வயதிலேயே அவன் வளர்ந்தது எல்லாம் பரந்தாமனின் வீட்டில்தான்... இருவரும் ஒருவரையொருவர் பிரிந்ததேயில்லை. ஆகவே பரந்தாமனுக்கும், உண்டையனுக்கும் அப்படியொரு பந்தம். உண்டையன் குத்து வாங்குவது ஒன்றும் புதியதல்ல... அவன்தன் வாயில் சுக்கிரன் குடியிருப்பதால் வரும் வினைகள் ஏராளம்...

அப்போதுதான் உண்டையன் புது வேட்டியும், சட்டையும் அணிந்திருப்பதை பரந்தாமன் கவனித்தான்,

"எலே என்னா! புது உடுப்பு காரியமெல்லாம்...? என்ன விசேசம்?"

"என்னான்னு தெரிலண்ணே... காலைலேர்ந்து எல்லாமே அதிசயமா நடக்கு! லாரிக்காரன் வலிய வந்து வண்டீல ஏத்துகான்! சாய்ப்பு ஒருத்தர் குடும்பத்தோட வந்து பொண்ணுக்கு நிக்காஹ் வச்சிருக்கேன்! நல்லபடியா வரன் அமைஞ்சா நாலு பேருக்கு சாப்பாடு போட்டு, துணிமணி வாங்கித் தர்றதா பள்ளிவாசல்ல நேச்ச நேந்துருந்தேன்... பிள்ளைக்கி எல்லாம் நல்லபடியா நடந்துருக்கு! இதக் கண்டிப்பா வாங்கிக்கா தம்பின்னு தந்து, சாப்பாடும் போட்டார். என்ன நடக்குனே தெரியல! ஆமா நிக்காஹ்'னா என்னண்ணே!" என்றான்.

ரமணி சொன்னார், "நிக்காஹ்'னா கலியாணம்டே!"

"ஓ கலியாணமா! ரமணியண்ணே! ஒங்க மொவளுக்கு ஒரு வரன் வந்துல்லா? என்னாச்சி?" என்றான். அவனை பரந்தாமன் கையமர்த்தி, "அது பேசி முடிச்சாச்சிடே! நீ மூடிட்டு உக்காரு!" என்றான்.

ரமணியின் முகம் சோர்வாய் இருந்தது.

முந்தின நாள் இரவு கடுக்கரை மலைக்குப் போய், கடாரத்திலிருந்த பூதத்திடம் குத்து வாங்கின கதையை உண்டையனும், அணையிலிருந்து ஆற்றில் விழுந்து பரந்தாமன் புதையல் எடுத்த கதையை ரமணியும் சொன்னார்கள்.

சிரித்துக் கொண்டே வந்ததில் புத்தேரி குளம் வந்துவிட்டது. வண்டியை நிறுத்தச் சொல்லி இறங்கி, கடல் போல அலையடித்துக் கொண்டிருந்த குளத்தில் நீரையள்ளிப் பருகினான் பரந்தாமன். கிழக்குப் பக்கம் பச்சைப் போர்த்திய வயல்வெளியும், தூரத்தில் தெரிந்த கிழக்குத் தொடர்ச்சி மலையையும் பார்த்துக் கொண்டே குளத்து நீர் தொண்டையில் இறங்கியது.

"என்னா ருசி! தண்ணீன்னா நம்மூரு தண்ணீதாம்ணே...!"

வண்டி மீண்டும் புறப்பட்டு வடசேரி மேட்டில் போகும்போது பெரிய தாடி வளர்த்த சந்நியாசி ஒருவர் வண்டியை மறித்து ரமணியிடம் சொன்னார்,

"சிவசிவா...! பெரும் பொக்கிஷத்தைக் கிடைக்கப் பெற்றிருக்கிறீர்கள்! எம்பெருமான் சிவன் அருள் கிட்டட்டும்... சிவாய நமஹ!"

ரமணி பின்னால் திரும்பி இருவரையும் பார்த்துவிட்டு சன்னியாசியிடம் சொன்னார்,

"ரெண்டு புத்து மொளச்ச புடுக்குத்தான் இருக்கு! பொக்கிசம் எங்க சாமி இருக்கு?"

"தேடுங்கள் கண்டடைவீர்கள்! ஓஹ்ம் நமச்சிவாய!" என்றவாறே இவர்கள் வந்த திசையை நோக்கி நடந்து போனார் சன்னியாசி. மூவரும் தங்களுக்குள் மாறிமாறி பார்த்துக் கொண்டார்கள்.

பரந்தாமன் சொன்னான், "இந்த சாமிய எங்கயோ பாத்துருக்கேன்..."

"உடுண்ணே! செவம் வயசாகுல்லா? மாம்பட்டய போட்டுகிட்டு ஒளறுகு!" வண்டி மீண்டும் புறப்பட்டு புல்லடிபுரம் தேவாலயத்தில்

நின்றது. பரந்தாமனின் மனம் லேசானது போல உணர்ந்தான். சாமியார் வெளியே வந்து நின்றார்.

“என்ன பரந்தாமா! நீயே கொண்டாந்துர்க்க? ஏதாவது காரியம் உண்டா?” என்று கேட்டார்.

“ஒண்ணுமில்லீங்க சாமி! ஒங்கள பாத்துட்டுப் போலாம்’னு வந்தேன். மனசு கொஞ்சம் சஞ்சலமா இருக்கு!” என்றவனை சாமியார் ஆலயத்துக்குள் கூட்டிப் போனார். அவனது நெற்றியில் ஜெபமாலை வைத்து அவனுக்காய் ஜெபித்து அவனது நெற்றியில் சாம்பல் தடவி அவனிடம் சொன்னார்.

“எப்பா! நீ கோயில்ல போயி திருநீறு பூசுவல்லா! அதே மாதிரிதான் இதுவும்... தலைல உள்ள நீரை உறிஞ்சி பாரத்தை எறக்கும்... வித்தியாசமா நெனைக்கப் புடாது என்னா?”

பரந்தாமன் சாமியார் சொன்னதை சட்டை செய்யாமல் வேறு ஒருதிசையில் தன்னை மறந்து பார்த்துக் கொண்டிருந்தான்.

‘தேவதைகள் ஒருபோதும் பரந்தாமனை விட்டுவைப்பதில்லை! அவைகள் தன்னை நோக்கி பரந்தாமனை வரவழைக்கும் வல்லமை பெற்றவர்களாயிருப்பதால்தான் அவர்களின் பெயர் தேவதைகள் ஆயின!’

ஃபாதர் அவன் பார்த்த திசையில் பார்த்தார். அங்கே ஏலியாள் நடந்து போய்க்கொண்டிருந்தாள். வெளியில் கூம்பு ஒலிபெருக்கியில் ஒரு பாடல் ஒலித்துக் கொண்டிருந்தது.

“கேளுங்கள் தரப்படும்! தட்டுங்கள் திறக்கப் படும்! கேளுங்கள் கிடைக்குமென்றார்! ஏசு கேளுங்கள் கிடைக்குமென்றார்!”

பரந்தாமன் சடாரென பாதரிடம் கேட்டான், “சாமி! எனக்கு ஒங்ககிட்ட கேக்கலாமா என்னான்னு தெரியல... அந்த பொண்ண எனக்குக் கெட்டித் தருவாங்களா சாமி?”

பாதிரியார் பதறிவிட்டார்.

“என்னப்பா சொல்லுக? நீ வேற்று சாதிக்காரன், வேற்று மதம் வேற? ஒங்க பழக்க வழக்கம் வேற... நீ எப்புடி???? இங்க கலியாணம் பண்ணணும்னா, ஞானஸ்நானம் எடுக்கணும், புது நன்மை வாங்கணும்! நடக்கக் கூடிய காரியமா? சொல்லு!”

"சாமி என்ன வேணும்னாலும் நா வாங்குகேன்... இவதான் எனக்கு பொண்டாட்டி!"

பாதிரியார் மறுபடியும் பதறினார்,

"அந்த பொண்ணு பேரு ஏலியாள்... கொஞ்சம் பாவப்பட்ட பொண்ணு! இப்பத்தக்கி அவள கெட்டிக் குடுக்கணும்னா அவுங்க வீட்டுல வசதி இருக்கான்னு தெரியல..."

"வசதியொண்ணும் வேண்டாம் சாமி! அந்தப் பொண்ண மட்டும் கெட்டித் தந்தா போதும்... தங்கத் தாம்பாளத்துல வச்சித் தாங்குவேன்... எங்கூட்டுல கரண்டு இருக்கு, வில்வண்டி இருக்கு! ரெண்டு எண்ணச் செக்கு இருக்கு! தோப்பு தொரவுன்னு எந்தக் கொறயுங் கெடையாது..."

பாதிரியார் யோசித்தார். "சரி! நா அந்த புள்ள வீட்டுல பேசுகென்... நீ நாளைக்கி வா! ஆலோசிப்போம்... இப்போதைக்கி அந்த எண்ணைக் கொடத்த எறக்கி வச்சிட்டு போ! காசு செவுத்தியாங்கிட்ட குடுத்து விட்டனே? தந்தானா?"

"இல்ல சாமி பரவால்ல!"

"செவத்துப்பயல் செவுத்தியானோட பெரும்பாடு! உடுத்த துணி ஓர்மை கிடையாது... சரி நாளைக்கி வாங்கிக்கா!"

பரந்தாமன் உற்சாகமாக வெளியே வந்தான். ரமணியும், உண்டையனும் உள்ளே நடந்த விஷயத்தைக் கேட்டு ஆச்சர்யப்பட்டார்கள்.

"என்னண்ணே சொல்லுக? வேதக்காரப் புள்ளையா? ஒங்கம்ம சம்மதிப்பாளா?"

"அவ சம்மதிக்கது கெடக்கட்டும்... பொண்ணுக்க அம்ம சம்மதிக்கணும்லா? என்ன சாதி? என்ன மதம்னா என்ன? புடிச்சிருக்குன்னா தாலிய கெட்டி கூட்டிட்டுப் போயிர வேண்டியதான்..." என்றான் ரமணி.

"எதானாலும் ஒரு கை பாத்துரனும்ணே! இப்புடி ஒரு புள்ளைய எனக்க ஆயிசுல பாத்ததில்லண்ணே!" பரந்தாமன் வானில் பறந்தான்...

'ஏலியா.....வ்............'

சரஸ்வதி தியேட்டரில் டிக்கெட் எடுத்துக் கொண்டு போய் அமர்ந்தார்கள். திரை முழுக்க ஏலியாக்களே உலாவினார்கள்.

"எண்ணே அங்க பாரு! ஏலியா மீச வரஞ்சிக்கிட்டு வாரரா!" பரந்தாமன் கத்தினான்.

"எலே... அது எம்ஜியாருடே... மூஞ்சில பவுடர் நெறைய போட்டுருக்காரு..."

பரந்தாமனுக்கு ஏமாற்றமாகிப் போனது. வழியெல்லாம் ஏலியாளின் முகமே முன்வந்து நின்றது. படம் முடிந்து வடசேரி மேடு வரும்வரைக்கும் கிட்டத்தட்ட நாப்பது ஏலியாள்கள் பரந்தாமனைக் கடந்து போனார்கள். வண்டியை நிறுத்தி உயர்தர மதுவகைகள் கொள்முதல் செய்யப்பட்டன.

பரந்தாமன் ரமணியிடம் கேட்டான், "எண்ணோ! நாளைக்கி சாமியாரு என்ன சொல்லுவாருன்னு நெனைக்கியோ?" குரலில் ஒரு கலக்கம் இருந்தது.

"அதெல்லா ஒண்ணுஞ் சொல்ல மாட்டாருடே... அன்னு கண்டத நின்னு நக்கிரணும்'னு நெனைக்காத... இன்னிக்கித்தானே பாத்த அந்த மூஞ்சிய? அதுக்குள்ள என்ன வேவலாதி? இரு நாளைக்கி போய் சாமியாரை பாத்து விசாரிப்போம்... இல்லைன்னா அந்த புள்ளை வீட்டுக்கு போய் கேட்டுப் பாப்போம்..."

"எண்ணே! நீ போய் கேப்பியாண்ணே? எனக்கு ஒன்னய வுட்டா யாருண்ணே இருக்கா?"

ரமணி ஆமோதித்து தலையசைத்தான்.

'ஹூம்... கருமத்துல கொறை! மறந்து வந்தா மாரியம்மா! பறந்து வந்தா மேரியம்மா! ஒரு நாள்ல இப்புடி ஆயிட்டானே அண்ணன்!' உண்டையன் தலையிலடித்துக் கொண்டான்.

வில்வண்டி ஊர் வந்து சேர்ந்து வீட்டின் முன் வந்து நின்றது. காலையில் பார்த்த தாடி வைத்த சாமியார் திண்ணையில் கட்டணக்கால் போட்டு படுத்திருந்தார். வீட்டுக்குள்ளே வடிவழகி கூப்பாடு போட்டுக் கொண்டிருந்தாள். பரந்தாமன் வடிவழகியை விசாரித்தான்.

"எவம்னே தெரியல... காலைலேர்ந்து வீட்டுமுன்னால ஒக்காந்துட்டு என்னவெல்லாமோ ஒளறுகான்! அவன யார்னு நீயே கேளு! சொல்லுவான்... எனக்கு ஆளு சரியா புடி கெடைக்கல... செவத்து

பயலுவோ நமக்குன்னு வந்து சேருகானுவோ பாரு தாடியுங் கீடியுமா!"

பரந்தாமன் அந்த சந்நியாசியிடம் விசாரித்தான், "யாரய்யா நீங்க? காலையில ஒங்கள வழியில பாத்தோம்... இப்ப எங்கூட்டு வாசல்ல வந்து படுத்துருக்கீங்க?"

சந்நியாசி பரந்தாமனைப் பார்த்து ஒரு பெருமூச்சு விட்டபடி சொன்னார்,

"எம்மூலம் சிவம்பெற்று சீவன் வளர்த்து, சிவனிடமே யார் என்ற கேள்வியா அற்ப நரனே?"

'என்ன எழவ சொல்லுகான் கெழவன்?' ரமணியும், உண்டையனும் குழம்பி நின்றார்கள். பரந்தாமன் பின்பக்கம் திரும்பி இருவரையும் அதே குழப்பத்துடன் பார்த்தான். மீண்டும் சந்நியாசியிடம், "சாமி நீங்க சொன்னது புரியலை..."

"அடியார்க்கு அன்னம் எடுத்து வந்து வடக்கு வீட்டூல வையடா! வையத்துல வம்பாய்ப் பிறந்த சண்டாளப் பரந்தாமா! உன்தாய் வடிவழகியிடம் கேள்! நான் யாரெனச் சொல்லுவாள்!"

"சாமி! எங்கம்மைக்க பேரு ஒங்களுக்கெப்படி தெரியும்...?" அதிர்ந்தான் பரந்தாமன்.

உள்ளேயிருந்து வடிவழகியின் கதறல் சத்தம் கேட்டது,

"ஏல பரந்தா... வந்துருக்கது ஒங்கப்பம்லே... வடக்கு வூட்டுல ஒக்காந்து சுப்புரமணியும், ஒங்கப்பனும் மட்டுந்தான் சாப்புடுவானுவோ! உள்ள ஓடியாந்துரு! கடிச்சி வச்சிருவான்!"

சுப்பிரமணி என்பது சிதம்பரநாதன் வளர்த்த நாய்.

ஆம்! வெளியே உட்கார்ந்திருந்தது சாட்சாத் பத்து வருடங்களுக்கு முன்பு ஓடிப்போன சிதம்பரநாதனேதான்...

பக்கத்து வீட்டிலிருந்து பார்த்துக் கொண்டிருந்த ராமசுப்பு கேட்டார், "யாருடே! சிதம்பரநாதனா?"

"இல்லை... ஸ்ரீல ஸ்ரீ சிவசிதம்பர நாத அடியார்"

"ஆமா சிவசிதம்பரநாதன்... பேரு மயித்துக்கொண்ணும் கொறச்சலில்ல இத்தன நாளு எங்க நக்க போனாம்னு கேளு..." என்று கொதித்தாள் வடிவழகி.

எல்லாக் கூத்தையும் பார்த்தபடி தெருவே ‘ஙே’ என்றபடி நின்றது.

‘இது என்னடா புது வம்பா இருக்கே... காலையில இந்தாளு சொன்ன பொக்கிசம் இதானா?’ பரந்தாமன் துவண்டு போனான்.

“எப்பா! நல்லா இருக்கியா? நீதானா? எதுக்கு மூஞ்சிபூரா பொதரு கணக்கா முடிய வளத்து வச்சிருக்க? என்னாச்சி ஒனக்கு?”

“எனக்கொன்றுமில்லை எளியவனே! ‘அப்பா நொப்பா’ என்றெல்லாம் அழைக்க வேண்டியதில்லை... அடியார் என்றழைக்க வேண்டும்... புரிகிறதா?”

பரந்தாமன் வெறுமனே தலையாட்டிவிட்டு, சாப்பாட்டை போட்டு கொண்டு போய் வடக்கு வீட்டில் வைத்தான். ‘ஸ்ரீல ஸ்ரீ சிவசிதம்பர நாத அடியார்’ வடக்கு வீட்டில் சாப்பிட்டு விட்டு நித்திரையானார்.

ரமணி, பரந்தாமன், உண்டையன் மூவருமாக சேர்ந்து அணைக்கரையில் சோகமே உருவாக அமர்ந்திருந்தார்கள். வாங்கி வந்த குப்பிகள் மூவரின் முன்பாக ‘ஏசப்பா’ என்று உட்கார்ந்திருந்தது.

“என்னண்ணே இது புது எழவா இருக்கு...? சை!”

பரந்தாமன் சலித்துக் கொண்டான்.

“உடுடே! ஒங்கப்பா திரும்பி வந்துருக்கார், அவ்வளவுதான்... இதுக்குப் போயி தலைய தொங்கப் போடுக...? கடைசி காலம்...! ஒன்னய நம்பி வந்துருக்காரு... மொகங் கோணாம, நல்ல படியா பாத்துக்கா...!”

“ஏற்கனவே அந்தாளு பைத்தியாரம் மாதிரித்தான் பேசுவான்... இப்ப என்னவோ வந்து சிவன், அடிகள்னு சொல்லுகானே? பேதீல போவான்!”

உண்டையன் இடைமறித்து, “எண்ணே! குப்பிய பொட்டிக்கவா? அன்னத்தையுந் தண்ணியையும் ரெம்ப நேரங் காக்க வெக்கப் புடாது...”

ரமணி கடுப்பானான், “தாயளி இங்க என்ன பேசிட்டிருக்கோம்... நீ தண்ணி கிண்ணிங்க? மொண்ண கூயாளுத!”

“அவன உடுண்ணே! லே ஊத்துல உண்டையா! ரெண்டண்ணம் ஏந்துனாதான் சரிப்படும்...”

மூவரும் சேர்ந்து பானமுற்றார்கள்... இந்த ரகளையில் மறந்து போன ஏலியாள், ஒரு ரவுண்டு வயிற்றுக்குள் புகுந்ததும் பரந்தாமனின் மனதுக்குள் வந்து அமர்ந்தாள்.

“எண்ணே! நாளைக்கி சாமியாராப் பாக்கப் போவணும்! காலைல நேரத்துக்கு வந்துரு... தூங்கீறாத!”

ரமணி தன்னை மறந்து சிரித்தார்... “ரெண்டு சாமியாருமாரு கெடந்து ஒன்னய படுத்துக பாடு...? பாத்தியா பரந்தாமா?”

மூன்று பேரும் விழுந்து விழுந்து சிரித்தார்கள்.

ரமணி வீட்டிற்கு சென்று உறங்கப் போனான். பரந்தாமன் ஏலியாளின் அந்த ஒருநொடிப் பார்வை தந்த நினைவுகளோடு படுக்கையில் மல்லார்ந்து விட்டத்தை வெறித்த படி கிடந்தான்.

ஒரு திகில் நிறைந்த ராத்திரியை கடக்கப் போவது தெரியாமல் தன்னுடைய வீட்டுக்கதவைத் திறந்த உண்டையனுக்கு ஒரு அதிர்ச்சி காத்திருந்தது. அங்கே ஒரு ஒற்றைக்கண் இவனைப் பார்த்தபடியே இருந்தது. அதிர்ச்சியில் உறைந்த உண்டையன் மெதுவாக ஒரு மூலையில் சென்று குத்த வைத்தபடியே இரவு முழுவதும் உறங்காமல் உட்கார்ந்திருந்தான்.

விடிந்து விட்டது. அதிகாலை ஐந்து மணிக்கெல்லாம் பரந்தாமனின் வீட்டின் முன் “ஓஹ்ம் நமச்சிவாயம்” என்ற ஒலி கேட்டது. அடித்துப் பிடித்து எழுந்த வடிவழகி சொன்னாள்.

“இது இன்னுமா இங்கனக்குள்ள லாந்திட்டு கெடக்கு?”

அப்போதுதான் பரந்தாமன் காலையிலேயே குளித்து, புதுத் துணி உடுத்தி நடமாடியதைக் கண்டாள் வடிவழகி.

“எலே என்னா? புதுசா இருக்கு? எங்கடே பொறப்பாடு? அதுவும் விடியக்காலைல?”

“கோட்டாத்துக்கு பொண்ணு பாக்கப் போறேன்...”

வடிவழகி வெடித்துச் சிரித்தாள். “என்னத்தடே கெடந்து ஒளருக? ராத்திரி ஊத்துனது தெளியல்லியா?”

“உண்மைக்கி பொண்ணுதாம் பாக்கப் போறோம்... கூட உண்டையனும், ரமணியண்ணனும் வாராவோ!”

“என்னடே எங்கிட்ட கூட ஒரு வார்த்த சொல்லல? யாது பொண்ணு? என்ன சாதி? எந்த ஊரு? கொலங் கோத்திரம் என்னா?” வடிவழகி கொதித்தாள்.

வெளியிலிருந்து ஒரு குரல் கேட்டது.

“அன்பே சிவன்...! அன்பே இறை! மனிதப் பிண்டங்களுள் ஏது சாதிப் பிழைகள்...? மனிதரை மனிதரென்று சொல்வோர் மாண்புடையார்... சாதி பிரிப்பார் மனிதரால்லாத பதர்கள்தாம்... உடலுக்குள் இருந்தால் சிவம்! வெளியேறினால் நீ ஒரு சவம்! அதற்கப்பால் ஏது சாதி?”

சிதம்பரநாதனேதான்...

வடிவழகி சத்தம் போட்டாள். “நீரு கொஞ்சம் சும்மா கெடாக்கீரா ஓய்? பத்து வருசமா ஊர பொறக்கிட்டு இன்னிக்கி வந்து வியாக்கியானம் பேசுகீறா?”

“உலகத்தைப் புரிந்து கொள்ளச் சென்றேனடி அற்ப நரப்பதரே!”

பரந்தாமனிடம் கேட்டாள், “எலே நீ சொல்லு! எந்தப் பொண்ணு? எந்த ஊரு? மத்த வெவரம் எல்லாத்தையும் சொல்லிட்டு இந்த நடையத் தாண்டிப் போ! இல்லியோ? சாய்ங்காலம் திரும்பி வரும்போ எனக்க சவந்தான் வீட்டுல கெடக்கும்...”

“மனதில் சிவனற்ற சவம் வீட்டுக்குள் கிடந்தாலென்ன? மரத்தின் மேல் கிடந்தாலென்ன? சவமே?” சிதம்பரநாதனின் உலகவாய் கிடந்து விளையாண்டது.

வடிவழகி கோபத்தில் கத்தினாள், “சோத்துல வெசம் வச்சிருவேன்... ஓடிரும்...”

“அந்த ‘விடம்’ எனக்கு முக்தியைத் தருமாயின் அதுவே எனது அமிர்தம் தேவி!”

வடிவழகிக்கு நாக்கில் நீர் வற்றிப் போனது. பரந்தாமன் கொஞ்சம் ஆசுவாசப் படுத்தினான். “யம்மோ! நீ கெடந்து காலையிலயே கூப்பாடு போடாத! நேத்து எண்ண கொண்டு போன எடத்துல ஒரு பிள்ளைய பாத்தேன்... அவ ஒன்ன மாதிரியே அழகும்மா!”

“வாலிபமும், வனப்பும் மாயை மகனே! அன்பற்ற உன் அன்னையிடம் என்ன அழகைக் கண்டாய் அரைப் பரந்தாமா? மெய்க்கண் திறந்து பார்! ஊனக் கண்ணனே!”

சிதம்பரநாதனின் நாவுகள் கட்டுக்குள் வராமல் கிடந்து தெறித்தது. “எப்பா! நீ சும்மா கெடப்பியா? நைநைன்னுக்கிட்டு கெடக்க? செர மயிரா இருக்கு!” பரந்தாமன் சிதம்பரநாதனைத் தன் வாயால் கட்டினான்.

“எம்மா! அவ பாக்க அசப்புல ஒன்னய மாதிரியே இருந்தா! எனக்கு அவள ரொம்ப புடிச்சிட்டு...”

தன்னை ‘அழகி’ என்று சொன்னதால் வடிவழகிக்கு வெட்கம் வந்து விட்டது. அவளது வெட்கத்தைக் கண்ட சிதம்பரநாதனுக்கு சிரிப்பு பொத்துக் கொண்டு வந்தது. பரந்தாமன் தொடர்ந்தான். அதான் அந்த பாதர்கிட்ட அவ வீட்டுல கேக்கச் சொல்லிருக்கேன்...

“என்னாது வேதக்கார புள்ளையா?” வடிவழகி அதிர்ந்தாள்.

“எது வேதமென்று தெரியுமா கூவையே?” வேதமென்றால் அன்பைப் போதிப்பது!” சிதம்பரநாதன் கொந்தளித்தார்.

வடிவழகி அவரை சட்டை செய்யவில்லை. “அந்தப் புள்ளைக்க தெய்வம் வேற! நாம கும்புடுக தெய்வம் வேற! அவ நமக்கு செரியா வருவாளா?” என்று வடிவழகி சொல்லவும், திண்ணையிலிருந்த சிதம்பரநாதன் எழுந்து வீட்டிற்குள் வந்து பரந்தாமனிடம்,

“என்ன? வேறு வேறு தெய்வங்களா? இறைக்கு உருவென்பார்! இறைவனை அறியார்! இறையென்பது அன்பு! அன்பை உணர முடியும்... கண்ணால் காண முடியாது! அதுபோன்றதுதான் கடவுளும்! அப்படி நீ கண்ணால் காணும் அன்பு, அன்பாய் இருக்க முடியாது மகனே!”

“நா இருக்க வெப்ராளத்துல கைல கெடச்சத தூக்கி மண்டைல எறிஞ்சிறுவேன்... ஒங்கப்பன வெளிய போவச் சொல்லு!” வடிவழகி கோபமானாள்.

பரந்தாமனுக்கு என்ன சொல்வதென்றே தெரியவில்லை. பத்து வருசமா கூட இருக்குற அம்மைய திட்டவா? பத்து வருசங்கழிச்சி வந்துருக்குற அப்பன வெளிய போகச் சொல்லவா? விக்கித்து நின்றான்.

சிதம்பரநாதன் பரந்தாமனிடம் வந்து தன்னுடைய இடுப்பிலிருந்த ஒரு பொட்டலத்தைப் பிரித்து கொஞ்சம் விபூதியை எடுத்து அவனது நெற்றியில் பூசி விட்டுச் சொன்னார்.

"மகனே! இந்த உலகத்தை உனது ஊனக்கண்ணால் காணாதே! உன் மெய்யெனும் ஆன்மாவின் கண் கொண்டு பார்... உலகைக் காண்பாய்... கடவுள் ஒன்றுதான்! அன்புதான் கடவுள்... நீ படித்த வேதங்களின் நிமித்தம் கடவுளை அளப்பாயானால் உன்னைப் போல ஒரு மூடன் இவ்வுலகில் பிறக்காதிருத்தல் நலமாக இருந்திருக்கும்... நீ கண்ட பெண்ணிடம் அன்பிருக்கும்... அவள்தான் உனக்கானவள்! தைரியமாகப் போ! அவள் உனக்காகக் காத்திருக்கிறாள்... போய் அவளை அழைத்து வா!" என்று சொல்லிக்கொண்டே புழக்கடையிலிருந்த கிணற்றுக்குச் சென்ற சிதம்பரநாத அடியார் சொன்னார்,

"எட்டீ வடிவாத்தா! தண்ணிய கோரி தா! குளிச்சிட்டு போய் என் அப்பன் சிவனுக்கு பதினோரு வில்வ இலைய வைக்கணும்... பத்து வருசத்துக்கு முன்னால பாத்தா மாதிரியே இருக்கா செவத்துமூதி! ஒரு மாற்றம் இல்லை... சை!" என்று சலித்துக் கொண்டார்.

பரந்தாமனும், வடிவழகியும் வாயடைத்துப் போய் நின்றார்கள். வாசலில் ரமணியின் வில்வண்டி வந்து நின்றது. பரந்தாமன் கிளம்பினான்.

"என்னண்ணே இந்த உண்டையன்ன இன்னும் காணலயே?"

"போற வழியில ஏத்திக்கிட்டு போயிடலாம்... வந்து வண்டில ஏறு!"

வடிவழகி வாசலில் வந்து ரமணியிடம் கேட்டாள். "எடே ரெமணி! இந்த பய என்னத்தயோ சொல்லுகானே! என்ன காரியம்?"

"அது ஒண்ணுல்ல பெரிம்ம... போயிட்டு வந்து பேசிக்கிடலாம்... எல்லா நல்ல காரியந்தான்..."

வண்டி கிளம்பியது... எதிரில் உண்டையன் ஓடி வந்தான்.

"எண்ணே! வண்டிய நிறுத்து..."

மூச்சு வாங்கியது.

"என்னலே விசேசம்? பேயக் கண்டது மாதிரி ஓடி வாற?"

உண்டையன் வந்து ஏறிக்கொண்டு துணிக்குள் சுற்றி வைத்திருந்த ஒரு கல்லைக் காட்டினான். அந்தக் கல் பளபளவென பிரகாசித்து ஒளி வீசியது. ரமணியின் கண்கள் உருண்டன... உண்டையன் காட்டிலிருந்து கல்லை எடுத்து வந்த கதையையும், ராத்திரி அதைக்கண்டு பயந்து தூங்காமல் இருந்ததையும் சொன்னான்.

“இது சாதாரண கல் இல்ல, பத்திரமா மடிக்குள்ள வச்சிக்கா! டவுனுல போய் பாத்துக்கிடலாம்.”

வண்டி நேராக கோட்டாறு தாண்டி புல்லடிபுரத்து தேவாலயத்தின் முன்பாக நின்றது. பரந்தாமன் நேராக நடந்து சாமியாரின் அறைக்குச் சென்றான். அங்கு சாமியார் ஜெபித்துக் கொண்டிருந்தார். வெளியே காத்திருந்து சிறிது நேரத்தில் சாமியார் வந்தார்.

“வா பரந்தாமா! என்ன விசேசம்?”

பரந்தாமன் அதிர்ந்தான், “என்ன ஐய்யா இப்புடி கேட்டுட்டீங்க? அந்த பொண்ணு ஏலியா?” என்று இழுத்தான்.

“ஓ அதுதான் காரியமா? எங்கூட வா...” என்றவாறே பாதிரியார் பரந்தாமனைக் கூட்டிக் கொண்டு நடந்தார். இருவரும் ஒரு வீட்டின் முன்பு சென்று நின்றார்கள். பாதிரியார் வெளியே நின்று கூப்பிட்டார்.

“பாஸ்கரி...! உள்ள வரலாமா?”

உள்ளே இருந்து ஒரு பெண்மணி வெளியே வந்தாள்... “ஆ... ஐயோ! ஃபாதர் நீங்களா? உள்ள வாங்க!” என்று பரபரப்பாக நின்றாள். இருவரும் உள்ளே நுழைந்து பாய் போடப்பட்டு அமர்ந்தார்கள்.

ஏலியாளின் தாய் பாஸ்கரி கேட்டாள், “என்ன ஃபாதர் திடீர்னு வந்துருக்கீய? ஏதாது விசேசம் உண்டுமா?”

“விசேசந்தான்... நீ உக்காருமா மொத! இந்த பையம்பேரு பரந்தாமன், அருமநல்லூர்ல எண்ணக்கட வச்சிருக்கான், ஒத்தக்கி ஒரு பையன், வீடு, கக்கூசு, கரெண்டு வசதியெல்லாம் உண்டு, நேத்து கோயிலுக்கு எண்ண கொண்டு வரும்போ நம்ம ஏலியாள பாத்ததும் புடிச்சிப் போயி என்கிட்ட கேட்டான். பையனுக்க சீர் தெரிஞ்சதால நாங்கூட்டிட்டு வந்தேன்! இப்போதைக்கி மகள கெட்டிக் குடுக்குற மாதிரி ஏதாவது எண்ணம் இருக்கா?”

பாஸ்கரி பதறிப்போனாள், “ஐய்யா! நீங்க சொன்னா நாங்க செய்யாம இருப்பமா? ஆனா, அவுக ஐயங்கிட்ட ஒரு வார்த்த

கேட்டுக்கிடலாமே? வெள்ளன வெளிய போன மனுசன் இப்ப வந்துருவாவ... செத்தநேரம் உக்காருங்க... காப்பி வைக்கேன்!"

என்று சொல்லியபடியே அடுக்களைக்குள் புகுந்தாள். பரந்தாமன் தவித்துக் கொண்டிருந்தான். 'அவுக அப்பா என்ன சொல்லுகாரோ கடவுளே?'

அப்போது வெளியிலிருந்து ஒருவர் உள்ளே நுழைந்து ஃபாதரைக் கண்டு வணங்கினார். அவர்தான் ஏலியாளின் தகப்பன் ஜேம்சு. பாதிரியார் விஷயத்தைச் சொன்னார். முதலில் கொஞ்சம் நெளிந்த ஜேம்சு சொன்னார்.

"சாமி! நமக்கு இப்ப அவள கெட்டிக்குடுக்க வசதிப்படாது... ரெண்டாவது காரியம், புள்ள படிச்சொண்டிருக்கா! அவளுக்கு படிப்புதா முக்கியம்... எம்புள்ள நல்லா படிச்சி, மேல வரணும் சாமி!"

பரந்தாமன் படாரென, "நீங்க எதுவுங் குடுக்காண்டாம், நானே நகநட்டெல்லாம் போட்டு கெட்டிக்கிடுகென்... நானே படிக்கவும் வைக்கிறேன்'னு சொல்லுங்க ஃபாதர்!"

ஃபாதர் பரந்தாமனைக் கையமர்த்தினார். 'கொதிக்காதடே!'

ஜேம்சு தொடர்ந்தார், "சாமி! நீங்க சொல்லுகத கேட்டு, அந்த தம்பி சொன்னது மாதிரி வெறுங்கையோட நா எம்புள்ளைய கெட்டிகுடுத்தாலும், நாளைக்கி பின்ன ஒண்ணும் இல்லாம வந்தவன்னு எம்புள்ளய கொற சொல்லீரப்புடாதுல்லா?"

ஃபாதர் சொன்னார், "என்னய நம்பு ஜேம்சு! எங்கையில கொஞ்சம் காசு இருக்கு! எனக்கென்ன புள்ளயா? குட்டியா? எம்புள்ளைக்கி நாஞ்செஞ்சதா நெனைச்சி அதத் தாறேன்... தைரியமா நடத்து! நாம்பொறுப்பு!"

பாதிரியார் நம்பிக்கையாகச் சொல்லவே ஜேம்சு தன் மகளிடம் ஒரு வார்த்தை கேட்டுவிட்டு சொல்வதாகக் கூறினார்.

பரந்தாமன் ஃபாதரிடம், "என்ன சாமி! பொண்ணுகிட்ட சம்மதங் கேக்கணுமா?"

ஃபாதர் பரந்தாமனிடம் அமைதியாக பதிலளித்தார், "உனக்க வயசு எத்தனடே?"

"இருவத்தொம்பது!"

ஒனக்கு ஏன் இன்னும் கலியாணம் ஆவலைன்னு இப்போ புரியிதா? அந்தப் பொண்ணுகிட்ட கேக்காம எப்புடி கலியாணம் பண்ணுறது?

இல்ல சாமி! எங்கம்மக்கி கலியாணம் பண்ணும்போதெல்லாம் யாரும் என்ன ஏதுன்னு ஒரு வார்த்த கூட கேக்காமலே எங்கப்பனுக்கு கெட்டிக் குடுத்துட்டாகளாம்...

"ஓங்கப்பா இப்போ எங்க இருக்காரு?"

"நேத்துதான் காசில இருந்து வந்தாரு!"

"அடேங்கப்பா! காசிக்கு எப்ப போனாரு?"

"பத்து வருசத்துக்க முன்னால..."

"ஓங்கப்பா எதுக்கு காசிக்கு போனாருன்னு புரியிதா?"

"நே..."

"ஓங்கிட்ட கேக்காம ஓங்'கைய வெட்ட முடியுமா பரந்தாமா?"

"முடியாது சாமி!"

"அதுமாதிரிதான் ஒரு பொண்ணுகிட்ட, அவளோட சம்மதம் கேக்காம, அவளுக்கு தெரியாத ஒருவனை, அவளுக்குக் கட்டி வைக்க முடியாது. வாய மூடிக்கிட்டு பேசாம இருக்கணும்... வெளங்கிச்சா?"

கொஞ்ச நேரத்தில் ஏலியாள் சம்மதம் சொன்ன சேதி வந்தது. பரந்தாமனுக்குக் கையும் ஓடவில்லை, காலும் ஓடவில்லை... ஃபாதருக்கு நன்றி சொன்னான்.

ஃபாதர் சொன்னார், "சபைக்கென்று சில சட்டதிட்டங்கள் உண்டு! மொதல்ல திருமுழுக்கு வாங்கணும்! அப்புறம் புதுநன்மை வாங்கணும்! கலியாண கிளாசு உண்டு..."

"கண்ணாடி கிளாசா சாமி?"

"கலியாண வகுப்புடே!"

"சரிங்க சாமி!"

"நா எல்லா ஏற்பாட்டையும் செய்யேன்! நீ போயிட்டு வா!" என்றார் ஃபாதர். உண்டையனும், ரமணியும் மகிழ்ந்து போனார்கள். ரமணி

நேராக முருகேசன் ஆசாரியின் தங்கப்பட்டறைக்குச் சென்றார்கள். தாலி செய்வது குறித்து விசாரிக்க ஏற்பாடு.

உண்டையனின் கையிலிருந்த கல்லை எடுத்து ஆசாரியிடம் காண்பித்தான் ரமணி. அதன் ஒளியைப் பார்த்து மிரண்டு போனார் ஆசாரி.

"இத எங்க கெடந்துடே எடுத்தியோ?"

உண்டையன் சொன்னான், "கெடாரத்துலருந்து எடுத்தேன்..."

"என்னது கெடாரமா? அதெல்லாம் நெசமா என்ன?" ஆசாரி ஆச்சர்யப்பட்டுப் போனார். மேலும் "அது ஒரு விலை மதிக்க முடியாத சிவப்பு புஷ்பராகக்கல், இது உலகில் எளிதாகக் கிடைக்காது. இதை விற்றாலே பல்லாயிரக்கணக்கான பணம் கிடைக்கும்" என்று சொன்னார்.

மூவரின் கண்களும் விரிந்தன...

உண்டையன் கேட்டான், "இத வித்துக்குடுக்க முடியுமா ஆசாரியண்ணே?"

"இந்தக்கல்ல வாங்குற அளவுக்கு பவுசு இங்க யாருக்கும் கெடையாது... நா வேணும்னா யாவாரி ஒருத்தர் இருக்காரு! அவுருகிட்ட கேட்டு சொல்லுகேன்! அதுவரைக்கும் இந்தக் கல்ல பத்திரமா வச்சிக்குங்க!" என்று சொல்லி வழியனுப்பினார்.

மூவரும் ஊர் திரும்பினார்கள். பரந்தாமன் வீட்டில் 'திருமுழுக்கு, புதுநன்மை' என்று என்னவெல்லாமோ சொல்லிப்பார்த்தான். வடிவழகி வெடித்தாள். சிதம்பரநாதன் "சிவன்வழி எம்வழி", "அன்பே சிவம்" என்று சொல்லிவிட்டார்.

பரந்தாமன் அலட்டிக் கொள்ளவேயில்லை, "இத்தன நாளூ ஒத்தைல கெடக்கும்போது எகத்தாளமா பேசுன வாயிதானே இது? ஒண்ணு நீயாவது ஒரு பொண்ண பாத்துருக்கணும்? இப்போ நா பாத்த பொண்ண வேண்டாம்னு சொல்லுக... இஷ்டம் இருந்தா வந்து நின்னு நடத்தி வையி! இல்லைனா நீ ஒதுங்கிக்கா!" என்று வடிவழகியிடம் சொல்லிவிட்டான்.

திடீரென சிதம்பரநாதன் சொன்னார், "உனக்கு ஆட்சேபனையில்லை என்றால் நீயும் என்னோடு வடக்கு வீட்டில் தாங்கிக்கொள்ளலாம் பார்வதி தேவி!"

“இருக்க கோவத்துல மூஞ்சில கங்கள்ளி வீசிப்புடுவெம் பாத்துக்காரும்...”

திருமுழுக்கு எடுத்தாகி விட்டது...

புதுநன்மை வாங்கியாகி விட்டது...

கல்யாண நாளும் வந்தது...

காலையிலேயே புது வேட்டி, சட்டையோடு பரந்தாமன் பளபளப்பாகி விட்டான்... திட்டுவிளையிலிருந்து ஆரோனின் பிளஷர் கார் வந்து நின்றது. ரமணி கார் டிரைவர் ஆரோனிடம் விசாரித்தான்,

“இதுல காளமாடு எங்க நிக்கி! இந்த வட்டத்த (ஸ்டியரிங்க்) எதுக்கு போட்டு வளச்சிட்டு கெடக்கியோ? வண்டிய நிப்பாட்டணும்னா சாட்டக் கம்பு வேணுமே?”

ஆரோன் சொன்னான், “மாப்ள கெளம்பியாச்சின்னா வரச் சொல்லுங்க... எனக்கு தொடுவட்டிக்கி ஒரு சவாரி இருக்கு! போவணும்...”

மாப்பிள்ளை பரந்தாமர் வந்து வண்டியில் ஏறினார். உண்டையன் ஓடிவந்து வண்டியில் ஏறினான். ரமணியும் முன்சீட்டில் உட்கார்ந்தான். வண்டி ஒரு குலுங்கலோடு புறப்பட்டதைத் தொடர்ந்து ரமணி சொன்னான்,

“ஒட்டங்காளைய பூட்டிருப்பாம்னு நெனைக்கேன்... எப்புடி சீறுகு பாத்தியா?”

ஆரோன் ரமணியைப் பார்த்தான்.

“காள கீளயெல்லாம் பூட்டல! இதுக்குள்ளாற இஞ்சினுன்னு ஒரு சாதனம் இருக்கு... அதுல கரண்டு புடிச்சவோடனே நாலு சக்கரமும் சுத்த ஆரம்பிச்சிரும்...”

உண்டையனுக்கு ஆச்சரியம் உண்டானது, “கரண்டுங்குறிய... போஸ்டு கம்பத்த காணல்லியே? இதுக்கு பைசா கரண்டாபீசுலயா கட்டணும்?”

ஆரோன் தலையிலடித்துக் கொண்டான். “எடே இந்த பூச்சாண்டி மூஞ்சி லாரியெல்லாம் ஒடுகுல்லாடே? பாக்கத்தானே செய்யிறிய?

அது மாதிரிதான் இதுவும் ஓடுகு! பேசாம வாங்க! ஆவியையும் சீவனையும் எடுக்காதீங்க! செவம் செர எழவா இருக்கு..."

வண்டி வடசேரி மேட்டை நெருங்கவும் உண்டையன் சத்தம் போட்டான், "எண்ணே! சாமியாரு ஒயினும், ஆப்பமும், மெழுத்திரியும் வாங்கிட்டு வரச்சொன்னாரு! ஒருமையில்லியா?"

"மொதல்லயே சொல்லாண்டாமால மொண்ணத் தா...ளி! திட்டுவிள மசூது பாயிக்கிட்ட ஆப்பம் பூப்போல இருக்கும்... சரி. நீ போயி பிராந்தி கடைல ரெண்டு குப்பி ஒயினு வாங்கியா! எறக்கத்துல போயி நாங்க ஆப்பம் வாங்கிட்டு நிக்கோம்... வந்து சேரு!" என்று சொல்லி உண்டையனை இறக்கி விட்டுவிட்டு கிளப்பு கடையில் போய் பத்து, பத்தாக இரண்டு பார்சல் ஆப்பம் கட்டச் சொன்னார்கள்.

உண்டையன் வந்து சேர்ந்தான். குப்பியைக் கண்டதும் பரந்தாமன் சொன்னான்,

"கொண்டா பாப்பம், கோயில்லயே இதக் குடுத்து குடிக்கச் சொல்லுகாவன்னா அந்த சாமி ரெம்ப நல்லவரு இல்லியாடே..? நம்ம மாடனுக்கு வைக்கிற சாராயத்த சாமியாடி எடுத்து ஒத்தக்கி குடிச்சிக்கிட்டு, நல்ல தெம்பா சுடுகாட்டுக்குப் போறாம் பாத்தியா?"

அதற்கு உண்டையன், "வுடுண்ணே! நட்ட ராத்திரில சுடுகாட்டுக்கு தனியாப் போறாம்னா சும்மயா? பேய்பிசாசு கிட்ட அண்டாம இருக்கணும்னா வயித்துக்குள்ள லேசா கொதிப்பு கெடந்தாத்தான் நல்லது... இல்லன்னா செவங்கள் ஆளச் சுருட்டிப் போட்டுரும்..."

ஆரோன் சொன்னான், "அட மாந்தப் பயக்களா! அது வேற ஒயினு... இது வேற ஒயினு! எதுக்கு எத வாங்கிட்டு வந்திருக்கிய?"

உண்டையன், "ஆமா இவந்தான் ஏசுநாதருக்க சித்தப்பாக்க மொவன்! எல்லா மயிரும் ஒண்ணுதா...! நீ அந்தால சும்மா இரி! பெரிய இவன்?"

வண்டி கிளம்பி நேராக தேவாலயத்தின் முன்பாக நின்றது. உண்டையன் இறங்கி ஓடிப்போய் கோயில்பிள்ளை செபஸ்டியானிடம் போய் ஆப்பம் மடக்கிய பார்சலையும், ஒயின் பாட்டில்களையும் கொடுத்தான்.

“எண்ணே! இதுல பப்பத்து ஆப்பம் வச்சி ரெண்டு பொட்டலம் இருக்கு! இந்தாங்க ஒயினு பாட்டுலு! கட இன்னுந் தொறக்காதனால மெழுத்திரி மட்டும் கெடைக்கல...”

செபஸ்ட்டியான் கேட்டார், “இது என்னது?”

“ஒயினும், ஆப்பமும் முட்டக்கறியும்! இந்த வாளிக்குள்ள சாம்பாரு இருக்கு!”

“இந்த ஒயின குடிச்சீட்டு, ஆப்பத்தையும் தின்னுப்புட்டு அந்த பந்திப் பொறையில படுத்துத் தூங்குகதுக்கா? அட செத்த பெயலுக்குப் பொறந்தவனுவளா? இது சாராயம்லாடே? இந்த மயித்த போயி திருவிருந்துக்கு குடுத்தா சபையாரு அத்தன பேரும் உள்ள கெடந்து கொமையதுக்கா? அப்பமும், திராட்ச ரசமும் வாங்கிட்டு வரச் சொன்னா ஆப்பமும் சாம்பாரும் வாங்கிட்டு வந்துருக்கியளே மண்ட மாக்கானுவளா!”

“பண்டு செத்தாத்தானே பரலோகம் எப்புடியிருக்குமுன்னு தெரியிம்... நீங்க ஒயினும், ஆப்பமுன்னு சொன்னீய... அதான் வாங்கிட்டு வந்தம்...”

“இந்தா இதக் கையோட கொண்டு போயிரு... சாமியார் பாத்தாருன்னா சல்லியம்...” என்று ஆப்பத்தையும், ஒயினையும், சாம்பார் வாளியையும் உண்டையனிடம் கொடுத்து அனுப்பினார் செபஸ்டியான்.

மணப்பெண் ஏலியாள் தங்கள் குடும்ப சகிதம் ஆலயத்துக்குள் வந்தாள். ஃபாதர் காரில் உட்கார்ந்திருந்த பரந்தாமனிடம் கேட்டார். “என்னப்பா மூணு பேரு மட்டும் நெளிச்சிட்டு வந்துருக்கீங்க? கூட யாரும் வரல்லியா?”

பரந்தாமன் வாய் திறந்தான், “சாமி! குடும்பத்துள்ளார இந்த கலியாணத்துல கொஞ்சம் விருப்பக் கொறச்சல்... அதான் யாரும் வரல... தப்பா எடுத்துக்கிடாதியோ!”

ஃபாதர் கடுப்பானார்,

“என்னடே சொல்லுக பரந்தாமா? இந்த லெச்சணத்துல எப்புடி அந்த புள்ளைய ஒங்கள நம்பி அனுப்பி வைக்கது? அதெல்லாம் முடியாது புள்ளைக்க அப்பனுக்கு தெரிஞ்சா அம்புடுதான்... வந்து ஆடிப் பூவெடுத்துருவான்... நா ஏதாவது சொல்லி சமாளிக்கேன்...

அதுக்குள்ள இந்தக் காருல போயி சொந்தக்காரங்க யாரையாவது ஜோடியா கூட்டிக்கிட்டு வாங்க! சாட்சிக் கையெழுத்து போடணும்!”

ஆரோன் பதறிப் போனான், “எண்ணே! எனக்கு தொடுவட்டிக்கி ஒரு சவாரி...”

உண்டையன் சொன்னான், “ரமணியண்ணே வண்டில ஏறு! வூட்டுல போயி மைனியக் கையோட கூட்டிட்டு வா! லேய் ரைவரு ஒனக்கு அவ்வளவுதாம் மரியாதி! நீ வண்டிய எடு! தொடுவட்டிக்கி அடுத்த வாரம் போவலாம்... ஏதாவது கரகர’ன்னீன்னா மண்டைய பொளந்துருவேம் பாத்துக்கா... சக்கரம் வாங்குகீருல்லா? அப்புறம் என்ன மயித்துக்கு போமாட்டேன் வைக்கமாட்டேங்குறீரு?”

வண்டி கிளம்பியது, ஏலியாளை கரம்பிடிப்பதில் கால தாமதம் ஏற்பட்டதால் பரந்தாமன் பசலை நோயின் பிடியில் சிக்கினான். இருவரும் ஆலயத்தின் பின்புறமுள்ள ஒரு ஓட்டு வீட்டில் அமரவைக்கப்பட்டார்கள். ஓயின் குப்பிவேறு கண்ணை உறுத்தியதில், பரந்தாமனுக்கும் ஒரு தற்காலிக சமாதானம் தேவைப்பட்டதால் ஒருகுப்பி ஓயின் வயிற்றுக்குள் போனது.

உண்டையனும் தன் மனம் வெறுமையாக இருப்பதாகச் சொல்லி ஒரு அரைக்குப்பியை வாய்க்குள் வீசினான். இருவரும் அந்த பானத்தை அதற்கு முன் குடித்ததேயில்லை. தொண்டை வேறு கரகரப்பாக மாறிப்போனதில் ஆளுக்கு ஐந்து ஆப்பங்களை தின்றார்கள். ரெண்டு பேருமே காலையில் ஒன்றும் சாப்பிடாததால் வயிறு கொஞ்சம் ஆறுதலடைந்தது. அங்கு கிடந்த பெஞ்சில் படுத்தார்கள். பரந்தாமனுக்கு தூக்கம் வரவில்லை. கண்கள் கிடந்து துள்ளின... வயிற்றிலும் , நெஞ்சிலும் ஒரு மாற்றம். பார்க்கும் பொருட்களெல்லாம் இரண்டாகத் தெரிந்தன... லேசாகத் தலைசுற்றியது...

ரமணி தன் மனைவியோடு திரும்பி வந்தான், பரந்தாமனையும் , உண்டையனையும் எழுப்பி ஆலயத்திற்குள் கூட்டி வந்தார்கள். பரந்தாமனின் கண்களுக்கு ஆலயமே சுற்றியது போலிருந்தது. ஒருவழியாக முன்னால் சென்று அமர்ந்தான். பக்கத்தில் ஏலியாள் அமர்ந்திருந்தாள்.

பரந்தாமன் அவளைத் திரும்பிப் பார்த்தான். ‘ஒரே குழப்பம், என்னடா இது மூஞ்சில வலைய போட்டுருக்கு? மீனா புடிக்கப் போறா?’

போதாக்குறைக்கு நெஞ்சம் வேறு எரிந்தது. ‘காதலாய் இருக்குமோ?’ பாதிரியார் வந்தார். பாடல்கள் பாடினார்கள். பரந்தாமனுக்கு கண்ணைக் கட்டியது. முகூர்த்த நேரம் நெருங்கியது.

பாதிரியார் சொன்னார், “மதம் என்பது அன்புதானேயொழிய வேறொன்றுமில்லை... அன்பை போதிக்கும் அனைத்து விஷயங்களும் கடவுளின் தன்மை கொண்டவைதான்... ஆகவே மதங்களோ, மனிதர்களோ உங்கள் இருவரையும் பிரிக்காதிருப்பதாக... பரந்தாமன் ஏலியாளையோ, ஏலியாள் பரந்தாமனையோ தத்தம் வழிபாட்டு முறைகளைக் குறித்து விசனமோ, சஞ்சலமோ அடையாமல் அன்போடு வாழ உங்களைக் கடவுள் ஆசீர்வதிக்கட்டும்...”

பாதிரியார் பரந்தாமனைப் பார்த்தார். அவனது தலை தொங்கிக் கிடந்தது. ‘ஜெபிக்கிறானாயிருக்கும்’ என்று எண்ணிக் கொண்டு அவனிடம் கேட்டார்,

“பரந்தாமா! ஏலியாளாகிய இவளை உன்னுடைய துணைவியாக ஏற்றுக் கொள்ள சம்மதமா?”

பரந்தாமன், “உவ்வ்வ்...”

தேவாலயம் அமைதியாக இருந்தது.

“பரந்தாமா! ஏலியாளாகிய இவளை உன்னுடைய துணைவியாக ஏற்றுக்கொள்ள சம்மதமா?”

“உவ்வ்வ்வ்...”

ஃபாதர் கடுப்பானார்.

கூட்டம் திருதிருவென விழித்தது.

ஃபாதரின் கையில் திருவிவிலியமும், திருமாங்கல்யமும் அமைதியாக இருந்தன. ஃபாதர் குழம்பினார்.

‘மலையாளத்துல உவ்வு’ன்னா ஆமாம்’ன்னு அர்த்தம்... இவன் அருமநல்லூர்காரந்தானே! தமிழ்ல பதில் சொல்ல என்ன கொள்ளையோ? நமக்குன்னு வந்து ஒதுங்குகு பாரு! கோணப்பயல்கள்!’ ஃபாதர் சற்றே கோபமான குரலில்,

“பரந்தாமா இவளை...”

“உவ்வாக்...”

பரந்தாமனின் வயிற்றுக்குள் கிடந்த திராட்சைரசம் பாதரசமாக மாறி ஃபாதரின் அங்கியை அலங்கரித்தது...

பரந்தாமன் முகம் குப்புற ஏலியாளின் பாதத்தில் வீழ்ந்தான்...

பொனிபாஸ் பின் வரிசையிலிருந்து இவ்வாறு சொன்னான்,

“தாலி கெட்டியதுக்கு முன்னாலயே கும்பாரி கால்ல வுழுந்துட்டாம் பாத்தியளா? ஏலியா மச்சக்காரில்லா?”

அந்தோணி கேட்டான், “ஏங்கும்பாரி அந்த முதுகுல கெடக்க மச்சத்தத்தானே சொல்லுதீரு?”

இருவரும் சிரித்தார்கள். பரந்தாமனைத் தூக்கிக் கொண்டு போய் கிணற்றடியில் கிடத்தினார்கள்.

உண்டையன் ரமணியின் மனைவி குமாரியிடம் சொன்னான். “மைனி கேட்டியளா? இன்னைக்காவது போடு’ன்னு வாங்கிக் குடுத்த புதுஜட்டிய கூட போடாம வெறும் வேட்டியோட வந்துருக்கான்... புதுப்பொண்ணு பதறிட்டு! பாத்துகிடுங்க! என்னத்த சொல்லுகது?”

தலைவழியாக குடம் குடமாக நீரை ஊற்றியதில் பரந்தாமன் ஒரு அளவுக்கு நினைவுக்கு வந்தான். ‘ஒரு குப்பி ஒயின் என்றால் சும்மாவா?’

ஆலயத்துக்குள் ஒரே சலசலப்பு, அங்கியை மாற்றிக் கொண்டிருந்த ஃபாதரிடம் செபஸ்டியான் சொன்னார்,

“ஃபாதர்! பெயலுவோ ஒயின வாங்கிட்டு வரச் சொன்னதுக்கு பிராந்திக் கடையில உள்ள ஒயின வாங்கியாந்துருக்கானுவ! நா அதத் திரும்ப அவுனுவ கைலயே குடுத்துட்டேன்... இப்பத்தாம் பாத்தேன்! நம்ம பழைய பார்சனேஜில ஒரு காலி குப்பியும், பாதி குடிச்சீட்டு வச்ச மீதி குப்பியுங் கெடக்கு! அதத்தாங் குடிச்சிருப்பாம்னு நெனைக்கேன்!”

“அடக் கூதற செவுத்தியான்! ஒனக்கு கொஞ்சமாவது மண்டைல வெளிச்சம் இருக்கா? அத இங்கக் கொண்டார வேண்டியதானே? இப்ப சபையாருக்கு நா என்ன பதில் சொல்ல? நீ பாத்து வச்ச சம்பந்தந் தானே‘ன்னு நம்மகிட்ட வில்லங்கத்துக்கு நிப்பானுவளே?” என்று ஃபாதர் கையைப் பிசைந்தார்.

"சரி! நீ போய் மாப்பிள்ளைக்கு வயிறு சரியில்லை'ன்னு சொல்லு! தாலி கெட்டு முடிஞ்சவொடனே கொஞ்ச நேரந் தூங்குனாம்னா தெளிஞ்சிரும்... நா இந்தா வாரேன்!" என்று சொல்லி ஃபாதர் கிணற்றுப் பக்கத்தில் வந்தார்.

பரந்தாமனைக் கைத்தாங்கலாகக் கொண்டு வந்து தாலி கெட்டினார்கள். ஏலியாள் தன்னுடைய புதுமணவாளனைக் கைத்தாங்கலாகக் கூட்டிக் கொண்டு போய் தன்னுடைய வீட்டிலேயே கிடத்தினாள். பரந்தாமனுக்கு வாயிலும், வயிற்றிலும் எடுத்ததில் தளர்ந்து போனான். இரண்டு நாட்கள் கழித்துதான் உடல் சமநிலைக்கு வந்தது.

"புதுமனைவியை பக்கத்தில் வைத்துக் கொண்டு இம்மாதிரி ஒரு சூழ்நிலை யாருக்கும் வந்துவிடக்கூடாது" என்று திண்ணையில் உட்கார்ந்திருந்த உண்டையன் யாரிடமோ பேசிக் கொண்டிருந்தான். அன்றுதான் மணப்பெண்ணைக் கூட்டிக் கொண்டு ஊருக்கு புறப்படுவதாக ஏற்பாடு.

மதியம் சாப்பாட்டை முடித்துவிட்டு வண்டி புறப்பட்டது. ஊருக்குள் நுழைந்ததும் பரந்தாமன் வீட்டின் முன் ஒரு கூட்டமே நின்று கொண்டிருந்தது. வண்டியில் இருந்து இறங்கிய பரந்தாமனை ஆட்கள் சூழ்ந்து கொண்டு விசாரித்தார்கள்.

"என்னடே பரந்தாமா ! சத்தமில்லாம கல்யாணத்த முடிச்சிட்ட? கல்யாண சோறு போடுகதுக்கு அவ்வளவு மடி? இல்லியா? பொண்ணு அழவோல இருக்காளே? சரி வூட்டுக்குள்ள கூட்டிட்டு போ!"

வடிவழகி தன்னுடைய புது மருமகளைக் கண்டு வியந்து வீட்டிற்குள் அழைத்துப் போனாள். சிதம்பரநாதன் ஆசீர்வதித்தார்,

"ஈசன் அருள் புரியட்டும்..."

இதைக்கேட்ட வெளியில் நின்ற ஜெகதீசன் குரல் கொடுத்தான், "மாமா கூப்டேளா? அருளு கொத்த வேலைக்கில்லா போயிருக்கான்! சாயந்தரந்தான் வருவான்!"

ஜெகதீசனை எல்லாரும் ஈசன் என்றுதான் அழைப்பார்கள்.

ரமணியிடம் ஒரு கிழவி விசாரித்தாள், "என்னடே! ஊருல உள்ளவனுக்கெல்லாங் கலியாணம் முடிச்சி வைக்க? மொவளுக்கு ஒரு சம்பந்தத்த பாத்து கெட்டி குடுக்கப் புடாதா? வளந்து

மோட்டுல முட்டிக்கிட்டு நிக்கா! வயசு போனா வளம் போயிரும்! பாத்துக்கா!”

ரமணி ஒன்றும் பேசவில்லை, உண்டையன் கிழவியிடம் சொன்னான்,

“ஏ! கெழவி பூதப்பாண்டில ஒரு வரன் இருக்கு! பாத்துருவமா?”

“யாருக்குல!”

“ஒனக்குத்தான்... வயிசு போனா வளம் போயிரும்லா! நேரத்த காலத்த ஒரு கெழட்டு தா...ளிய பாத்து ஒன்னய கெட்டிக் குடுத்துட்டா ரெண்டு வேறுஞ் சேந்தாப்புல சோடியா பாடையில போலாம்லா!”

“போல தொட்டி பெயல! எம் மாப்புள செத்ததுக்கப்புறமும் எனக்கு சம்மந்தம் வந்து, நாந்தா கெட்ட மாட்டம்னு சொல்லிட்டேன்...”

“அப்போ ஒனக்கு எத்தன வயிசு கெழவி?”

“அம்பது!”

“அம்பது வயிசுல ஒன்னய எந்த நாயி சம்மந்தம் கேட்டு வந்து? எனக்கு அவன பாக்கணுமே! வாயள வச்சிக்கிட்டு வூடுகளுக்குப் போய்ச் சேராம் எழவுடுப்பா! ஒவ்வொருத்தனையா கூப்ட்டு புள்ளைய கெட்டிக் குடுக்கலியா? மயிரப் புடுங்கலியான்னு கேட்டுகிட்டு நடக்க! ஒனக்க காலத்துல கைசூப்பிட்டு திரியும்போதே எவனுக்க தலையிலயாவது கெட்டி வச்சிருவானுவ? நீயும் ரெயில் இன்ஜின் மாதிரி வரிசையா குட்டி போட்ட! இன்னிக்கி உள்ள காலத்துல ஒரு புள்ளய வளத்து கெட்டி குடுக்கது அவ்வளவு சாமானியமா? நல்லா கேப்ப! ஊசி மூஞ்சையும் வச்சிக்கிட்டு? இனிமேல் உன்னய இந்தத் தெச பக்கம் காணப்புடாது... மீறி வந்த? செக்குல வச்சி ஆட்டி எண்ணைய எடுத்துப் புடுவேன்... ஓடிரு!”

“ம்க்கும்... போல கொன்னப் பெயல!” என்றவாறே கழுத்தை வெட்டிக் கொண்டு நடந்து போனது அந்த எண்பது வயதான என்புதோல் போர்த்திய கூடு...

சற்றைக்கெல்லாம் ஒரு பிளசர் கார் வந்து நின்றது. அதிலிருந்து முருகேசன் ஆசாரியும், பட்டு ஜிப்பா அணிந்த ஒருவரும் இறங்கி உண்டையனிடம் அந்தக் கல்லை எடுத்து வருமாறு சொன்னார்கள். ஓடிப்போய் வீட்டிலிருந்த கல்லை எடுத்து வந்து ஆசாரியிடம் கொடுத்தான்.

கல்லைக்கண்ட அந்த ஜிப்பாவின் கண்கள் விரிந்தன... அவர்தான் வியாபாரியாம்! தூத்துக்குடியிலிருந்து வந்திருப்பதாக முருகேசன் ஆசாரி கூறினார். ஆசாரியும், வியாபாரியும் பேசிக்கொண்டார்கள்.

"என்ன விலை போகும்?"

"ரொம்ப கனமான கல்லு! கழிவு வராது! ஒரு லட்சம் வரைக்கும் போகும்..."

வியாபாரி நேராக நடந்து காருக்கு போய் இரண்டு மூட்டைகள் நிறைய பணத்தை எடுத்து வந்து ரமணி, உண்டையன் முன்பாக வைத்தார்.

"இதில் ஒரு லட்சம் பணம் இருக்கு! எண்ணிப் பாத்துக்கோங்க!"

உண்டையன் பின்மண்டை தரையிலடிக்க மயக்கம் போட்டு விழுந்தான். ரமணிக்கு நெஞ்சடைத்தது... உண்டையனை முகத்தில் நீர் தெளித்து எழுப்பினார்கள். உண்டையனுக்கு அங்கு நடப்பது யாவும் ஒரு கனவு போலவே இருந்ததால் அவன் யாரிடமும் பேசவில்லை. பணத்தை மூன்று பேரும் எண்ணிக் கொண்டிருந்தார்கள்.

உண்டையன் பணத்தை மூன்று பங்காகக் பிரித்து கட்டச் சொல்லி அதில் ஒரு பங்கை ரமணியின் கைகளில் வைத்தான். ரமணிக்கு புரியவில்லை... "எனக்கு எதுக்குடே பணம்?"

"புள்ளைய கெட்டிக் குடுண்ணே! தம்பி நாம்லா தாரேன்... இது ஒனக்க பங்கு! கல்யாணத்துக்கப்புறம் புள்ளை படிக்கட்டும்! அவ மாப்ளைய படிக்க வைக்கச் சொல்லு! இல்லைன்னா வேற மாப்ள பாப்போம்... பொம்பள புள்ளைகள் படிக்கணும்... அதுதான் முக்கியம்! நா இந்த பணத்த வச்சி என்ன மயித்த செய்யப் போறேன்... நமக்கு கடசீ காலம் வரைக்கும் பரந்தாமண்ணன் கூடத்தான்...".

ரமணியின் கண்களில் கண்ணீர் வழிந்தது.

"யாம்ணே கெடந்து ஊளை போடுக! சக்கரத்த பாத்தா சிரிக்கணும்? நீயென்னடான்னா புழிஞ்சி ஊத்துக? பணத்த கொண்டு போயி மைனிகிட்ட குடு! களஞ்சிட்டு போயிறாத!" என்றான் உண்டையன்.

வெளியில் நடந்த களேபரத்தைக் கேட்டு பரந்தாமன் வாசலுக்கு வந்தான். நடந்த விஷயங்களை நம்ப முடியவில்லை. அவனுக்கு ஒரு

பங்கை வைத்தான் உண்டையன். பரந்தாமன் மயங்கப் போனான். உண்டையன் அவனைப் பிடித்து சொன்னான்.

"எண்ணே! ஒனக்க கல்யாணத்துக்கு தம்பி மொய் வைக்காண்டாமா! இந்தா வச்சிக்கா! எனக்க பங்கை வேணும்னா நீயே வச்சிக்கா! ரமணி அண்ணனுக்க புள்ளைக்க கலியாணத்துல மொய்யி வைப்போம். கிகிகி!" என்று சிரித்தான்.

வியாபாரி வியந்துபோய் ஆசாரியிடம் கேட்டார். "இது யாரு முருகேசா? என்.எஸ்.கிருஸ்ணனா? எம்ஜியாரா? சும்மா சக்கரத்த தூக்கி வீசுகானே?" முருகேசன் ஆசாரி அழகாகச் சிரித்துக் கொண்டே உண்டையனிடம் கேட்டார்,

"உனக்கு என்னடே ஆசை?".

"ஒரு லாரி ஒண்ணு வாங்கி ஓட்டிரணும்... அதுதான் ஆசை!"

சிரித்துக்கொண்டே ஆசாரியும் வியாபாரியும் விடை கொடுத்தார்கள்.

சிதம்பரநாதன் வெளியில் வந்து சொன்னார், "அன்று காட்டில் சிறுத்தையாக எம்பெருமான் முருகனும், மிளாவாக சீமாட்டி வள்ளியும் வந்து கொடுத்த பொக்கிஷமடா இது! நான் உங்களிடம் சொன்ன புதையல் இதுதான்!" என்று சொன்னதுதான் தாமதம், "ஐயா சாமி!" என்று மூன்று பேரும் அவரது கால்களில் விழுந்தார்கள்.